அனிதாவின் காதல்கள்

கிழக்கு பதிப்பக வெளியீடுகளாக சுஜாதாவின் புத்தகங்கள்

மீண்டும் ஜீனோ
நிறமற்ற வானவில்
நில்லுங்கள் ராஜாவே
தீண்டும் இன்பம்
ஆஸ்டின் இல்லம்
அனிதாவின் காதல்கள்
நைலான் கயிறு
24 ரூபாய் தீவு
அனிதா இளம் மனைவி
கொலை அரங்கம்
கமிஷனருக்கு கடிதம்
அப்ஸரா
பாரதி இருந்த வீடு
மெரீனா
ஆர்யபட்டா
என் இனிய இயந்திரா
காயத்ரி
ப்ரியா
தங்க முடிச்சு
எதையும் ஒருமுறை
ஊஞ்சல்
ஓரிரவில் ஒரு ரயிலில்
மீண்டும் ஒரு குற்றம்
விக்ரம்
நில், கவனி, தாக்கு!
வாய்மையே சில சமயம் வெல்லும்
ஆ..!
வசந்த காலக் குற்றங்கள்
சிவந்த கைகள்
ஒரே ஒரு துரோகம்
இன்னும் ஒரு பெண்
6961
ஜோதி
மாயா
ரோஜா
ஓடாதே
மேற்கே ஒரு குற்றம்
விபரீதக் கோட்பாடு
ஐந்தாவது அத்தியாயம்
மலை மாளிகை
விடிவதற்குள் வா
மூன்று நாள் சொர்க்கம்
பத்து செகண்ட் முத்தம்
கம்ப்யூட்டர் கிராமம்
இளமையில் கொல்
மேகத்தை துரத்தியவன்
ஒரு நடுப்பகல் மரணம்
நகரம்
இதன் பெயரும் கொலை
மண்மகன்
தப்பித்தால் தப்பில்லை
விழுந்த நட்சத்திரம்
முதல் நாடகம்
ஆட்டக்காரன்
ஜன்னல் மலர்
என்றாவது ஒரு நாள்
வைரங்கள்
மேலும் ஒரு குற்றம்
சொர்க்கத் தீவு
கனவுத் தொழிற்சாலை
ஆயிரத்தில் இருவர்
பதினாலு நாட்கள்
உள்ளம் துறந்தவன்
பிரிவோம் சந்திப்போம்
கரையெல்லாம் செண்பகப்பூ
இரண்டாவது காதல் கதை
நிர்வாண நகரம்
குருபிரசாதின் கடைசி தினம்
இருள் வரும் நேரம்
திசை கண்டேன் வான் கண்டேன்
ஆழ்வார்கள் - ஓர் எளிய அறிமுகம்
தேடாதே
விருப்பமில்லாத் திருப்பங்கள்
விரும்பிச் சொன்ன பொய்கள்
கை
ஆதலினால் காதல் செய்வீர்
நூற்றாண்டின் இறுதியில் சில சிந்தனைகள்
அப்பா, அன்புள்ள அப்பா
மிஸ். தமிழ்த்தாயே, நமஸ்காரம்!
சிறு சிறுகதைகள்
வாரம் ஒரு பாசுரம்
வானத்தில் ஒரு மௌனத்தாரகை
கடவுள் வந்திருந்தார்
அனுமதி
ஓலைப் பட்டாசு
சேகர், சிங்கமய்யங்கார் பேரன்
கம்ப்யூட்டரே ஒரு கதை சொல்லு
டாக்டர் நரேந்திரனின் வினோத வழக்கு
நிஜத்தைத் தேடி
பாதி ராஜ்யம்
சில வித்தியாசங்கள்

அனிதாவின் காதல்கள்

சுஜாதா

அனிதாவின் காதல்கள்
Anithavin Kaathalgal
by Sujatha
Sujatha Rangarajan ©

First Edition: April 2009
288 Pages
Printed in India.

ISBN: 978-81-8493-400-7
Title No: Kizhakku 463

Kizhakku Pathippagam
177/103, First Floor,
Ambal's Building, Lloyds Road
Royapettah, Chennai 600 014.
Ph: +91-44-4200-9603

Email : support@nhm.in
Website : www.nhm.in

Cover Image : Shutterstock ©
Backcover Image : Srihari

Kizhakku Pathippagam is an imprint of New Horizon Media Private Limited

This book is sold subject to the condition that it shall not, by way of trade or otherwise, be lent, resold, hired out, or otherwise circulated without the publisher's prior written consent in any form of binding or cover other than that in which it is published and without a similar condition including this the rights under copyright reserved above, no part of this publication may be reproduced, stored in or introduced into a retrieval system, or transmitted in any form or by any means (electronic, mechanical, photocopying, recording or otherwise), without the prior written permission of both the copyright owner and the above-mentioned publisher of this book.

'அந்த ஆளு செகண்டுக்கு ஒரு லட்சம் சம்பாதிக்கக்கூடியவர்... உனக்காக ஐஸ்க்ரீம் பார்லர்ல வந்து காத்துக்கிட்டிருக்காருன்னா என்ன அதிர்ஷ்டம் பண்ண பொண்ணு நீ? உன்கிட்ட என்னத்தைப் பார்க்கறாருன்னு ஆச்சரியமா இருக்கு. சில வேளைங்கள்ல இந்த ஆம்பளைங்க எதுக்கு மயங்கறாங்கன்னு சொல்லவே முடியலை...'

1

'நீர் போகும் இடத்துக்கு நானும் வருவேன்
நீர் தங்கும் இடத்திலே நானும் தங்குவேன்
உம்முடைய ஜனம் என்னுடைய ஜனம்
உம்முடைய தேவன் என்னுடைய தேவன்.'

(பைபிள், பழைய ஏற்பாடு, ரூத் 1.16)

மகாதேவனுக்கு அனிதா மூன்றாவது பெண். சுதாவும் சுகந்தியும் அவளுக்கு மூத்தவர்கள். சுதாவுக்கும் அனிதாவுக்கும் ஏறத்தாழ பனிரெண்டு வயசு வித்தியாசம். சுதாவுக்குப் பின் சுகந்தி பிறந்தது இரண்டு வயது வித்தியாசத்தில். அதன்பின் ரொம்ப வருஷம் சும்மா இருந்துவிட்டு அனிதா.

சுதாவுக்குக் கல்யாணமாகி டெல்லியில் இருக்கிறாள். அவளுக்கு இரண்டு பெண்கள், 'அச்சா அச்சா' என்று இந்தியில் பேசிக் கொண்டு, 'சோடோ யார்', 'போர் யார்' என்று சென்னையில் தங்க விரும்பாத வாட்டசாட்டப் பெண்கள்.

சுகந்தியின் கணவர், இந்தியா மேப்பில் தேடினாலும் கிடைக்காத ஜல்பாய்குரி என்கிற இடத்தில் இருக்கிறார். அங்கிருந்து தமிழ்ப் பத்திரிகைகளுக்கு நகைச்சுவைத் துணுக்குகள் அனுப்பிக் கொண்டிருப்பார். உதாரணம்:-

'குடும்பக் கட்டுப்பாட்டுக்கு ரொம்ப நல்ல மருந்து ஒண்ணு கண்டு பிடிச்சுட்டேன்டா...'

'என்ன மருந்து?'

‘எலுமிச்சம்பழ ஜூஸ்.’

‘அப்படியா? எப்ப எடுத்துக்கணும்... ஆரம்பிக்கறதுக்கு முன்னாலா... இல்லை அது முடிஞ்சப்புறமா?’

‘ரெண்டும் இல்லை முட்டாளே... அதுக்குப் பதிலா.’

இது பிரசுரமாகவில்லை.

சுகந்தியின் கணவருடைய ஜோக்குகளில் எல்லாம் லேசாக ’ஏ’ கலந்திருக்கும். அவர்களுக்கு சீனு என்று ஒரு பிள்ளை - மூன்று வயசு. இரண்டு காலையும் உதைத்துக்கொண்டு அழ ஆரம்பித்தால் குறைந்தபட்சம் அரை மணி நிறுத்தமாட்டான்.

சுதாவின் கணவர் ரொம்ப முசுடு என்று பேரு. அதிகம் பேசமாட்டார். ஜாஸ்தி புழக்கமும் இல்லை. ஆனால் சுகந்தியின் கணவர் அதற்கு நேரெதிர். ஒவ்வொரு வருஷமும் டிசம்பர் மாசம் லீவு எடுத்துக்கொண்டு வந்துவிடுவார். (வந்திருக்கிறார்)

அவர் ஊரில் ‘எச்சில் இலையைப் புறக்கடையில் எறிந்தால் புலி வந்து நக்கும்’ என்றெல்லாம் ரீல் விடுவார். ஜேசுதாஸ் கச்சேரி எங்கிருந்தாலும் விடமாட்டார்.

அனிதாவைத் தவறாமல் ஐஸ்க்ரீம் பார்லருக்கு அழைத்துக் கொண்டுபோய், ஆளுயர டூட்டி ஃப்ரூட்டி வாங்கித் தருவார். ரொம்ப நல்லவர். ‘பொடி நடையா போய் அரை லிட்டர் பாக்கெட் பால் வாங்கிண்டு வந்துருங்கோ’ என்று சுகந்தி கேட்டவுடன், மாப்பிள்ளை என்று பிகு பண்ணிக்கொள்ளாமல் போய் வாங்கி வருவார். குழந்தைக்குக் குளிப்பாட்டுவார். டயப்பர் மாற்றுவார். வீட்டில் ஒட்டடை அடிப்பார். கடிகாரத்துக்குச் சாவி கொடுப்பார். அனிதாவுக்கு அப்புறம் ஒரு தம்பி இருக்கிறான். ‘ஜிம்பு’ என்று என்ன காரணத்துக்காகவோ அழைக்கப்பட்ட செண்பகராமன். நன்றாக கிரிக்கெட் ஆடுவான். லெக் ஸ்பின்னர். அனிதாவுக்கும் அவனுக்கும் எப்போதும் சண்டை. உதாரணங்கள்: ‘அம்மா, அலமாரியிலிருந்து அனிதா பத்து ரூபா எடுத்தா... பார்த்தேன். பாக்கிப் பணம் தரலை... ஞாபகம் வெச்சுக்கோ.’

‘அம்மா! தெருக்கோடில ஜிம்புவோட ரெண்டு கைலயும் சிகரெட்! மகாவிஷ்ணு சங்கு சக்கரம் மாதிரி வச்சுண்டு ஊதறான். நான் கண்ணால பார்த்தேன்!’

'அம்மா! அனிதாவை இன்னிக்கு தமிழ்ச்செல்வியோட கெயிட்டில க்யுவில பார்த்தேன். போயும் போயும் ஒரு பாடாவதி இந்திப்படம்! துரோகி, தமிழ் துரோகி!'

ஜிம்பு லீவ் லெட்டர் எழுதினால் கூட 'தமிழ் வாழ்க' என்றுதான் ஆரம்பித்து எழுதுவான்.

பி.காம் படிக்கிறான்; சி.ஏ பண்ணவேண்டும், எம்.பி.ஏ பண்ண வேண்டும் என்றெல்லாம் அக்கௌண்டன்ஸி கலந்த கனவுகள்! ரொம்ப செல்ஃபிஷ்.

இவர்களுக்கெல்லாம் தகப்பனாரான மகாதேவன், ஒரு ஐயங்கார் கம்பெனியில் இருபத்தைந்து ஆண்டு காலமாக அக்கௌண் டண்ட்டாக இருந்து இப்போதுதான் சீனியர் டெபுடி அக்கௌண் டண்ட்டாகப் பதவி உயர்ந்து, நீண்ட நாள் சேவைக்காக எச்.எம்.டி. கடிகாரம் பெற்றவர்.

அம்மாவுக்கு அப்பாதான் எல்லாம்!

அவர் அரை கிலோவோ, கால் கிலோவோ எவ்வளவு பீன்ஸ் வாங்கினாலும் அதற்குள் சமைத்துப் போடவேண்டியது அம்மா வின் கடமை. அவர் கொண்டுவரும் பணத்துக்குள் குடித்தனம் பண்ணவேண்டியது... வாங்கி வரும் பூவைச் சூட வேண்டியது... வாங்கி வரும் தீபாவளிப் புடைவையை உடுத்த வேண்டியது... அவர் போட்ட டி.வி. சானலை, அது எம்.டி.வியாக இருந்தா லும், பார்க்கவேண்டியது... கொடுத்த கர்ப்பத்தை ஏற்றுக் கொண்டு அபார்ஷனோ, முழுசோ எதையும் சகிக்கவேண்டியது! சில வேளைகளில், அனிதா அம்மாவையே பார்த்துக் கொண்டிருக்கும்போது,

'எதுக்குடி அழறே?'

'உன்னைப் பார்த்தாலே கண்ல தண்ணி வரதும்மா...'

கனவுகளின், ஆசைகளின் டிக்ஷனரி - அனி (அனிதா). காலண் டரைப் பார்த்து நீங்கள் அவள் கனவாசைகளை எதிர்பார்க்கலாம். திங்கட்கிழமை, ஐ.ஏ.எஸ். படித்து திருச்சிராப்பள்ளி டிஸ்ட்ரிக்ட் கலெக்டராகி, அந்த வருஷம் வெள்ளம் வந்து, நிவாரணம் பண்ண குடிசை ஏழைகளுக்கெல்லாம் புடைவை பாக்கெட் கொடுக்க வேண்டும் என்று ஆசை.

செவ்வாயில், இண்டர் காலேஜ் விழாவில் அவள் நடித்த நாடகத்துக்கு வந்திருந்த டைரக்டர், பக்கத்து உசேனியா ஸ்டோர்ஸ் மளிகைக் கடையிலிருந்து 'அனிதாம்மா, உங்களுக்கு போன் வந்திருக்கு. யாரோ மிஸ்டர் மணி ரத்னமாம்.'

புதன்கிழமை, நேஷனல் ப்ரொக்ராமில் அகாலவேளை டி.வி.யில் பரதநாட்டியம். 'தி நெக்ஸ்ட் அயிட்டம் மிஸ் அனிதா மகாதேவன் ப்ரெஸண்ட்ஸ், இஸ் எ தில்லானா இன் த ராக் எதுகுல காம்போதி ஸெட் டு மிஸ்ர சாப்பு தாள்...'

நாளுக்கு நாள் மாறும் வானவில் மேல் ஐஸ்க்ரீம் தடவிய கனவுகள். ஞாயிறு மட்டும் எண்ணெய் தேய்த்துக்கொள்வதால் கனவுகளுக்கும் விடுமுறை!

ஆனால், அத்தனை கனவுகளிலும் செக்ஸ் கிடையாது. அதைப் பற்றி அவள் எண்ணங்கள் குழப்பமானவையே. தமிழ் சினிமாவில் முதலிரவுக் காட்சி வரும்போது கதாநாயகன் லேஞ்சிக்கரை வேட்டியும் பட்டுச்சட்டையுமாக மல்லிகை தோரணங்கள் கட்டிய படுக்கை அறையில் காத்திருக்க, குஷ்புவோ, கௌதமியோ உள்ளே தள்ளப்படும்போது தலைகுனிந்து சீட்டில் நெளிவாள். தொடர்கதை எழுத்தாளர்கள், 'அவள் மார்பகம் விம்மித் தணிந்தது' என்றோ அல்லது 'சொல்லக்கூடா இடங்கள் எல்லாம் படபடத்தன' என்றோ எழுதுவதைப் படிக்கும்போது இவளுக்கு என்னவோ 'தூ' என்று வெறுப்பு வரும். இத்தனைக்கும் அதைப் பற்றி ஞானப் பற்றாக்குறை என்றில்லை. பயாலஜியில் ஸ்பெர்மட்டோப் ஸோவா எல்லாம் படித்திருக்கிறாள். பிறப்புறுப்புகளின் படங்களை விளக்கமாகப் பார்த்திருக்கிறாள். ஆனால் அவையெல்லாம் அவளுக்குப் பாடப் புத்தகங்களில்தான் நிகழ்ந்தன. அவள் படிக்கும் அம்மணி காலேஜ், பேர்தான் கொஞ்சம் மடிசஞ்சியே ஒழிய, பெண்கள் எல்லாம் படு பயங்கரம்! பல சந்தர்ப்பங்களில் அவளுக்கு உடற்கூறின் சாத்தியங்கள் தயக்கமில்லாமல் விவரிக்கப்பட்டிருக்கின்றன. மது என்கிற குஜராத்தி சேட்டுப் பெண்ணும், ஓமனா என்கிற மலையாளப் பெண்ணும் ஒரு வீடியோவைக் காட்ட, மதுவின் வீட்டில் ஸ்தம்பித்து உறைந்துபோய் கெட்ட காரியங்களைப் பார்த்திருக்கிறாள். இத்தனை இருந்தும் அனிதாவின் ஞானம் நேரடி அனுபவமற்றதுதான். மிகவும் குழப்பமானதுதான். அத்தனை உடைகளையும் களைந்துவிட்டு குளிக்கவே மாட்டாள். பெற்ற தாயாரிடம் கூட சில அந்தரங்கங்களைப் பேசமாட்டாள்.

அன்று காலை ஏழு மணிக்கெல்லாம் எழுந்து காபி போட்டு வைத்துவிட்டு, அப்பா வாக் போய் வருவதற்குள் குளித்து விட்டுப் புறப்பட்டாள். தெருக்கோடியில் வருஷம் பூரா காற்றில்லா சைக்கிள் டயரில் உறைந்துவிட்ட இஸ்திரி வண்டி யில் தேய்ப்பதற்குத் துணிகள் கொடுத்துவிட்டு, ஓமனாவின் ஹாஸ்டலுக்கு அவளிடமிருந்து பாட்டனி நோட்ஸ் வாங்கிவரப் புறப்பட்டபோது, தெரு ஓரத்தில் தென்னை மரம் தாழ்வாக இருக்குமே, அங்கே ஒரு சின்ன விபத்து நிகழ்ந்தது. மோட்டார் சைக்கிளில் வேகமாக வந்த பையன் ஸ்கிட் ஆகிச் சறுக்கித் தொபுக்கடீர் என்று விழுந்தான். முழங்காலைச் சிராய்த்துக் கொண்டதோடு, பின் சீட்டில் வைத்திருந்த ஒரு பெட்டி எகிறி விழுந்து வாயைப் பிளந்து நிறைய காகிதங்களும் ஆபீஸ் பேப்பருமாகப் பறந்தன. அவள் காலடியில் விழுந்து, சந்து முழுவதும் 'டியர் சார்... டியர் சார்' என்று கடிதங்கள் இறைந்தன.

விழுந்தவன் அவற்றைப் பொறுக்க முயன்றபோது, அவை புழுதிக் காற்றில் உற்சாகமாகப் பறந்தன.

முடிந்தவரை அனிதா அவற்றை மீட்டு அந்தப் பையனிடத்தில் கொடுத்தாள். அவன் தாங்க்ஸ் என்று பெற்றுக்கொண்டு ஒன்றி ரண்டு தப்படிகள் நொண்டிவிட்டு தன் வண்டியில் ஏறிக்கொண்டு 'நல்லவேளை, அதிகம் அடிபடவில்லை' என்று பொதுவாகச் சொல்லிக்கொண்டே சென்றான். அவன் போனதும்தான் ஏறக் குறைய ஒரு டைரி சைஸில் இருந்த அந்த பர்ஸைக் கவனித்தாள். 'எடுக்கலாமா, வேண்டாமா' என யோசித்தாள். 'விட்டுவைத் தால் வீதியில் யாராவது பொறுக்கிக் கொண்டு சென்று விடுவார் கள்' என்று அதை எடுத்துப் பார்த்ததில், அதில் பணம், பிளாஸ்டிக் கார்டுகள் எல்லாம் இருந்தன.

இவற்றையெல்லாம் ஹாஸ்டலில் உள்ள ஓமனாவிடம் அனிதா காட்டியபோது, அவள் அதில் இருந்த டெலிபோன் நம்பருக்கு போன் பண்ணி விவரம் சொன்னாள். சற்று நேர மௌனத்துக்குப் பிறகு, 'ஆமாம், இப்பதான் கவனிச்சேன். நீங்க யாரு பேசறது?' என்று கேட்டான் அந்த மோட்டார் சைக்கிள் பையன்.

'எம்பேர் ஓமனா... நீங்க இந்த அட்ரஸுக்கு யாரையாவது அனுப்பிச்சீங்கன்னா கொடுக்கிறோம்...' என்று அனிதாவின் அட்ரஸ் கொடுத்தாள்.

அவனே தொடர்ந்து, 'நான் ஆள் அனுப்பறேன். தாங்க்ஸ் ஓமனா!' என்றான்.

ஹாஸ்டல் போனை வைத்துவிட்டு 'என்ன குரல், மம்மூட்டி மாதிரி! ஆள் அனுப்பறதாம்?' என்றாள் ஓமனா.

மாலை அந்தப் பையனே வந்து பர்ஸை வாங்கிக்கொண்டு போனானாம். அந்த பர்ஸை அம்மாவிடமிருந்து வாங்கிச் செல்லும்போது, 'இந்த மாதிரி ஆளுங்களைப் பார்க்கறது ரொம்ப ஆச்சரியம்மா' என்று அனிதாவைப் புகழ்ந்து சொல்லிவிட்டு, மிக மெலிசான ப்ளாஸ்டிக் விசிட்டிங் கார்டையும் விநோதமாக, மவுண்ட் ரோடில் இருக்கும் ஒரு தியேட்டருக்கு இரண்டு காம்ப்ளிமெண்டரி டிக்கெட்டுகளையும் கொடுத்துவிட்டுப் போனானாம். அந்தப் படம் ரொம்ப நாளாக ஓடும் இந்திப்படம்! பாட்டு, காதல், டான்ஸ் எல்லாம் பிரமாதமாக இருக்கும் என்று ஜிம்புதான் சொன்னான். ஜிம்புவைக் கூப்பிட்டதில் 'இந்திப்படம் பார்ப்பதில்லை' என்று ரத்தத்தில் எழுதிச் சத்தியம் பண்ணிக் கொடுத்திருப்பதாகச் சொன்னான். அம்மாவும் அனிதாவும் போவதாக இருந்தது. அம்மா கடைசி சந்தர்ப்பத்தில் அப்பா வுடன் திருப்பாவை கிளாஸுக்குப் போக வேண்டியிருந்தால், அனிதா மதுவை அழைத்துக்கொண்டு சென்றாள்.

இன்டர்வெல்லில் அந்தப் பையன் அவளுக்கு ஆளுக்கொரு பெப்ஸி கோலாவும் சமுசாவும் முதலில் அனுப்பினான். பின் அவனே வந்தபோது, தன் பெயர் வைரவன் என்று தன்னை அறிமுகப்படுத்திக்கொண்டான். மது அவனிடம் பேச்சுக் கொடுத்ததில், அவன் தியேட்டர் சொந்தக்காரரின் பிள்ளை என்று தெரிந்தது. மது அவன் கையைக் குலுக்கினாள். தியேட்டரை விட்டு வெளியே வந்தபோது, அம்மாவின் கடைசித்தம்பி சீதாராமன் சைக்கிளுடன் காத்திருந்தான்.

2

சீதாராமன், சைக்கிளுக்கு பஞ்ச கல்யாணி குதிரைக்குச் செய்வது போல அலங்காரங்கள் பண்ணி வைத்திருந்தான். பரீட்சை பாஸ் பண்ணி கனரா பாங்கில் கிளார்க்காக இருக்கிறான். மேலும் பரீட்சைகள் எழுதி எதிர்காலத்தில் அதன் சேர்மனாகும் உத்தேசம் (அ) உத்வேகம் உள்ளவன். திருவல்லிக்கேணி சுங்குவார் தெருவில் ரூம் எடுத்துத் தங்கிக்கொண்டு பார்த்தசாரதி கோயில், பிராமின்ஸ் அசோஸியேஷன் என்று அலைகிறான். ரொம்ப ஒத்தாசை, குடும்பத்துக்கு எல்லாம் வாங்கித் தருவான்.

'அக்கா பீபரி காபிக் கொட்டை வாங்கிண்டு வரச் சொல்லியிருந்தா. வாங்கிண்டு போனபோது நீ இங்கே போயிருக்கிறதா சொன்னா. என்ன படம்? யாரு.. சல்மான் கான் - திவ்யபாரதி படமா? திவ்யபாரதி நம்மூர் ஐயங்கார் பொண்ணு தெரியுமோல்லியோ?' என்றான்.

'இது யாரு சேட்டுப் பொண்ணு?' என்று கேட்டான் மதுவைப் பார்த்து.

'மது... திஸ் இஸ் மை அங்கிள் சீதாராமன். இது மது. என் சிநேகிதி.'

'ஓசி டிக்கெட்டாமே?'

'ஆமாம்... இந்த தியேட்டர் ஓனரோட பையனுக்கு அகஸ்மாத்தா ஒத்தாசை பண்ணதாலே.'

அதற்குள் அந்தப் பையன் வந்து 'ஹாய் மது? வாங்க உங்களை ட்ராப் பண்ணிடறேன்.' என்றான் அனிதாவைப் பார்த்து.

‘இல்லை சார்... இவர் என் மாமா... வந்திருக்கார்’ என்று சீதாராமனை அறிமுகப்படுத்தினாள்.

‘சின்னவரா இருக்காரு. மாமாங்கறிங்க. என் பேரு வைரவன்.’

‘வைரவன்னா நீங்கள்ளாம் க்றிஸ்டியாளா?’ என்று சீதாராமன் கேட்க...

‘இல்லை.. நாங்கள்லாம் மனுஷா’ என்று சிரித்தான் வைரவன். அந்தப் பதில் சீதாராமனுக்குப் பிடிக்கவில்லை.

‘வா அனி... போலாம்.’

‘இந்தக் கூட்டத்திலே டபிள்ஸ் போவீங்களா, இல்லை இவங்களை சைக்கிள்ல வெச்சுத் தள்ளிக்கிட்டே போவீங்களா?’ என்றான் வைரவன்.

‘மழை வராப்பல இருக்கே’ என்றாள் மது.

‘அதுக்குத்தான் சொன்னேன்... மிஸ்டர் சீதாராமன் ஒண்ணு பண்ணுங்க... சைக்கிளை தியேட்டர்ல விட்டுட்டு வந்துடுங்க. அப்புறமா அனுப்பிச்சுர்றேன். வாங்க, உங்களையும் சேர்த்து ட்ராப் பண்ணிர்றேன்’ என்றான்.

‘எங்களுக்கு அவசரமில்லை. மழை நின்னதும் போய்க்கறோம்... என்ன அனி?’ என்றான் சீதாராமன்.

அனிதா தீர்மானமின்றி தவிக்க....

வைரவன் கரும்பச்சை நிறத்தில் மாருதி 1000 கார் ஓட்டிவர, அதன் கதவை தியேட்டர் சிப்பந்தி ஓடிவந்து, மரியாதையுடன் திறந்து விட.... உள்ளே திடும் திடும் என்று பாட்டு கேட்டது. மது முன் சீட்டில் ஏறிக்கொள்ள, அனிதா சட்டென்று பின் சீட்டில் ஏறிக் கொண்டாள். காருக்குள் வாசனை அடித்தது. காஸெட்டில் பாப் அடி கேட்டது - எம் ஸி ஹாமர். சாலையில் சைக்கிளுடன் பரிதாப மாக நின்றுகொண்டிருந்த சீதாராமனைப் பார்த்தாள் அனிதா. அவன் கண்களில் அதட்டல் இருந்தது.

மது, ‘இது உங்க காரா?’

‘என் கார்கள்ல ஒண்ணு’ என்றான். மது கண்ணாடி வழியாக அனிதாவைப் பார்த்து புருவத்தை உயர்த்தினாள்.

அவன் உற்சாகமாக, 'படம் எப்படி இருந்தது? திவ்யபாரதிதான் இப்ப க்ரேஸ்' என்றான்.

'எனக்கு பூஜா பட்தான் பிடிக்கும்.'

'அனிதா... உங்களுக்கு?'

'ஸ்ரீதேவி.'

'நீங்க ஸடக் பார்த்தீங்களா வைரவன்?' என்று மது கேட்டாள்.

'மது, சினிமா தியேட்டர் வெச்சிருக்கேனே தவிர நான் ஒரு படம் கூடப் பார்க்கறதில்லை. இதுதான் உண்மை.'

'ஏன்?'

'நோ டைம்! பிஸினஸ்' என்றான்.

'என்ன பிஸினஸ்?'

'எல்லா பிஸினஸும். தியேட்டர், சினிமா பட டிஸ்ட்ரிபியூஷன், பெட்ரோல் பங்க், ஆம்பூர்ல லெதர் எக்ஸ்போர்ட். யு நேம் இட், சிட் ஃபண்டு, நியூஸ் பேப்பர், மவுண்ட்ரோடுல ஸ்ரீலதா இன்டர்நேஷனல்னு ஒரு ஓட்டல் இருக்கே, அது...'

'இங்கதான் திரும்பணும்' என்றாள் அனிதா.

'நல்லா ஞாபகம் இருக்கு. காலைல செமை அடி. நீங்கள்லாம் எந்த காலேஜ்?'

'அம்மணி காலேஜ்' என்றாள் மது.

'அப்படின்னு ஒரு காலேஜ் இருக்கா? என்ன சொல்லித்தராங்க... அப்பளம் இடறதா?'

அனிதாவுக்கு வெட்கமாக இருந்தது. யாராவது இந்தக் காலேஜின் பெயரை மாற்றினால் தேவலை.

'எங்க இருக்கு காலேஜ்?'

'வேளச்சேரி ரோட்டில்.'

'அங்க எனக்கு இங்க் ஃபாக்டரி இருக்கு.'

வீடு வந்ததும் அனிதா அந்தக் காரின் கதவை மெள்ளச் சாத்தினாள்.

'நீங்க கார் கதவைச் சாத்தறதிலிருந்து யாருக்கும் துன்பம் கொடுக்க மாட்டீங்கன்னு தெரியுது. பயப்படாதீங்க... காருக்கு வலிக்காது' என்றான்.

'நான் அதிகம் கார்ல போனதில்லை. பழக்கமில்லை. குட் நைட்' என்று சொன்னாள். தொண்டை வறண்டிருந்தது. மது பின் சீட்டுக்கு மாறி உட்காந்துகொள்வாள் என்று எதிர்பார்த்தாள். ஆனால் மது இன்னும் நெருக்கமாக உட்கார்ந்தது தெரிந்தது.

கார் ஒரு முறை பின்பக்கத்தில் சிவப்பாக விழித்துவிட்டு சீறிப் புறப்பட்டது.

சீதாராமன் இப்போதுதான் சைக்கிளில் வந்ததும், 'என்ன, வந்து சேர்ந்தியா?' என்றான். 'அந்த ஆளு என்ன திமிரா பேசினான் பாரு... அந்த மாதிரி ஆள்கிட்டல்லாம் சகவாசம் வெச்சுக்காதே. அவாள்லாம் பிராமின் ஹேட்டர்ஸ்!'

'என்னடா ஆச்சு?' எனக் கேட்டாள் அம்மா.

சீதாராமன், 'ஆல் இண்டியா பாங்க்கிங் பரிட்சை நடக்கிற அன்னிக்கு அஷ்டமி... நாள் நன்றாக இல்லை' என்பதைப் பற்றி பேசிவிட்டு, 'காபிக் கொட்டை உருட்டுக் கொட்டை' என்று சொல்லிக் கொடுத்தபிறகு சாப்பிட்டுவிட்டுப் புறப்பட்டான்.

அனிதா ராத்திரி பாட்டனி ரெகார்ட் எழுதிவிட்டு மாடியில் படுத்துக் கொண்டபோது, தன் மேல் அந்த சென்ட் வாசனை படிந்திருப்பதை உணர்ந்தாள். ஜிம்புதான் சொன்னான்: 'என்னடி சென்ட் வாசனை... அரபு ஷேக் மாதிரி?' கிரிக்கெட் ஹைலைட்ஸ் பார்த்துக்கொண்டிருந்தவன், 'அசாருதீன் இந்த மாதிரி எல்லாம் காட்ச் விடுவானா?' என்று நிஜமாகவே அழுதான். அனிதாவுக்கும் அழுகை வந்தது, இனம் புரியாத காரணத்துக்காக.

வேளச்சேரி ரோட்டில் பவர் ஸ்டேஷனைத் தாண்டிக் குறுக்கிடும் பாதையில் போனால் அம்மணி காலேஜ் வரும். காலேஜைச் சுற்றி சுல்தான் கோட்டை மாதிரி உயரமாகக் கல்சுவர் எழுப்பி, அதன் உச்சியில் கம்பிவேலி. படிப்பில் முதன்மையான

காலேஜ். பிரின்ஸிபால் டாக்டர் கஸ்தூரி ஷெட்லூர், பொல்லாத பெண்மணி. வருஷா வருஷம் யுனிவர்சிட்டி ராங்க் வரவில்லை என்றால் கண்ணீர் விடுவாள். ஹாண்ட்பால், பாஸ்கெட்பால், வாலிபால் போன்ற விளையாட்டுகளில் இந்தக் காலேஜ் டீம்கள் தென்மண்டல சாம்பியன்.

தினம் ஒரு திருக்குறள் எல்லோரும் மனப்பாடம் பண்ணியே ஆகவேண்டும். (காமத்துப்பால் தவிர்த்து!) கல்லூரிக்குள் நடக்கும்போது பாவாடையில் 'ஸ்விஷ்' சத்தம்கூடக் கேட்காமல் நடக்கவேண்டும். அத்தனை கெடுபிடி. ஆண்டுதோறும் Damsel (டான்ஸ் - மியூஸிக் - ஸ்போர்ட்ஸ் - எலக்ஷன்) என்று பெயர் படைத்த வருடாந்திர விழா நடக்கும். மற்ற காலேஜ் பாய்ஸ்களை எல்லாம் கோட்டைக்குள் ஒரே ஒரு முறை அனுமதிக்கும் தினம். இந்த வருஷம் படிப்பு அதிகம் என்பதால் இந்த முறை விழா இல்லை என்று பிரின்ஸிபால் சொல்லிவிட்டதில் மாணவிகளுக்குக் கோபம். போனதடவை நடந்த ஒரு கசப்பான சம்பவம் பத்திரிகையில் வந்துவிட்டதால்...

அதனால் மது போன்ற பெண்களுக்கு ரொம்பக் கோபம். பிரின்ஸிபாலுடன் சண்டை, ஸ்டிரைக் என்று டென்ஷனாக இருந்தது. 'ஃபெஸ்டிவலை அனுமதிக்கிறேன். ஆனால் பணம் தர முடியாது. நீங்களே வசூல் பண்ணிக் கொள்ளுங்கள்' என்று சொல்லிவிட்டாள் பிரின்ஸிபால். அதனால் அதிகம் பணம் கிடைக்காது, விழா கமுக்கமாக நடக்கும் என்று எதிர்பார்ப்பு பிரின்ஸிபாலுக்கு.

இதை ஒரு சவாலாக எடுத்துக்கொண்டு மாணவிகள் தத்தம் பெற்றோர்களையும், கஸின்களையும், மாமாக்களையும் பிய்த்துப் பிடுங்கி சேர்த்தபோதிலும் பத்தாயிரம் ரூபாய்தான் சேர்ந்திருந்தது. விழாவுக்கு ரெண்டரை லட்சமாவது ஆகும். 'பத்தாயிரம் வாட் ராக் ஃபெஸ்டிவல்' வேறு வைக்க விருப்பம். அதனால், மதுவுக்கு அப்போது அந்த ஐடியா கிடைத்தது. 'அனி... அந்தாளு வைரவன் கொடுத்த கார்டு இருக்குதில்ல? அந்தாளைப் பார்த்தா ரொம்ப பணக்காரன்போல இருக்கு. இன்னிக்குச் சாயங்காலம் நாம் அவங்களைப் பார்த்து டொனேஷன் கேக்கலாம்... வர்றியா?' என்றாள்.

அனிதா முதலில் வரவில்லை என்றுதான் சொன்னாள்... கடைசி நிமிஷத்தில் புறப்பட்டாள். ரஸ்ட் கலரில் ஸாரியும் அதற்குப்

பொருத்தமில்லாத ப்ளவுஸும் அணிந்துகொண்டு போனாள். மது பயங்கரமாக டிரஸ் பண்ணிக்கொண்டிருந்தாள்.

அந்த விலாசம் ராதாகிருஷ்ணன் சாலையில் இருந்த ஆபீஸ். தானாக இயங்கும் லிஃப்ட்டில் லால்குடி ஜெயராமன் இசை கேட்டது. கட்டடமே ஏ.ஸி. செய்யப்பட்டு, பேசினாலே உறுத்தும்போல அத்தனை அமைதியாக இருந்தது. செக்யூரிட்டி நோட்டுப் புத்தகத்தில் எழுதச் சொல்லிவிட்டு, வைரவனுக்காக எட்டாம் மாடியில் புரியாத நவீன சித்திரத்தின் முன் அரைமணி காத்திருந்த பின்... சட்டென்று வைரவன் ஓர் அறையிலிருந்து வெளியே வந்தான்.

'கம் மது' என்றான்.

'அட! நீங்களும் வந்திருக்கீங்களா?' அனிதாவைப் பார்த்து ஆச்சரியப்பட்டவன், உள்ளே போனதும் 'என்ன சாப்பிடறீங்க?' என்றான்.

'காத்திருந்ததிலே ரெண்டு காபி சாப்பிட்டாச்சு.'

'ஸாரி, போர்டு மீட்டிங் இருந்தது... என்ன விஷயம்?' என்ற போது போன் செல்லமாக அடித்தது.

எடுத்துக் கேட்டுவிட்டு... 'ஓகே முடிச்சிருங்க' என்றான். இரண்டு செக்கில் கையெழுத்து போட்டான்.

'எங்க காலேஜ்ல ஒரு ஃபெஸ்டிவல் நடக்குது... இதுக்கு உங்களால ஏதாவது டொனேஷன்...' என்று அதன் ப்ரோஷரைக் கொடுத்தாள்.

'உங்க காலேஜைப் பத்தி விசாரிச்சேன். ரொம்ப கறபுள்ள காலேஜ்ன்னு சொன்னாங்க. மணி அடிக்கிறதுகூட பொம் பளைங்க தானாமே... இந்த மாதிரி ஃபெஸ்டிவல் எல்லாம் உங்க கன்னிமாடத்தில நடக்குதா என்ன?'

'உண்டே?'

'ட்ரக்ஸ் உண்டா?'

'சேச்சே... அதென்ன கறுப்பா சிவப்பான்னுகூடத் தெரியாது.'

'வெளுப்பு' என்றான். 'மொத்தச் செலவு பட்ஜெட் எவ்வளவு?'

'சுமார் ரெண்டரை லட்சம் ஆகும்... ஆனா இந்த முறை பத்தாயிரம்தான் கலெக்ட் பண்ணியிருக்கோம். அதனாலேயே கொஞ்சம் மாடஸ்ட்டாவே நடத்துவோம்.'

'சீதள்' என்று தன் செகரட்டரியைக் கூப்பிட்டான் வைரவன்.

உள்ளே வந்த பெண் காற்று அடித்தால் பறந்து போய்விடுவாள் போல இருந்தாள்.

'அக்கௌன்ட்ஸ்ல இந்த அமவுண்ட்டுக்கு செக் போட்டு இவங்க கிட்ட கொடுக்கச் சொல்லுங்க...'

அவள் போனதும், 'சைக்கிள்காரர் வந்து சேர்ந்தாரா?' என்றான். அனிதாவுக்கு வெட்கமாக இருந்தது.

செக் வந்தபோது அதில் இரண்டரை லட்சம் என்று எழுதியிருந்தது.

3

மது அந்தத் தொகையைப் பார்த்து முகத்தில் ரத்தமிழந்தாள்.

'என்ன சார் இது? மொத்த அமௌண்டுமே கொடுத்துட்டிங்க...'

அதற்கு வைரவன் 'கொடுத்தா அரைகுறையா கொடுக்கக் கூடாதுன்னு திருக்குறள்லயோ இல்லை வேற எந்த பத்திரிகை யிலோ சொல்லியிருக்குது. உங்க பிரின்ஸிபால்கிட்ட சொல்லி எனக்கு ஒரு ரசீது மட்டும் அனுப்பச் சொல்லுங்க. இன்கம் டாக்ஸ்ல கணக்கு காட்டத் தேவைப்படுது. நான் என்னவோ ஜெனரஸா இந்தக் காரியம் செய்யறதா நினைச்சுக்காதீங்க. நான் ஒரு வியாபாரி, இதுக்கெல்லாம் காரணம் இருக்குது' என்றான்.

மது நம்பிக்கையின்றி அந்த செக்கைப் பார்த்தாள். 'இத்தனை சைபரை இதுவரை நான் செக்கில் பார்த்ததே இல்லை.'

'பார்த்துக்க மது. ரப்பர் செக் இல்லை. நல்ல செக்! என்னிக்கு உங்க விழா!'

'பதினாலாம் தேதி, வியாழக்கிழமை. கட்டாயம் வரணும் சார்.'

அவன் தன் செகரட்டரியை வரவழைத்து 'சீதள்... பதினாலாம் தேதி நான் ஊர்ல இருக்கேனா?' என்று கேட்க, சீதள் அவனையே பார்த்துக்கொண்டு 'நோ சார்... நீங்க யூரோ க்ரானைட் ஷோவுக்கு இத்தாலி போறீங்க' என்றாள்.

'ஓ ஷிட், ஸாரி! நான் உங்க விழாவுக்கு வர முடியாது.'

'விழா மூணு நாள் இருக்கும் சார்.'

'மூணு நாளும் முடியாது. அங்கிருந்து அப்படியே யு.எஸ். போறார்' என்றாள் அந்த சீதள் அவனையே கண்கொட்டாமல் பார்த்துக்கொண்டு... இவர்களை அந்த அறையில் அனுமதிப்பதே கௌரவக் குறைவு என்பது போல்! அவளைக் கண்டால் அனிதாவுக்குப் பிடிக்கவில்லை.

'ட்ரிப் கான்ஸல் ஆச்சுன்னா வரேன். ஆல் தி பெஸ்ட்' என்றான் வைரவன்.

'உங்களுக்கு எப்படி நன்றி சொல்றதுன்னே...' என்று ஆரம்பித்த அனிதாவைப் பார்த்து...

'ஒரு ஸ்மைல் போதும்' என்று மிகக் குழந்தைத்தனமாகக் கண் சிமிட்டினான்.

அந்தக் கட்டடத்தை விட்டுக் கீழே வந்தபோது இருவரும் மிகுந்த உற்சாகத்தில் கைக்குக் கை தட்டிக்கொண்டார்கள்.

'நம்பவே முடியலை... அசத்திட்டாரே நம்பளை... ஹி இஸ் கிர்ர்ரேட் யா! அந்தாளு நிஜமாகவே பெரிய ஆளு! அப்புறம், அந்த சீதள் ஒல்லிப் பொண்ணு என்னா அலட்டு பார்த்தியா!'

'பிரின்ஸிபால்கிட்ட சொல்லணும்... கோவிச்சுக்கப் போறாங்க.'

'எதுக்கு?'

'அவங்க இதுவரைக்கும் இந்த மாதிரி செக்கைப் பார்த்திருப்பாங்களா?'

டாக்டர் கஸ்தூரி ஷெட்லூரின் முகத்தில் அந்த செக்கைப் பார்த்ததும் எவ்விதச் சலனமும் இல்லை.

மது மனத்துக்குள் நினைத்துக்கொண்டாள்.

'சிரித்தால் என்னவாம்? ஒரு சென்டிமீட்டராவது புன்னகை செய்யேன்.'

'அத்தனை பணத்தையும் ஃபெஸ்டிவலுக்குச் செலவழிக்கப் போறீங்களா?'

'ஆமாம் மேடம்' என்றாள் மது.

'இது ரொம்ப அநியாயம்... இதில் ஒரு லட்சத்துக்கு லைப்ரரிக்கு ஒரு பர்ஸனல் கம்ப்யூட்டர் வாங்கிரலாம்.'

'இல்லை மேடம். இது ஃபெஸ்டிவலுக்கு...' என்றாள் மது விரோதமாக.

'லெட்ஸ் ஸீ... லெட்ஸ் ஸீ...'

'அதுல மட்டும் கை வெச்சாக்க ரொம்ப கோபம் வரும்!'

'எப்படிக் கிடைச்சுது... யாரந்த ஆளு?'

'பெரிய இன்டஸ்ட்ரியலிஸ்ட். என்னவோ... வி.ஐ.எல்-னு கம்பெனி!'

பிரின்ஸிபாலின் முகம் வெளிறிப்போனது.

'நீங்க சொல்ற ஆளு வி.ஐ.எல். இன்டஸ்ட்ரியலிஸ்ட் வைரவனையா? அவரையா பார்த்தீங்க நீங்க?'

'ஆமாம் மேடம்.'

'நம்பவே முடியலை. ஒரு வருஷமா அந்தாளோட அப்பாயிண்ட்மெண்ட் கேக்கறதுக்குத் தவிச்சுக்கிட்டிருக்கேன். இப்ப அப்பன்னு டாட்ஜ் பண்ணிக்கிட்டிருக்கார்.'

'எங்களுக்கு அப்படி ஏதும் சிரமம் இல்லையே! கார்டு கொடுத்திருந்தாரு... போய்ப் பார்த்தோம்.'

'அவர் விசிட்டிங் கார்டு உங்ககிட்ட இருக்கா?'

'ஏன் மேடம்... அவ்வளவு பெரிய ஆளா அவரு?'

'ஓ மை காட்! விழாவுக்கு வராரா அவரு?'

'இல்லை; இத்தாலி போறதா சொன்னாரு. யாரு அவர்?'

'ஈஸ்வரன்... அந்த 'பிஸினஸ் வீக்' போன வாரம் இஷ்யூவை எடுங்க' என்றாள் பிரின்ஸிபால்.

ஈஸ்வரன் எடுத்துக் கொடுத்த இதழின் அட்டைப் படத்தில் கோட்டு, டையெல்லாம் போட்டுக்கொண்டு வைரவன் சிரித்துக் கொண்டிருந்தான்.

'பிஸினஸ் வீக்... இது அமெரிக்காவில் பப்ளிஷ் ஆகுது' என்றாள் பிரின்ஸிபால்.

India's Fortune 500 Company என்று வைரவன் மார்மேல் எழுதியிருந்தது.

'மது... அவர்கூட இன்னொரு அப்பாயிண்ட்மெண்ட் வாங்கித் தருவியா?'

'செய்றோம் மேடம்.'

'அவர்கிட்ட லைப்ரரி பில்டிங்குக்கு டொனேஷன் கேக்கணும்.'

'இப்ப இந்தப் பணத்தை விழாவுக்கு...'

'தாராளமா! நல்லா நடத்துங்க... வைரவன் காண்டாக்ட் வந்ததே நமக்குப் பெருமை, அதிர்ஷ்டம்' என்றாள் பிரின்ஸிபால்.

பத்தாம் தேதியிலிருந்து பந்தல் போட ஆரம்பித்தாயிற்று. அனிதாவுக்கு டம் ஷராட்ஸ், கொலாஜ் போன்ற ஆர்ட் சமாசாரங்கள் கொடுக்கப்பட்டிருந்தன. மது ரொம்ப புத்திசாலித்தனமாக ராக் ஃபெஸ்டிவல், ஒன் ஆக்ட் ப்ளே, மிமிக்ரி, மோனோ ஆக்டிங் என்று எடுத்துக் கொண்டுவிட்டாள். ஸ்போர்ட்ஸுக்கு ஐரீன் டிகாஸ்டாவும், பேச்சுப் போட்டிக்கு அம்ருதாவும் பொறுப்பு எடுத்துக்கொண்டார்கள். கவிதைப் போட்டியைத் தமிழரசியும் (காலேஜ் பேரு 'தமிழ் அரிசி') ரிஸப்ஷன் டிபார்ட்மெண்டை வினோதாவும் ('வேளச்சேரி குஷ்பு') எடுத்துக்கொண்டனர். ஹாஸ்டலுக்கு வெள்ளை அடித்தார்கள். இஷ்டத்துக்கு ரகளையாக இருந்தது. அந்த வாரம் எல்லாருமே டென்ஷனாக இருந்தார்கள். அம்மணி காலேஜில் யூனியனே கிடையாது. யூனியன் ஆரம்பிக்கவேண்டும் என்று பேச்சு புறப்பட்டது.

விழாவுக்கு எக்கச்சக்கத்துக்கு எண்டரி வந்தது. நகரத்தின் அத்தனை காலேஜ்களும் - ஐ.ஐ.டி, ஆர்.ஈ.ஸி, கோவை காலேஜ்கள், சின்ன சின்ன ஊர்களிலிருந்தும் தமிழ்நாடு மாநிலத்தின் அத்தனை ஜில்லாக்களிலிருந்தும் பேர் கொடுத்திருந்தார்கள்.

பன்னிரெண்டாம் தேதியே கார்களும், மோட்டார் சைக்கிள்களும், வேன்களும் பறந்தன. அவ்வப்போது ஏதாவது ஒரு மூலையிலிருந்து கைதட்டலும் கும்மாளமும் எழுந்தன. இளைஞர்கள் சிகரெட்டைப் பற்களில் கடித்துக்கொண்டு பாங்க்ரா டான்ஸ் போல ஆடினார்கள். உலகத்தில் உள்ள அத்தனை வாத்தியங்களும் வந்து இறங்கின. ராக் ஃபெஸ்டிவலுக்காக ஆம்ப்ளிஃபையர் வைத்து மேடையெங்கும் கேபிள்களும்,

சின்தஸைஸர்களும், ராட்சஸ கிதார்களும், சைக்கெடிலிக் விளக்குகளும் பொருத்தப்பட்டன. மரத்தடியில் மாணவர்களும் மாணவிகளும் சகஜமாகப் பழகுவதில் உள்ள இடைவெளி குறைந்துகொண்டிருக்க, மது அவர்கள் அத்தனைபேர் மத்தியிலும் ஊடாடினாள். மதுதான் தலைவி.

பிஸிக்ஸ் லாபில் பரதநாட்டியம், கெமிஸ்ட்ரி ஹாலில் மிமிக்ரி என்று சிறு குழுக்களாகப் பிரிந்தாலும், சாயங்கால ராக் இசைப் போட்டிக்குத்தான் கூட்டம் அம்மியது. சிகரெட்டுகளில் விநோத வாசனைகள் அடித்தன. மாணவர்கள் பாரபெட் சுவர்களில் உட்கார்ந்துகொண்டு கையில் பீர் வைத்துக்கொண்டு விசில் அடிப்பதில் டாக்டர் பட்டம் பெற்றார்கள்.

யார் பெண்... யார் ஆண் என்று தெரியாதபடி அத்தனை ஒற்றுமை! அவர்கள் பாஷை, பழக்கவழக்கங்கள் எல்லாமே வயசானவருக்கு வேற்று கிரகத்து மனுஷர்கள் போல தோற்றத்தைத் தந்தன.

உதாரண உரையாடல்:- 'எண்ணெய் புண்ணாக்கெல்லாம் இருட்னப்புறம் பார்த்துக்கலாம் பாப்லு!' - அவர்கள் இவ்வாறு பேசுவதற்கு மறைமுக அர்த்தங்கள் இருந்தன.

பாய் ஜார்ஜ், ந்யு கிட்ஸ் இன் தி ப்ளாக், மடோனா, எம்ஸி ஹாமர் போன்ற மேற்கத்திய குழுக்கள் பாடிய பாடல்களை இவர்களும் பாடினாலும், நடுவே ஒரு தஞ்சாவூர் காலேஜ் குழு சுத்தமான ராக் துடிப்பில்...

ரோட்டோரம் வீட்டுக்காரி என் தங்கமே தில்லாலே
ரோசாப்பு சேலைக்காரி தங்கமே தில்லாலே
நான் வரேன் சாமத்திலே தங்கமே தில்லாலே
நாதாங்கி போட்டுராதே தங்கமே தில்லாலே.

என்று பாடியபோது பெண்கள்கூட வாயில் விரல் வைத்து விசிலடித்து பார்த்தார்கள். சோடியம் விளக்கு நட்ட நடு மைதானத்தில் ஒற்றை நட்சத்திரமாக இருட்டை விரட்ட, அந்த இளைஞர்களும் பெண்களும் விபரீத எண்ணங்கள் இல்லாமல் கைகளைக் கோர்த்துக்கொண்டு தமிழாங்கிலத்தில் எதிர்காலக் கனவுகளைப் புதுப்பித்துக்கொண்டிருந்தார்கள்.

அனிதாவுக்கு டம் ஷராட்ஸ் போன்ற டியூட்டி, போர் அடித்தது. மொத்தமே ஆறு டீம்கள்தான் இருந்தன. ஜட்ஜுகள் அக்கறை

யில்லாமல் பேசிக்கொண்டிருந்தார்கள். அனிதாவுக்கு மதுவின் மேல் பொறாமையாக இருந்தது. ஏனோ அழுகை வந்தது. எப்போ முடியும் என்று அலுப்பாக இருந்தது.

மதுவை இளைஞர்கள் சூழ்ந்திருந்தார்கள். அவ்வப்போது அவளை முத்தமிட முயன்றவர்களை மிகவும் சாமர்த்தியமாகத் தள்ளித் தள்ளிச் சமாளித்தாள். மதுதான் அந்த இடத்து ராணி. 'எங்கே மது' என்று எல்லோரும் கேட்டார்கள். லவுட் ஸ்பீக்கர் அவ்வப்போது 'மது தேசாய் கண்ட்ரோல் அறைக்கு உடனே தொடர்பு கொள்ளவும்...ப்ளீஸ்!' என்று கூப்பிட்டது.

கொலாஜ் போட்டிக்கு ஏற்பாடு செய்வதற்குள் இடைவேளை யில் மரத்தடியில் போய் சும்மா உட்கார்ந்தாள் அனிதா. யாரோ ஒரு இளைஞன் அங்கே கவிதை எழுதிக் கொண்டிருந்தான். அப்போது சைக்கிளில் வேகமாக சீதாராமன் வந்து இறங்கினான்.

'அனி... அம்மா ஒன்னை அழைச்சுண்டு வரச்சொன்னா!'

'எதுக்கு?'

'எதுக்குன்னு சொல்லலை. அவசரமா கூட்டிண்டு வரச்சொன்னா!'

'எனக்கு நிறைய டியூட்டி இருக்கு சீதா. என்னால இப்ப வர முடியாது. எதுக்குன்னு போய் கேட்டுண்டு வா.'

'உன்னைப் பார்க்க யாரோ பையன் வரானாம்!'

அனிதாவுக்கு இது விஷயம் அரசல் புரசலாகத் தெரியும்.

'தெரியும் சீதா. நான் படிச்சுண்டே இருக்கேன்னு சொல்லு சீதா... எனக்குப் பத்தொன்பது வயசுதானே ஆறதுன்னு அம்மாகிட்ட சொல்லிடு சீதா. எனக்கு இப்ப கல்யாணம் வேண்டாம்னு சொல்லிடு.'

'அதெல்லாம் நான் சொல்லமாட்டேன். நீயே சொல்லிக்கோ.'

'வர முடியாதுன்னு சொல்லு. இன்னிக்கு எனக்கு ரொம்ப இம்பார்ட்டெண்ட் வேலை இருக்கு.'

'அப்பா கோவிச்சுப்பார்.'

'கோவிச்சுக்கட்டும்... என்ன பண்ணுவா?'

'அப்ப தீர்மானமா வரமாட்டியா?'

'மாட்டேன்.'

'சரி... இதுக்குத்தான் பேசாம என்னைக் கல்யாணம் பண்ணிண்டுடேன்!'

'உன்னையா!' என்று அவன் கன்னத்தில் தட்டினாள். சீதாராமன் சைக்கிளில் திரும்பிப் போய்விட்டான். அவன் போனபிறகு அனிதாவுக்குப் பயமாக இருந்தது.

'போய் என்னவென்று விசாரித்து வந்துவிடலாமா? அடுத்த போட்டி ஆரம்பிப்பதற்கு இன்னும் மூன்று மணி நேரம் இருக்கிறதே' என்று புறப்பட்டாள்.

அப்பா, அம்மா சொன்னதை இதுவரை மீறினதில்லை. என்ன... அப்பா அடிப்பாரா? வளர்ந்த பெண்ணை அடிக்க மாட்டார். அம்மாவாவது எப்போதாவது முதுகில் மொத்துவாள். அப்பா தொடமாட்டார். ஆனால், அந்தப் பார்வை பார்த்தாரானால் தகிக்கும்.

விக்கெட் கேட்டைத் தாண்டிக்கொண்டு பஸ் நிலையத்துக்கு வந்து பல்லவன் ஏற்பாடு செய்திருந்த ஸ்பெஷல் பஸ் வந்ததும் ஏறிக்கொண்டாள். காலியாக இருந்தது. பஸ் புறப்பட்டதும், 'எங்கே கிளம்பிட்டே?' என்று சத்தம் கேட்க, திரும்பிப் பார்த்தாள்.

வைரவன்!

4

முதலில் வைரவன்தானா என்று அனிதாவுக்குச் சந்தேகமாக இருந்தது. இரு முறைதான் பாத்திருக்கிறாள். நீலக்கலரில் ரொம்ப தொளதொளவென்று டீ ஷர்ட் போட்டுக்கொள்வதுதான் இப்போது ஃபேஷன் போலும்... இயல்பாக இருந்தான். 'அதே ஆசாமிதானா...?'

'என்ன பார்க்கறீங்க... நான் வைரவன்...'

'நீங்க இத்தாலிக்குப் போறதா...'

'கேன்சல் பண்ணிட்டேன். கண்டக்டர்... கொஞ்சம் அடுத்த ஸ்டாப்பில் நிறுத்தறீங்களா? பின்னால் கார் வந்துக்கிட்டு இருக்கு.'

'பிர்' என்று கண்டக்டர் விசில் ஊத, அடுத்த ஸ்டாப் வரும் முன்னமேயே வண்டி நிற்க... வைரவன், 'வாங்க அனிதா இறங்கிடலாம்' என்றான்.

'நான் வீட்டுக்குப் போகணும்...'

'ட்ராப் பண்றேன்... கமான் கெட் டவுன்...'

அனிதா தயக்கத்துடன் இறங்கினாள். அவன் சொன்னால் எலெக்ட்ரிக் ரயில்கூடப் பாதியில் நிற்கும்போலத் தோன்றியது. வெளியே வெயில், ஈ காக்காய் இல்லை. 'பெண்ணுக்குத் திருமண வயது 21' என்று ஒரு ஆட்டோ காலியாகப் போயிற்று. மரியாதையான தூரத்தில் நின்றுகொண்டிருந்தது காண்டெஸா கார்.'

'பிரின்ஸிபால் உங்களைப் பார்க்கணும்னாங்க...'

'பார்த்துட்டா போச்சு...'

டிரைவர் கார் கதவைத் திறந்து வைத்திருக்க, சாவியை வாங்கிக் கொண்டு டிரைவர் சீட்டில் தன்னை நுழைத்துக்கொண்டு இடது பக்கத்துக் கதவைத் திறக்க, அனிதா தயக்கத்துடன் ஏறிக் கொண்டாள்.

'அவர்?'

'டிரைவருக்கெல்லாம் கவலைப்படாதீங்க அனிதா. அந்த ஆளுக்கு ஒரு நாளைக்கு நூறு ரூபா பேட்டா... ஆட்டோ புடிச்சு வீட்டுக்கு வந்துருவான்...'

உள்ளே ஏஸி ஜில்லென்று இருந்தது. குட்டியாக கலர் டி.வி. இருந்தது. அதில் கிரிக்கெட் சலனித்துக் கொண்டிருந்தது.

'எதுக்காக வந்தீங்க?'

'உங்களைப் பார்க்கத்தான்...'

'ரசீது கேட்கவா?!'

'ரசீதா?' சிரித்தான். 'சேச்சே... உங்களைப் பார்க்கணும்னு தோணிச்சு...'

மௌனமாக இருந்தாள்.

தொடர்ந்து... 'உங்களைன்னா உன்னை... மதுவைச் சேர்த்து இல்லை....'

அனிதாவுக்குப் புரியவில்லை. பயமாக இருந்தது. இங்குமங்கும் பார்த்தாள். டெண்டுல்கர், பௌலரின் தலைக்கு மேல் ஒரு ஃபோர் அடித்துக்கொண்டிருந்தார். ஓரமாக உட்கார்ந்து இடைவெளியை மிகைப்படுத்திக் கொண்டாள்.

'என்ன இது... பல் டாக்டருக்குக் காத்திருக்கிற பேஷண்ட் மாதிரி உட்கார்ந்திருக்கே?'

'என்னை கிண்டி ஸ்டேஷன்ல இறக்கி விட்டுருங்க...'

'எதுக்கு இறக்கிவிடணும்...'

'அங்கிருந்து எலெக்ட்ரிக் டிரெயின் பிடிச்சு வீட்டுக்குப் போயிடுவேன்...'

'அனிதா... நான் இத்தாலி ட்ரிப்பை கான்சல் பண்ணிட்டு, போர்டு மீட்டிங்கை ஒத்திப்போட்டுட்டு வேளச்சேரில மத்தியான வெயில்ல பஸ் ஸ்டாண்டுல காத்துக்கிட்டிருக்கேன்னா அதுக்கு என்ன அர்த்தம்?' என்றான் வைரவன். 'என்ன?' என்று அவள் கேட்காமலேயே தொடர்ந்தான்.

'உன்னை எனக்குப் பார்க்கணும்போல இருந்தது... என்னமோ தெரியலை...'

'எங்க பிரின்ஸிபால் உங்களைப் பார்க்கணும்னாங்க...'

'அதையே திருப்பித் திருப்பிச் சொல்லாதே... பிரின்ஸிபால் இப்ப தட்டுக்கெடலை... பாரு, உங்களை, உன்னைன்னு கூப்பிட்டா கோவிக்க மாட்டீங்களே, மாட்டியே...?'

'அவசரமா வீட்டுக்குப் போகணும்...'

'அப்படி என்ன தலை போகிற காரியம்? நாம ஏதாவது ட்ரிங்க்ஸ் சாப்பிட்டுட்டுப் போகலாம்!'

'இல்லை... நான் போகணும்...'

'ஓ.கே. ஓ.கே... ஐ'ல் ட்ராப் யு...'

'எனக்கு எதுவும் புரியலை...'

'என்ன புரியலை?'

'எதுக்காக என்னை நீங்க பார்க்க வந்தீங்க...'

'புரியலை?'

'புரியலை...'

'எனக்கும் புரியலை. எனக்காக இந்த நேரத்துல எட்டு போன் கால் காத்திருந்தது. பத்து பெரிய மனுஷங்க காத்திருக்காங்க. பதினெட்டுல கையெழுத்து போடணும். ஒரு ஸேல் டீல் முடிக்கணும். எதுக்காக வந்தேன்னு எனக்குப் புரியலை... இங்கே நான் என்ன பண்ணிக்கிட்டிருக்கேன்னும் புரியவே இல்லை!'

'இங்கதான் திருப்பணும்...'

'தெரியும், மோட்டார் சைக்கிள்ல விழுந்தேன். நல்ல வேளை...'

'எப்படி நல்லவேளை?'

'இல்லைன்னா உன்னைச் சந்திச்சிருப்பேனா?'

'ஓ... அதுக்கா?'

'அனிதா... லுக்! அரைமணி ஜிம்கானா கிளப் போய் பேசிட்டு வரலாமா... என்ன சொல்றே?'

'எனக்காக வீட்ல காத்திருக்காங்க...' -அனிதா சட்டென்று தீர்மானித்தாள்.

'என்னைப் பார்க்க ஒரு பையன் வரான்...'

'வரட்டும்... அரைமணி கழிச்சு வரச் சொல்லு...'

'கல்யாணம் பேச!'

அவன் சட்டென்று காரை நிறுத்த, பின்னால் தொடர்ந்து வந்து கொண்டிருந்தவன் டயர் தேய பிரேக் போட்டு 'ஓஓய்' என்று அதட்டிவிட்டுப் போனான்.

'தாங்க்ஸ்' என்றாள். அவன் புறப்பட்டு சென்றான். அவன் முகம் ஏமாற்றத்தில் விழுந்திருந்ததைக் கவனிக்க முடிந்தது. அவன் விட்டுப்போன நீலப்புகையின் பெட்ரோல் வாசனை பிடித்திருந்தது அனிதாவுக்கு.

'என்னடி! கப்பல் மாதிரி கார்ல வந்து இறங்கறே... யாரு அது...?' என்று சுகந்தி கேட்டாள்.

'அதான் அன்னிக்கு மோட்டார் சைக்கிள்ல விழுந்தானே... அந்தப் பையன், அவன் ட்ராப் கொடுத்தான்.'

'ட்ராப் கொடுக்கறான்னு கண்டவா கார்ல எல்லாம் ஏறிக்கக் கூடாது... அதும் முன் சீட்டில்...'

அம்மா, 'நீ சும்மாருடி... அவளுக்கு எல்லாம் தெரியும். தன்னைப் பார்த்துக்க தெரியும். தப்பு தண்டாவுக்கெல்லாம் போகமாட்டா. போ... போய் தலை வாரிப் பின்னிக்கோ, அரக்கு கலர் புடைவையை எடுத்துக் கட்டிக்கோ...' என்றாள்.

‘அம்மா, சீதா சொன்னான்... யாரோ என்னைப் பார்க்க வர்றதா...’

‘யாரு... நம்ம கோபாலன் இல்லை, அவருடைய சித்தப்பா பையன் சுரேஷ்ணு. அமெரிக்கால இருக்கானாம். ஒரு வார லீவுல வந்திருக்கானாம். ரெண்டு, மூணு பெண்தான் பார்த்தானாம். ஒண்ணும் சரிப்பட்டு வரலையாம் அவனுக்கு. ஹோம்லியா பொண்ணு வேணுமாம். அனிதாவை ஒரு விசை பார்த்து ரட்டும்னு அந்த மாமி எட்டு தடவை சொல்லியனுப் பிட்டா. உன்னைப் பார்த்துட்டு புடிச்சுப் போயிருந்தா வர டிசம்பர்ல கல்யாணம் பண்ணிக்க மறுபடி வருவானாம். நீயும் ஸ்டூடண்ட் விசாவில போய் படிப்பை முடிச்சுட்டு ரெண்டு பேரும் வேலைக்குப் போகலாம்...’

‘என்னம்மா இப்பப் போய் கல்யாணம்னுண்டு...’

‘இப்ப இல்லைடி கல்யாணம்...’

அமெரிக்கா!

அனிதாவின் வியாழக்கிழமைக் கனவுகளில்! அமெரிக்க எக்ஸ்பிரஸ் - வே-க்களில் கப்பல் கார் ஓட்டிக்கொண்டு சில வேளை போவாள்.

சுகந்தி அக்காதான் உடுத்திவிட்டாள்.

‘எங்களுக்குத்தான் அதிர்ஷ்டம் இல்லைன்னாலும் நீயாவது அமெரிக்கா, இங்க்லண்ட்னு போ, நாங்கள்லாம் லீவுக்கு வந்து பார்க்கலாம்...’

அதற்குள் சுகந்தியின் கணவர் ராஜாராமன் உள்ளே எட்டிப் பார்த்து... ‘என்ன அனிதா, கல்யாணமா?’ என்று விசாரித்தார்.

‘நீங்க போய் நாற்காலி எடுத்துப்போட்டு, கார்பெட் விரிச்சு, காமிரா அல்மைரா பக்கத்தில பத்தமடைப் பாய் வெச்சிருக்கு - அதைப் பிரிச்சுப் போட்டு, ஓட்டல்ல போய் கேஸரி பாத் வாங்கிண்டு வந்துடுங்கோ...’ என்றாள் சுகந்தி.

‘புதுசா சேஷகோபாலன் காஸெட் வந்திருக்கு அனிதா... நீ அதைக் கேக்கணும்...’

அனிதா தலை பின்னிக்கொண்டு மல்லிகை சூடும்போது கண்ணாடி முன் நின்று பார்த்துக்கொண்டாள். பின்னால் ஜிம்பு தெரிந்தான். ‘என்னடி, கல்யாணமா உனக்கு?’

'போடா...'

'அந்தாளைப் பார்த்தேன். படா ஸ்டைலா இருக்கான்... இங்க்லீஷே ஒரு மாதிரி இருக்கு...'

'யாரைச் சொல்றே?'

'அதான் அந்த சுரேஷா? உன்னைப் பார்க்க வரானே... டீ-ஷர்ட் எல்லாம் பிரமாதமா வெச்சிருக்கான். எம்.பி.ஏ பண்ணப்புறம் உடனே அமெரிக்கால எனக்கு வேலை வாங்கித் தர்றதா சொல்லியிருக்கான். அனி... ப்ளீஸ்... அவனைக் கல்யாணம் பண்ணிக்கிறதாச் சொல்லிடு. உன் மூஞ்சிக்கு இதைவிட நல்ல மாப்பிள்ளை கிடைக்கமாட்டான்...'

'இவ மூஞ்சிக்கு என்னடா?' என்றாள் சுகந்தி.

'இவன் அமெரிக்கா போகணும்னா, நான் கல்யாணம் பண்ணிக் கணுமாம்... என்ன நியாயம் இது?' என்றாள் அனிதா.

மகாதேவன் உள்ளே வந்தபோது சட்டென்று மௌனமானார்கள்.

'அரட்டை வேண்டாம். அவாள்லாம் வந்துருவா' என்றார்.

'சுகு... நீ வெளில போ... நான் அனியோட கொஞ்சம் பேசணும்...'

சுகந்தி போனதும் அனிதா 'என்னப்பா?' என்றாள் பயத்துடன்.

'உன்னைக் கொண்டுவந்து இறக்கிவிட்டானே... யாரு?'

'அதான்... அன்னிக்கு மோட்டார் சைக்கிள்ல விழுந்தாம்பா... அவன் பர்ஸைத் திருப்பிக்கொடுத்தேன். பெரிய பணக்காரன் போலிருக்கு... காலேஜ் ஃபெஸ்டிவலுக்கு பணம் கொடுத்தான்.'

'அவ்வளவுதானே? ட்ராப்தானே? வேற ஒண்ணும் இல்லையே?'

'வேறன்னா... என்னப்பா சொல்றீங்க நீங்க?'

'சரி, சரி...'

அவர் போனதும் அனிதாவுக்குக் கண்களில் ஜலம் வந்தது. அம்மா, பாலீஷ் போட்ட நகைகளை அவளுக்கு அணிவித்து 'எல்லா நகையையும் நாலா பிரிச்சு வெச்சிருக்கேன்...' என்றாள்.

'நாலா?'

'ஜிம்புவுக்கு நாளைக்கு பொண்டாட்டி வந்தா அவ பங்கு கேப்பா இல்லையா?'

'எதுக்கும்மா? நான் கல்யாணம் பண்ணிக்கப்போறதில்லைம்மா...'

'உன்னை யாரும் கட்டாயப்படுத்தப் போறதில்லை!'

'இப்படிச் சொல்லிண்டே எல்லோரும் கட்டாயப்படுத்தறீங்க. நான் படிக்கவேண்டாமா? ஐ.ஏ.எஸ் எழுதவேண்டாமா?'

'எழுதேன்? யார் வேண்டாம்னா?'

'அமெரிக்கா, ஆப்பிரிக்கான்னு துரத்தினா எப்படி?'

'யாருடி துரத்தறா அனி? உன் நல்லதுக்காகத்தானே செய்யறோம்...'

அனிதாவுக்கு எல்லாமே குழப்பமாக இருந்தது.

'இத்தாலி ட்ரிப்பை கேன்சல் பண்ணிட்டு போர்டு மீட்டிங்கை ஒத்திப்போட்டுட்டு வேளச்சேரில மத்தியான வெயில்ல காத்திருக்கேன்னா அதுக்கு என்ன அர்த்தம்?'

அனிதா முழுசாகக் கண்ணாடியில் பார்த்துக்கொண்டாள்.

'நான் அழகாவா இருக்கேன்? அழகுன்னா என்ன? காதில் தங்க லோலாக்கு மாட்டி, ஜரிகை கரை போட்ட பட்டுப் புடைவை உடுத்தினால் பாதி அழகு வந்துவிடுகிறது. அதோடு நெற்றிக்கு நடுவில் பிந்தி ஒட்டவைத்து மையிட்டு...'

'அனிதாவைக் கூப்பிடு!'

ஃப்ரேம் போட்டாற்போல் அவள் வந்து நின்றபோது... அவளைப் பார்க்க வந்திருந்த சுரேஷ், 'மை காட்... இவள்தான் என் மனைவி...' என்றான்.

5

சுரேஷ் உதாரண அமெரிக்க மாப்பிள்ளை. எட்டாம் வகுப்பி லிருந்தே ஐ.ஐ.டி கனவுகள் புகட்டப்பட்டவன். அதற்காக பிரில்லியண்ட், அகர்வால் என்று தபால் மூலமும், நேரிலும் தயார் செய்துகொண்டு பல் தேய்ப்பதிலிருந்து படுக்கை வரையில் ஐ.ஐ.டியை ஸ்மரித்தவன். பரீட்சை பாஸ் பண்ணி, கான்பூரில் முதல் ஆண்டிலிருந்தே அமெரிக்கப் பல்கலைக் கழகங்களின் ஜாதகங்களைச் சேகரித்தவன். 'எங்கே ஸ்காலர்ஷிப்... எங்கே அஸிஸ்டண்ட்ஷிப்' என்று அல்லாடும் இந்தக் கோஷ்டிக்கு திருநெல்வேலி தெரியாது - லூசியானா, ஒக்லஹாமா தெரியும்! புறநானூறு தெரியாது - பாப் மியூஸிக் பாய் ஜார்ஜ் தெரியும்! அது ஒரு தனி வர்க்கம்!

எம்.எஸ். முடித்து வேலை கிடைக்கும்வரை ஸ்டூடண்ட் விசாவை இழுத்தடித்து, டிசம்பரில் கல்யாணத்துக்கு வந்தவன், ஒரு வார புயல்வேகச் சுற்றுப்பயணத்தில் விளம்பர உதவியுடன் டஜன் பெண்களைப் பார்த்ததில் அனிதா - சுரேஷுக்கு நான்காவது பெண். பார்த்ததும் அவளைப் பிடித்துவிட்டது. அரக்கு கலர் புடைவையில் பவ்யமாக வந்து அவள் சோபாவில் உட்கார...

'ஹாய் ஐ'ம் சேஷாத்ரி சுரேஷ்' என்றான்.

'ஹலோ' என்றாள்.

'என்ன படிக்கிறீங்க?'

'பாட்டனி.'

'எந்த காலேஜ்?'

'அம்மணி காலேஜ்.'

'இங்கிருந்து பஸ்ல போவீங்களா?'

'சில சமயம் ட்ரெய்ன்லயும் போவேன்.'

'அமெரிக்கா பிடிக்குமா உங்களுக்கு?'

மௌனம்.

'நியூ யார்க்ல நாப்பத்தெட்டு டி.வி. சானல் இருக்கு. எங்கிட்ட கார் இருக்கு. ஹூண்டாய்னு கொரியன் கார். இப்ப சின்ன காண்டோமினியம் இருக்கு, ஜெர்ஸில. நான் நிறைய ட்ராவல் பண்ணுவேன்... கல்யாணம் ஆனப்புறம் நானும் என் பார்ட்னரும் ஒரு சாஃப்ட்வேர் கன்சல்டன்ஸி ஆரம்பிக்கிறோம். கண்டோமினி யத்தை வித்துட்டு பெரிய வீடு வாங்கப்போறேன். டூ கராஜ் ஹவுஸ். எல்லா முக்கியமான க்ரெடிட் கார்டும் வெச்சிருக்கேன். அந்த கம்பெனி ஷேர்களை வாங்க எனக்கு முன்னுரிமை இருக்கு! கம்ப்யூட்டர் லாங்வேஜ்ல 'கோபால்'னு ஒரு 'கோடு' இருக்கு தெரியுமா? அதுல சில புரொக்ராம்களை மொழி பெயர்க்கிற பிஸினஸ். அமெரிக்காவில எத்தனை மில்லியன் லைன் 'கோபால் கோடு' இருக்கு தெரியுமா?' என்று சுரேஷ் ஜிம்புவிடம் சொல்லிக் கொண்டிருந்தான். ஜிம்பு அவனைப் பக்தியுடன் பார்த்துக் கொண்டிருந்தான். 'மைக்கேல் ஜாக்ஸன் ஆணா? பெண்ணா?' என்று விசாரித்துக் கொண்டிருந்தான்.

வராந்தாவிலேயே தன் அப்பா சேஷாத்ரியிடம் 'அப்பா! ஐ லைக் திஸ் கேர்ள்! அவளுக்குச் சம்மதம்னா முடிச்சுருங்க' என்றான் சுரேஷ்.

அனிதாவின் அம்மாவிடம், சுரேஷின் அம்மா, 'உங்களால எத்தனை சீக்கிரம் கல்யாணம் செய்ய முடியும்?' என்று கேட்டாள்.

'வர டிசம்பர்லதான சொன்னீங்க?'

'சத்திரம் கெடைச்சா இந்தத் தையிலே முடிச்சுரலாம்னு சொல்றான்' என்றார் சேஷாத்திரி.

'கஷ்டம் சார். எனக்கு பி.எஃப் லோன் போட்டாலே ஒரு மாசம் ஆகும். சத்திரம் பார்க்கணும். டிசம்பர்லதான் முடியும்.'

'அவ்வளவு தள்ளிப்போடவேண்டாம்னு பார்க்கறான்.'

'நீங்கதான் 'பையன் அடுத்த டிசம்பர்லதான் வரப்போறான்'ன்னு சொன்னீங்க.'

'உங்க டாட்டரைப் பார்த்ததும் ரொம்ப புடிச்சுப் போச்சு. அவன் எப்பவும் அப்படித்தான். நினைச்சான்னா சாதிச்சுருவான். பணம் பெரிய விஷயமில்லை. ஏற்பாடு பண்ணிடலாம். சத்திரத்துக்குப் பதிலா ஏதாவது ஓட்டல்ல வெச்சுண்டுரலாம்' என்றார்.

'ரெண்டு நாள் டயம் கொடுங்க சொல்லிடறேன்... ஒரு வார்த்தை அனிதாவையும் கேட்டுரலாம். மேலும் அவ படிப்பு வேற முடிக்கணுமில்லையா?' என்றார் மகாதேவன்.

'அது பாட்டுக்கு அது. கல்யாணம் பண்ணிண்டப்புறம் விசா வாங்கறதுக்கு ஒரு வருஷம் ஆய்டும். அப்ப படிப்பை முடிக்கலாமே.'

அனிதாவை மகாதேவன் கேட்டார். 'என்னம்மா யு ஆர் வெரி லக்கி. அவா உடனே தயாரா இருக்கா... என்ன சொல்றே?'

அனிதா 'இப்போ கல்யாணம் வேண்டாம்' என்று சொல்ல விரும்பினாள். அப்பா அந்தப் பதிலை விரும்ப மாட்டார் என்று பயமாக இருந்தது.

'நீங்க எப்படிச் சொல்றீங்களோ, அப்படிப்பா!'

'நீ என்ன சொல்றே?' என்று மனைவியிடம் கேட்டார்.

'ரொம்ப அவசரப்படுத்தறாளே, நாம விசாரிக்கலாம்.'

'விசாரிக்கிறது என்ன விசாரிக்கிறது? அமெரிக்க மாப்பிள்ளை!'

'விசாரிக்கலாம். எதுக்கு இத்தனை அவசரம்?'

'அந்தப் பையனுக்கு நம்ம பொண்ணை ரொம்ப புடிச்சுப் போச்சு, அனிதா நீதான் சொல்லணும். உன்னை நாங்க ஃபோர்ஸ் பண்ண விரும்பலை... தெரியுமில்லை?'

அனிதா தலையாட்டினாள்.

'சம்மதமா... இல்லையா? இப்படிக் கோயில் மாடு மாதிரி தலையாட்டினா என்ன அர்த்தம்?'

ஜிம்பு, 'பண்ணிக்கோடி... எனக்கு நிறைய ஷர்ட், ஸி.டி.ப்ளேயர் எல்லாம் கெடைக்கும்' என்றான்.

அனிதாவுக்குக் குழப்பமாக இருந்தது. அமெரிக்கா! அதை நினைத்தாலே சென்ட் வாசனை அடித்து, பாப் சங்கீதம் கேட்டது. ஏரோப்ளேன் பயணங்களும், நியான் விளக்குகளும், குழ குழவென்ற இங்கிலீஷும்... உசேனியா ஸ்டோர்ஸுக்குப் போய் போனில் மது இருக்கிறாளா என்று சோதித்து, பின்னர் அங்கே போனாள்.

மதுவின் அறையில் மைக்கேல் ஜாக்ஸன், சல்மான் கான், ஷபானா ஆஸ்மி என்று பெரிசாகப் படங்கள் ஒட்டப்பட்டிருந்தன. புத்தகங் கள் இறைந்து கிடக்க, வாக்மென்னைப் பொருத்திக் கொண்டு பாட்டனி இலைகள் வரைந்துகொண்டிருந்தாள் மது.

'கல்யாணமா, உனக்கா? நீ வயசுக்கு வந்துட்டியோ?'

'டோண்ட் பி ஸில்லி?'

'உங்க மதராஸி கம்யுனிட்டில் சீக்கிரம் கல்யாணம் பண்ணிடு வாங்கல்ல. யாரு பையன்?'

'அமெரிக்கா.'

'யு ஆர் லக்கி அனி. அப்ப நான் அமெரிக்கா வரலாம். மை காட். வாட் லவ்லி பீட்ஸாஸ்.'

'மது சீரியஸாச் சொல்லு நீ...'

'பையன் எப்படி இருக்கான்?'

'எல்லோரும் போலத்தான்.'

'அனி... வைரவன் சாரை போய் மறுபடி பார்த்தேன். ரசீது கொடுக்கற மாதிரி சாக்கு சொல்லிட்டு, படு கவர்ச்சியா டிரஸ் போட்டுக்கிட்டு வாசனையா போனேன். அந்த க்ராக்கு ஒல்லிப் பொண்ணு சீதள், முதல்ல என்னை உள்ள விடமாட்டேன் னுருச்சு. அவரே வெளியே வந்தார். என்ன கேட்டார் தெரியுமா?'

'என்ன?'

'அனிதா வரலையான்னு. அந்தாளுக்கு உம்மேலதான் க்ரஷ்ஷு. நீ என்னடான்னா அமெரிக்காவில மாப்பிள்ளை பார்த்துட்டே.'

'மது, நான் கேக்க வந்தது வேற, வைரவன் கிய்ரவன்னு குழப்பாதே.'

'சரி சீரியஸ்... நான் சொல்லிரட்டா?'

'சொல்லு.'

'சரின்னு சொல்லிடு. இந்த மாதிரி சான்ஸ் வராது.'

அனிதாவின் முகம் சரிந்தது, 'உன்னப் போய் கேட்டேன் பாரு.'

'பாரு அனிதா, இந்தியாவில் பொறந்த ஒவ்வொரு பொண்ணுமே அடிமை... நமக்கு எக்கனாமிக்கலா சுதந்தரம் கிடையாது. தனியா நடந்துபோற தைரியமும் இல்லாதவரை யாராவது ஆண் சொல்றதைக் கேட்டுத்தான் ஆகணும். முதல்ல அப்பா, அப்புறம் புருஷன், அப்புறம் பையன். உங்கப்பா அம்மா நல்லது பண்ணுவாங்கன்னு ஒரு நம்பிக்கைல தலையாட்டிரு.'

'நீ என் நிலைமைல இருந்தா என்ன சொல்வே மது...'

'எங்கப்பாவோ அம்மாவோ என்னை இப்படிக் கட்டாயப்படுத்த மாட்டாங்க.'

'அத்தனை சுதந்தரமா?'

'இல்லை. அத்தனை அலட்சியம். பாரேன்... இப்பப் போய் போன் போட்டு 'நான் வைரவன்னு ஒருத்தரைக் கல்யாணம் பண்ணிக்கப் போறேன்'னா, 'எப்ப கல்யாணம்'னு எங்கப்பா கேப்பாரு. தடுக்கமாட்டார்.'

'ஓ, அப்படியா சேதி! வைரவனைப் புடிச்சிட்டியா?'

'சே... சே... அந்தாளு பயங்கரம்... அவர்கிட்ட அப்பாயிண் மெண்ட் வாங்கித்தான் காதல் பண்ண முடியும். ஒரு பார்ட்டில கேட் க்ராஷ் பண்ணப் போறேன். நீயும் வரியா?'

'அப்ப இந்தக் கல்யாணத்துக்கு ஒத்துக்கலாம்னு சொல்லு.'

'ஆமா, இந்த நாட்டில என்ன வெச்சிருக்கு? அமெரிக்காவுல இண்டியன் பாய்ஸ் - அவங்க சம்பாதிப்பாங்க... நாம்ப என்ஜாய் பண்ணலாம். கார் வாங்கித் தருவாங்க. எங்க அக்கா இருக் காங்க... வாரம் ஒருமுறை சமையல் பண்ணி மைக்ரோவேவ்

அவன்ல அப்பப்ப சுட வெச்சுட்டு சாயங்காலத்துல ஊர் சுத்தப் போய்ருவாங்க. லைஃப்னா அதான்.'

'மது... நீ சீரியஸாப் பேசறியா, தமாஷ் பண்றியானு தெரியறதே இல்லை.'

'அனிதா... இதைவிட ஆசை ஏதும் இருக்க முடியாது. உனக்கு நோபல் பரிசு வாங்கவோ... இல்லை, பம்பாய் சினிமாவில நடிக்கவோ ஆசை இல்லைதானே?'

'இல்லை!'

'அப்ப கல்யாணம் பண்ணிக்க. சும்மா பாட்டனியிலே இந்த ஃபைலம், அந்த ஃபைலம்னு படிச்சு என்ன பிரயோஜனம்?'

'சரி வரேன். தாங்க்ஸ்!'

'இரு அனிதா... உன் மனசுல என்ன நெனைச்சுக்கிட்டு இருக்கே... அதைச் சொல்லிடு. உன்னைப் பார்த்தா இதில் விருப்பம் இல்லை போலத் தோணுது.'

'எனக்கு மேல படிக்கணும்னு ஆசை.'

'படிச்சு?'

'மைக்ரோபயாலஜி பண்ண ஆசை.'

'பண்ணு. அதுக்கும் கல்யாணத்துக்கும் என்ன சம்பந்தம்? மைக்ரோபயாலஜி பண்ணிக்கிட்டே பயாலஜிக்கல் ரோலையும் பார்த்துக்க! அசடே.... டோண்ட் ஹெஸிடேட்! அமெரிக்கன் வுமன்... அவங்களுக்கு அங்க எவ்வளவு சுதந்தரம் தெரியுமா?'

அனிதா அந்த வாரம் குழப்பத்தில்தான் இருந்தாள். அவளிடம் யாரும் கல்யாணத்தைப் பற்றிக் கேட்கவில்லை. கல்யாணத்துக்கு அப்பா சம்மதித்துவிட்டதாகத்தான் தெரிந்தது. அந்த சுரேஷ் மறுபடி வந்திருந்தான். பிரைவேட் டாக்ஸி கொண்டு வந்திருந் தான். அனிதாவை சினிமா அல்லது பீச்சுக்கு அழைத்துக் கொண்டுபோய் தனியாகப் பேச விரும்புவதாகச் சொன்னான். அம்மா 'போகலாம்' என்றாள். அப்பா அனுமதி கொடுத்து விட்டதாகச் சொன்னாள். 'வேணும்னா ஜிம்புவை அழைத்துக் கொண்டு போ' என்றாள். அவன் மறுத்து விட்டான்.

காரில் தெருமுனை தாண்டினதும், 'அனிதா... நான் உன்னைப் பார்த்த கணத்திலேயே தீர்மானித்துவிட்டேன். உன்னை நான் காதலிக்கிறேன்' என்று டிஷ்யு பேப்பரால் மூக்கைத் துடைத்துக் கொண்டு சொன்னான். 'என்னை நீ மணக்கச் சம்மதித்ததுக்கு வந்தனம். வருகிற பதினெட்டாம் தேதி கல்யாணம் வைத்துக் கொண்டுவிடலாம். பத்தொன்பது பெங்களூர் போய்விட்டு அங்கிருந்து பம்பாய், இருபத்தோராம் தேதி ராத்திரி நான் ஏர் இண்டியா பிடித்து நியூ யார்க் போகிறேன்' என்றான் சுரேஷ்.

6

சுரேஷ் டாக்ஸியை பீச்சில் நிறுத்தச் சொல்லிவிட்டு அனிதாவை அழைத்துக்கொண்டு மணலில் நடக்க ஆரம்பித்தான். 'நியூ யார்க்ல இந்த மாதிரி பீச் பார்க்க முடியாது. ஃப்ளாரிடா போகணும். ஃப்ளாரிடால டிஸ்னி வோர்ல்ட் எப்காட் சென்டர் எல்லாம் இருக்கு. நாம் அங்க போகலாம்... புதன்கிழமைகளில் போனா ப்ளேன் டிக்கெட் கொஞ்சம் சீப்! ஃப்ளாரிடால என் கஸின் பாஸ்கி டாக்டரா இருக்கான். அவன்கூடத் தங்கினா ஒரு நாளைக்கு அறுபது டாலர் சேவ் ஆகும்' என்றான். அனிதா பேசவில்லை.

'அனிதா யு லுக் ஸோ லவ்லி! நீ கட்டிக்கிட்டு இருக்கிற ஸாரி அங்க வாங்கினா நாப்பது டாலர். டெக்ஸ்டைல்ஸ் இங்கதான் சீப்! அங்க டெக்ஸ்டைல்ஸ் எல்லாமே லெதர் குட்ஸ்' என்றான்.

'ஏன் மௌனமாவே இருக்கே அனிதா?'

'என்ன பேசறது?'

'உனக்கு அமெரிக்கா பிடிக்கும், இல்லையா?'

'பிடிக்குமா பிடிக்காதான்னு என் அபிப்ராயம் யாருக்கும் முக்கியமா தோணலை. நானும் ஒரு மனுஷி, எனக்கும் விருப்பம் இருக்கலாம்னு என்னை யாராவது கேட்டாங்களா? அப்பாவுக்கு என்னை எப்படி யாவது கல்யாணம் பண்ணி அனுப்பிச்சுட்டா ரிடையர் ஆகறதுக் குள்ள எல்லாப் பொறுப்பும் தீர்ந்ததுன்னு எண்ணம். அம்மாவுக்கு அப்பா சொல்றது, அது சமுத்திரத்துல குதின்னு சொன்னாலும் வேத வாக்கு. ஜிம்புவுக்கு டீ-ஷர்ட்... அக்காவுக்கு, 'நான் ஜல்பாய்குரில,

செத்து சுண்ணாம்பாறேன்... நீயாவது அமெரிக்கா போனா நான் வர ஒரு சான்ஸ்'னு எண்ணம். யார் என் விருப்பத்தைக் கேட்டா?'

'உங்களுக்கு சிஸ்டர்ஸ் உண்டா?' என்று கேட்டாள் அனிதா.

'இருக்கா. அவளோட காண்டாக்ட் அத்தனை இல்லை. கல்யாணத்துக்கு வரமாட்டான்னு நெனைக்கறேன்' என்றான் சுரேஷ்.

அப்போது அவர்கள் எதிரே இரு சிறுவர்கள் வந்து நின்றனர். 'இன்னா அய்யரே காதல் பண்றியா?' என்றான் ஒருவன்.

'டேய் போடா! சும்மா பேசிக்கினு இருக்காரு... ஏண்டா டிஷ்டப் பண்ற... என்ன அய்ரே?' என்றான் மற்றொருவன்.

அவர்களைப் பார்த்த சுரேஷுக்கு கை நடுங்கியது. 'வா போய்ட லாம்... ஏதாவது பண்ணிடுவாங்க' என்றான். அவன் கண்களில் சுத்தமாகப் பயம் இருந்தது. அனிதாவுக்குப் பயமாக இல்லை. இருவரும் சிறுவர்கள்.

'எப்பவுமே இப்படித்தானோ இங்க?'

'நான் வந்ததில்லை' என்றாள் அனிதா.

'மெட்ராஸ் ரொம்ப மோசமாயிடுச்சு. ரொம்ப மோசமான ஜனங்கள்... நான் போன மூணு வருஷத்தில் இண்டியாவே எத்தனை மோசமாயிடுச்சு! ப்ளேன் ஸ்ட்ரைக். ரயில்ல போனா கம்பார்ட்மெண்ட் எல்லாம் மோசம்... நியூ ஜெர்ஸில இதெல்லாம் பார்க்கவே முடியாது.'

அவர்கள் எழுந்து நடக்க, உடன் அந்த சிறுவர்கள் நடனமாடிய படியே வந்து, 'வாத்தியாரே... உஸ்தாத்... காசு குடு குருவே!' என்றனர். மற்றவன் சினிமா பாட்டு பாடிக் காட்டினான். 'காசு குடு வாத்யாரே!'

'எதுக்குக் காசு கொடுக்கணும்?' என்றாள் அனிதா.

'கங்காளம்மனுக்கு கோயில் கட்றோம்... இந்தா பாரு வெளம்பரம்' என்று மஞ்சளாக ஓரங்கள் துவண்ட காகிதத்தைக் காட்டினான்.

அந்தக் காகிதத்தில் 'அருள்மிகு கங்காளம்மன் அறக்கொடை -அக்டோபர் 1987' என்று இருந்தது.

'என்னப்பா, 1987-ன்னு போட்டிருக்கு?'

'கொடுங்கறேன், ரொம்ப கேள்வி கேக்றியே! பீச்சாண்டை வந்து ப்ரீயா காதல் பண்ற... அதை அனுமதிக்கிறோமில்லை?'

சுரேஷ் பையில் இருந்த அத்தனை க்ரெடிட் கார்டையும் எடுத்துக் காட்டி, 'இண்டியன் ரூப்பீஸா இல்லைப்பா' என்றான்.

அனிதா தன் பர்ஸை எடுத்து அஞ்சு ரூபாய் கொடுத்தாள்.

'மவராசி! தாய்க்குலம் வாழ்க' என்று சென்றான்.

'அஞ்சு ரூபாய் அதிகம்!' என்றான்.

'இல்லாட்டா போகமாட்டாங்க.'

'என்ன மோசமான கண்ட்ரி உங்க இண்டியா!' என்றான்.

'நீங்க இண்டியா இல்லையா?'

'நான் க்ரீன்கார்டு ஹோல்டர்! இன்னும் அஞ்சு வருஷத்தில் ஸிட்டிஸன்ஷிப் வாங்கிடுவேன்... நீ கூட அமெரிக்காக்காரி ஆயிடுவே.'

க்வின் மேரீஸ் அருகே டாக்ஸி காத்துக்கொண்டிருந்தது. இங்கே ஒருமுறை டான்ஸ் ஃபெஸ்டிவலுக்கு வந்திருக்கிறாள். சாந்தினி படப் பாட்டுக்கு, நடுவில் மது நெளிந்து நெளிந்து ஆட, பக்க வாட்டில் ஐந்து ஐந்தாக பத்து பெண்களில் தானும் ஒருத்தியாக, 'மேரே பீச்சே படே ஹை தஸ் லட்கே' என்று வரும்போது எத்தனை ஆரவாரம்!'

சுரேஷ் தன் பர்ஸை எடுத்து, 'இது ஒரு டாலர்', 'இது பத்து டாலர்' என்றெல்லாம் ஒரே மாதிரியாக இருந்த நோட்டுகளைக் காண்பித்தான். 'இது க்ரெடிட் கார்டு... இதைக் காட்டியே எல்லா கடைலயும் எதுவும் வாங்க முடியும். போன உடனே உனக்கு ஒரு க்ரெடிட் கார்டு வாங்கிக் கொடுத்துட்டேன்னா...' என்று அமெரிக்க வாழ்வின் பால பாடங்களைப் புகட்ட ஆரம்பித்தான்.

'சின்னாளம்பட்டுப் புடைவையை கிராமத்துப் பெண்கள் போலக் கட்டிக்கொண்டு அவ்வப்போது சற்றே பளபளவென்ற கால்கள் தெரிய கோலாட்டம், குதித்து குதித்துக் கோலாட்டம்!

‘சாந்துப் பொட்டடி நீ எனக்கு... சவ்வாதுப் பொட்டடி நான் உனக்கு... சாந்துப் பொட்டுக்கும் சந்தனப் பொட்டுக்கும் சம்மதமோ முத்து வீராயி!’

‘அனிதா! என்ன யோசிச்சுட்டே வரே? நியூ யார்க்ல இந்த மாதிரி ஜேவாக்கிங் பண்ண முடியாது!’

‘வீட்டுக்குப் போகலாம்!’ என்றாள்.

‘டின்னருக்குப் போகவேண்டாமா?’

‘இல்லை... இன்னொரு சமயத்தில சாப்பிடலாமே... ப்ளீஸ் எனக்கு உடம்பு சரியில்லை!’

‘ஆமா! உன் முகம் வாடியிருக்கே... ஏன்? எல்லாம் அமெரிக்காவி லிருந்தா சரியாப் போய்டும்!’

‘அமெரிக்கா... அமெரிக்கா!’

வீட்டுக்கு வந்தபோது, புதன்கிழமை நிச்சயதார்த்தம் என்று பேசிக்கொண்டார்கள். சுரேஷின் வீட்டார் சுமார் பத்துப் பேராவது கோஷ்டியாக வரப்போவதாகவும், அதற்காக ஜமக் காளம் வேண்டும் என்று ராஜாராமன் கிரிக்கெட் மேட்சையும் கச்சேரியையும் துறந்துவிட்டு அலைந்து கொண்டிருந்தார். யாரும் அனிதா இருப்பதாகக் கவலைப்படவே இல்லை. அம்மா வெண்ணெய், காபிப் பொடி என்று சேகரித்துக் கொண்டிருந் தாள். ஜிம்பு, சுரேஷ் வீட்டிலேயே பழி கிடந்தாற் போலத் தெரிந்தது. கண்ணில் படவே இல்லை.

அனிதாவுக்குச் சங்கடமாக இருந்தது. வயிற்றில் ஸ்திரமாகப் பயம் வந்துவிட்டது. அமெரிக்கா போகப்போகிறோம் என்று சந்தோஷப்படத் தோன்றினாலும் ‘அதுதான் நமக்குக் கிடைக்கப் போகும் வாழ்க்கையா?’ என்று திகைப்பாக இருந்தது. தான் கல்யாணத்துக்கு இன்னும் தயாராகவில்லை என்று ஏதோ உள்ளுக்குள் உறுத்திக்கொண்டே இருந்தது. இன்னும் ஏதோ நடந்தேறவேண்டும்! கல்யாணம் ஆவதற்கு முன்னால் எது என்றுதான் புரியவில்லை. ஏதோ ஒரு மனக்கதவு திறக்க வேண்டும்.

மாடிக்கு, அம்மா பக்கெட் நிறைய துணி உலர்த்த வந்தாள். ‘என்னடி, எதுக்கு இருட்டில உக்காந்திருக்கே அனி?’

அனிதா கன்னத்தில் நீர் மின்ன அம்மாவைப் பார்த்தாள். 'எதுக்குடி அழறே? அம்மாவை விட்டுட்டுப் போகப்போறோம்னு வருத்தமா இருக்கா? அதாண்டி பைத்தியம் பெண் ஜென்மங்கறது! 'காயும் கனியும் உண்டானா கார்த்திகை மாசம் கல்யாணம்'னு சொல்றாப்பல அததுக்கு வேளை வந்துடுத்துன்னா எல்லாம் நடந்துரும்...

'அம்மா, எனக்கு எதுக்கம்மா இப்ப கல்யாணம்? நான் படிக் கிறேன்மா!'

'மாப்ளைதான் சொல்லிருக்காரே, மேற்கொண்டு விசா வர வரைக்கும் படிக்கட்டும்னு! பர்மிஷன் கொடுத்துட்டாளே அவாத்தில்.'

'அம்மா, உனக்கு எப்படிச் சொல்றதுன்னே புரியலே.'

'ஏன் புரியாம? சொல்லு!'

'எனக்குக் கல்யாணத்திலே இஷ்டமில்லை.'

'ஏன், சுரேஷைப் பிடிக்கலையா? நன்னாத்தானே இருக்கான்?'

'இல்லைம்மா... ஒருத்தரை ஒருத்தர் சரியாத் தெரிஞ்சுக்காம எப்படி ஒரு சாயங்காலம் ஒரு மணி நேரம் பெண் பார்த்து, ஒரு மணி நேரம் பீச்சுக்குப் போயிட்டு...'

'நாங்கள்லாம் அப்படித்தான் கல்யாணம் செய்துண்டோம்மா. உங்கப்பா பேரு சாமிநாதன்னு சுகந்தி பொறக்கறவரைக்கும் நெனைச்சுண்டிருந்தேன்! பேர்கூடச் சரியா தெரியாது... முகம் பழகறதுக்குள்ள சுகந்தி பொறந்துட்டா...!'

'அப்படியே நானும் இருக்கணும்னு நினைக்கிறியாம்மா?'

'பாரு, நீ பேசறதெல்லாம் விபரீதமா இருக்கு. என்ன கேக்க ணுமோ உங்க அப்பாவைக் கேட்டு வெச்சுக்கோ. அவரும்தான் ரெண்டு பெண்ணுக்கு இருக்கறதை வெச்சுண்டு 'அரைதுட்டில கல்யாணம்; அதில் கொஞ்சம் வாண வேடிக்கை'ன்னு எப்படியோ சமாளிச்சுட்டார். ரிட்டயர் ஆகப் போறார். அதனால் உனக்கு இத்தனை நல்ல வரனா வந்ததால சட்டுப்புட்டுன்னு முடிச்சுரணும்னு பார்க்கறார். அதில தப்பா என்ன?'

அனிதா, 'அய்யோ, உனக்குச் சொன்னா புரியாதும்மா!' என்றாள்.

'இஷ்டமில்லைன்னா, தெரிஞ்ச மாப்பிள்ளையா வேணும்னா சீதாராமனைக் கல்யாணம் பண்ணிக்கோ.'

'அய்யோ! கல்யாணம்... கல்யாணம்... உலகத்தில இந்த ஒரு வார்த்தைதானா உனக்கு? நீ போம்மா என்னைத் தனியா விட்டுட்டு!'

'அம்மா சற்று நேரம் அவளையே பார்த்துக் கொண்டிருந்து விட்டு, 'இந்தக் காலத்துப் பெண்களை எனக்குப் புரியவே இல்லை' என்று சொல்லிவிட்டுச் சென்றாள்.

அனிதாவுக்குப் போன் வந்திருப்பதாக உசேனியா ஸ்டோர்ஸ் பையன் வந்து சொன்னான். மதுவாகத்தான் இருக்கும். முதலில் போகவேண்டாம் என்றுதான் தோன்றியது. பின், 'இந்த வீட்டை விட்டுக் கொஞ்ச நேரம் ஒழியறேன்' என்று உரக்கச் சொல்லிக் கொண்டே போனாள்.

போன் அநாதையாகப் பருப்பு மூட்டைமேல் வைக்கப்பட்டிருந்தது. கடையில் நல்ல கூட்டம். சொட்டு நீலமும் சானிட்டரி நாப்கினும் பேபி பவுடரும் சேமியாவும் ப்ளாஸ்டிக் பக்கெட்டும் கைமாறிக்கொண்டிருக்க, அனிதா ரிஸீவரை எடுத்து துடைத்து காதில் வைத்து 'ஹலோ' என்றாள்.

'எத்தனை நேரமா மனுசன் காத்திருப்பான்?' என்றது ஆண் குரல்.

'யாரு? மிஸ்டர் சுரேஷா?'

'அனிதாதானே பேசறது?'

'ஆமா, நீங்க யாரு?'

'குரல் தெரியலை? வைரவன்!'

'ஓ நீங்களா?'

'என்ன ஆச்சு, நிச்சயதார்த்தம் எல்லாம்?'

'இந்த நம்பர் உங்களுக்கு எப்படித் தெரியும்?'

'இதெல்லாம் சின்ன விவரம்? என்ன ஆச்சு உங்க கல்யாணம்? யாரோ பையன் பார்க்கறதா?'

அவனிடம் எதற்காகச் சொல்லவேண்டும் என்று தோன்றியது. இருந்தாலும் 'நிச்சயதார்த்தம் நடக்கப் போறது, வர்ற புதன் கிழமை!' என்றாள்.

'ஓ, அப்படியா, ஃபிக்ஸ் ஆயிடுச்சா, பார்த்துப் பேசியாச்சா?'

'ஆச்சு!'

'அனிதா, ஐ லவ் யூ அனிதா!'

'வாட்?'

'உன்னைப் பார்த்த உடனே என்னை இழந்துட்டேன்.'

'அனிதாம்மா, போன் வேணும்? ஹோல்செல் மார்க்கெட்டுக்கு லாரி வந்துருச்சான்னு கொஞ்சம் விசாரிக்கணும். யாரு மது பேட்டிதானே பேசறது?' என்றார் ஜமால்.

'உன்னை அவுட்டர் ஆபீஸ்ல எப்பப் பார்த்தனோ அந்த மொமெண்ட்ல மாறிட்டேன்! கல்யாணம் வேண்டான்னு சொல்லிரு. இல்லை போஸ்ட்போன் பண்ணிரு. என்னைப் பற்றித் தெரிஞ்சுக்க ஒரு வாரம் கொடு! அது போதும், ஒரு வாரம்! அனிதா, உன்னைப் பார்க்கணும். கார் அனுப்பவா?'

அனிதா, 'சரியா கேக்கலை...' என்று போனை வைத்துவிட்டாள். ஆனால், ஜமால் அதை எடுத்துக் கேட்டபோது 'யாரோ ஆம்பிள்ளை குரலால்ல இருக்கு... ஹலோ... மிஸ்டர் அப்புறம் பேசலாம். இந்த போன் மளிகைக் கடை போனு' என்றார்.

அனிதா வீட்டுக்கு வந்தபோது, சீதாராமன் அவளுக்காகக் காத்திருந்தான்.

'உன்கிட்ட கொஞ்சம் பேசணும்' என்றான்.

7

சீதாராமன் அனிதாவை நேராகப் பார்த்துப் பேசாமல், ஏறத்தாழ நெஞ்சை நோக்கித்தான் அவன் பார்வை இருந்தது. எப்போதாவது கண்கள் நிமிர்ந்து உடனே தழைந்தன. சீதாராமன் எதையுமே திட்டமிட்டுச் செய்பவன். அளந்துதான் பேசுவான். அது அடுத்த பஸ் பிடிப்பது பற்றி இருந்தாலும் சரி... அல்லது கல்யாண விருப்பமாக இருந்தாலும் சரி.

'அனிதா... உனக்கு இந்த அமெரிக்கா மாப்பிள்ளை இஷ்டமில்லைன்னு தோணுறது. நீ சரின்னா நான் உன்னைக் கல்யாணம் செய்துக்கத் தயாரா இருக்கேன் அனி...'

சீதாவை அவள் நேராகப் பார்த்துச் சிரித்தாள். 'நீ வேற புதுக் குழப்பத்தைக் கொண்டுவராதே சீதா... நான் இஷ்டம் இல்லைன்னு சொன்னது அந்த ஆளை இல்லை. கல்யாணத்துக்கே என்ன அவசரம்னுதான் கேக்கறேன். நீ அப்பாகிட்ட சொல்லி எப்படியாவது கேன்சல் பண்ண வெச்சுரேன்.'

'நான் அவர்கூட பேசமாட்டேன் அனி. நீ ஏதாவது மனசு மாறினா, எப்பவும் உனக்காக நான் காத்திருக்கேன்னு சொல்லத்தான் வந்தேன். சின்ன வயசிலிருந்தே நான் உன்னையே கல்யாணம் பண்ணிக்கிறதாத்தான் நினைச்சுண்டிருந்தேன். கேவலம் ஒரு க்ளார்க்தான். ஆனா, நான் இந்த வருஷம் ஆல் இண்டியா பாங்க்கிங் பரீட்சை எழுதியிருக்கேன். நிச்சயம் பாஸ் பண்ணிடுவேன். அப்புறம் நான் ஆபீஸர் ஆயிடுவேன். கூடுதலா ஹவுஸ் ரெண்ட் அலவன்ஸ், வீடு கட்டறதுக்கு அரை பர்சன்ட்

லோன் எல்லாம் கொடுப்பா... ஸ்கூட்டர் வாங்கிக்கலாம். அதுக்கும் லோன் கிடைக்கும்.'

'சீதா, யு ஆர் ஸோ நைஸ்! ஆனா, நான் உன்கூட கல்யாணத்தைப் பத்தி நினைக்கவே இல்லை.'

'ஏன் அனி?'

'எனக்கென்னமோ ஃபேமிலிக்குள்ள கல்யாணம் பண்ணிக்கிறது மெடிக்கலா நல்லதில்லைன்னு படிச்சதனால இருக்கலாம்.'

'சரி, ரத்தப் பரிசோதனை பண்ணிக்கலாம்...'

'அதுக்கு பதிலா எனக்கு ஒரு உபகாரம் செய்யேன். அந்த மாப்பிள்ளை வீட்டில போய் சொல்லிடேன்... 'நான்தான் அனிதா வோட மாமன். நானும், அவளும் ஒருத்தரை ஒருத்தர் நேசிக் கிறோம்... எனக்கு லெட்டர் எல்லாம் எழுதியிருக்கா... அதனால'ன்னு.'

'நீ லெட்டர் எழுதலையே.'

'வேணும்னா எழுதித் தரேன்.'

'பொய் சொல்லச் சொல்றியா?'

'இந்தக் கல்யாணம் நடக்காம எப்படியாவது தடுத்துடேன் சீதா... ப்ளீஸ்!'

'பொய் சொல்ல நான்தான் அகப்பட்டேனோ... அப்புறம் எப்படி அக்கா, அத்திம்பேர் மூஞ்சில முழிக்க முடியும்? பிடிக்கலைன்னு பளிச்சுன்னு அவன்கிட்ட நேரா சொல்லிக்கோ. தமாஷ் பண்ற துக்கும் ஒரு எல்லை வேணும்...' என்று சொல்லிப் போய் விட்டான்.

அம்மா அவளைக் கூடத்திலிருந்து கூப்பிட்டாள். 'அனி...மது வந்திருக்கா, என்ன மது... கல்யாணத்துக்குக் கட்டாயம் வந்துரணும். நீதான் எங்க அனிக்கு ஆப்த சிநேகிதி. மாப்பிள்ளை அழைப்பும் போதே வந்துரு என்ன... இப்பல்லாம் ரிஸப்ஷனுக்கு எல்லாரும் குஜராத்தி டிரஸ்தான் போட்டுக்கறா...'

மது, 'ஆகட்டும் ஆன்ட்டி' என்று சொல்லிவிட்டு அனிதாவின் அறைக்குள் வந்து சுதந்தரமாகப் படுக்கை சுருட்டல் மேல் உட்கார்ந்து 'வாட் யார்?' என்றாள்.

'கல்யாணம் நிச்சயமாயிருச்சா?'

'ஆகப்போறது...'

'அந்தாளானா 'அனி, அனி'ன்னு மூச்சுக்கு மூச்சு சொல்லிக்கிட்டு இருக்காரு... டேக்கா கொடுக்கப் போறியா, சரியான டபுள் க்ராஸ்டி நீ?'

'எந்த ஆளைச் சொல்றே மது நீ?'

'அதான் வைரவன். உன்னைக் கட்டாயம் கூட்டிட்டு வரச் சொல்லியிருக்கார். கார் காத்துட்டு இருக்கு.'

'மது... எனக்கு ஒரே குழப்பமா இருக்கு...'

'இதில் என்ன குழப்பம்...? உங்கப்பா அம்மா பாத்து, உங்க ஜாதில நல்ல அமெரிக்கா பையனா பார்த்து வச்சிருக்காங்க. என்ன குழப்பம்? ஆமான்னு சொல்லிடு!'

'எப்பப் பார்த்தாலும் க்ரெடிட் கார்டு, டாலர்னு பேசிக்கிட்டி ருக்கானே?'

'அமெரிக்கா பூரா அதான் பேசும்! உனக்கு என்ன, மாப்பிள்ளை எமிலி டிக்கின்ஸன்... எரிக்கா யாங்னு பேசணுமா? டாலர்... மை டியர் கேர்ள்... டாலர்! உனக்காக உழைச்சு உன்னை டாலராலேயே இழைப்பாங்க. இந்தியர்கள்தான் இப்ப அமெரிக்காவில் வளமா முன்னேறி வந்துக்கிட்டிருக்காங்க... டாக்டர், கம்ப்யூட்டர் சயின்ஸ்னு எல்லாத்திலேயும் இருக்காங்க. எங்க குஜராத்திங்களே அமெரிக்கால உள்ள அத்தனை பேப்பர் கடையையும் மோட்டெல்களையும் வளைச்சுப் போட்டிருக் காங்க. இங்கே அகமதாபாத்தில் ஒரு கோயில்... சுவாமி நாராயணுக்குக் கட்டியிருக்காங்க, பார்க்கணும் நீ...'

'அதிருக்கட்டும்... நீ...'

'அந்த வைரவனுக்கு என்ன பதில் சொல்றது?'

'என்ன சொன்னார் அவர்?'

'உன்னைப் பார்த்தவுடனே லவ்வாம்...'

'இதுவரை பதினஞ்சு நிமிஷம் பார்த்திருக்காரு...'

'சொல்லாதே... காதலுக்கு அரை செகண்டு போதும், ஸடனா க்ளிக்காயிரும். அந்த மாதிரிப் பையனுக்குத்தானே நான் வெயிட் பண்ணிக்கிட்டிருக்கேன்... நீ வைரவனைக் கல்யாணம் பண்ணிக்கிறேன்னு சொல்லிடேன் அனி!'

'பேத்தாதே... நான் கல்யாணம் வேண்டாம்னு எப்படித் தடுக்கலாம்னு யோசிச்சுக்கிட்டிருக்கேன்...'

'உங்கம்மா ஜமக்காளம் எல்லாம் விரிச்சுக்கிட்டிருக்காங்க. இப்ப போய் வேண்டாம்பியா...'

'நான் ஏதும் ஏற்பாடு பண்ணலியே மது.'

மது அவள் அருகில் வந்து அவள் கையைப் பற்றி 'சொல்லு... ஏதாவது டிரமாட்டிக்கா பண்ணணும்னா, என் உதவி வேணும்னா சொல்லு. சட்டுன்னு ஹாஸ்டல்ல வந்து கம்முனு உட்காந்துக்க தலைமறைவா. இல்லே, ஆம்தாபாத் போறியா... எங்க ஆன்ட்டி வீட்டுக்கு?' என்றாள். இதற்குள் அம்மா வந்துவிட சட்டென்று பேச்சை நிறுத்திவிட்டார்கள்.

மதுவுக்கு காபி கொண்டு வந்தாள் அம்மா.

'எனக்கு தம்ளர்ல காபி சாப்பிட்டுப் பழக்கமே இல்லை ஆன்ட்டி! கப் கொண்டாரச் சொல்லுங்க. என்ன ஆன்ட்டி... நிச்சயதார்த்தம் என்னிக்கு?'

'புதன் கிழமை வீட்டு மட்டோடு வச்சுக்கறோம். என்ன அவா ஒரு புடைவை கொண்டு வரா! அந்தப் பையன் மெல்லிசா ஒரு சங்கிலி போடறான். ப்ரஸண்டேஷன்! மோதிரம் மாத்திக் கணும்னிருக்கான். அவங்க மனுஷங்க பத்துப் பேர் வருவா... அப்புறம், எங்க மனுஷாதான் ஜாஸ்தி. லக்ன பத்திரிகை வாசிச்சப்புறம்...'

'கல்யாணம் டிசம்பர்லன்னா எதுக்கு இப்பவே இதெல்லாம் வச்சுக்கறீங்க ஆன்ட்டி?'

'அவாதான் ரொம்ப இன்ஸிஸ்ட் பண்றா மது, நாம் மனசு மாறிடுவோம்னு! இந்தக் காலத்தில் நல்ல குடும்பத்துப் பெண்ணா கிடைக்கிறது ரொம்பக் கஷ்டம் பாரு.'

'பொண் பாக்கறாங்களா, பசுமாடு வாங்கறாங்களா?' என்று சிரித்தாள் மது.

மதுவைக் கண்ணால் அதட்டினாள் அனிதா.

அம்மா போனதும், 'எனக்கு என்னவோ உனக்கு ஏதும் சாய்ஸ் இருக்கிறதா தெரியலை. வைரவன்கிட்ட என்ன சொல்றது?' கேட்டாள் மது.

'அனிதாவுக்கு வேற கல்யாண ஏற்பாடுகள் நடந்துக்கிட்டிருக்கு. வரமாட்டாள்னு சொல்லிடு மது... என்ன?'

'சரி!'

புதன் காலையிலிருந்தே சீதாராமன் சுறுசுறுப்பாகி இருந்தான். ஜிம்புகூட அம்மாக்கு ஒத்தாசையாக ஏலக்காய் எல்லாம் பொடி பண்ணிக் கொடுத்தான். மாவிலைத் தோரணம் கட்டினான். அப்பா வாசலில் பேப்பர் படித்துக்கொண்டிருந்தார்.

டாக்ஸி வருகிறதா என்று ராஜாராமன் காலில் சக்கரம் கட்டிக் கொண்டு பறந்தார். 'ஏம்பா... கேஸரிக்குச் சொன்னேன். வந்ததா பாரு. வாழை இலை நுனி இலையா வெட்டுப்பா, கொஞ்சம் அகலமா வெட்டினாலும் பரவாயில்லை. நாம் என்ன ஓட்டலா நடத்தறோம்? சுகந்தி... நீ அந்த கொட்டை பட்டுப் புடைவையை உடுத்திண்டு கொஞ்சம் பளிச்சுன்னு வந்துரு. என் சில்க் ஜிப்பாவைக் கொஞ்சம் இஸ்திரி போட்டு வெச்சுரு...'

இதனிடையே கூட்டத்தில் வழக்கம் போல் இரண்டு காலையும் உதைத்துக்கொண்டு... 'தாத்தா...சாக்லெட்' என்று சீனு அழுது கொண்டிருந்தான்.

அனிதாவுக்கு - அந்த அறையில் உட்கார்ந்திருந்தவளுக்கு கலக்கமாக இருந்தது. என்னென்னவோ செய்தது.

மகாதேவன் உள்ளே வந்து, 'அனிதா எப்படியிருக்கே?' என்று அவள் முதுகில் தொட்டார்.

'ஐ'ம் ஆல்ரைட் அப்பா!'

'அம்மா சொன்னா... உனக்கு இந்தக் கல்யாணத்தில அத்தனை இஷ்டமில்லைன்னு! உலகத்தில் பல காரியங்கள் நம்ம முழு இஷ்டத்துக்கு நடக்கறதில்லை, மேம்போக்கா பார்த்தா! ஆனா, கொஞ்சம் நாள் பொறுத்து இதைப் பார்த்தியானா எல்லாம் நல்லதுக்குத்தான் நடந்திருக்குன்னு தெரியவரும். கீதைல

சொல்லிருக்காப்ல ஒருவிதமான மாயை நம்மை போர்வை போல சுத்திண்டு இருக்கு. அது விலகினாத்தான் உண்மை தெரிய வரும்.'

அனிதா ஜன்னலுக்கு வெளியே பார்ப்பதைக் கவனித்து, 'நான் ஏதும் உன்னை ஃபோர்ஸ் பண்றதா நினைச்சுக்காதே. என் கோணத்திலிருந்து இதைப் பாரு. ரிடையர் ஆற சமயத்தில் கமிட்மெண்ட்ஸ் எல்லாத்தையும் முடிச்சுட விரும்பறேன். அது தப்பாம்மா?' என்றார் அப்பா.

மௌனமாக இருந்தாள்.

'என்ன சொல்ற?'

'சரிப்பா' என்று தலையாட்டினாள்.

அப்பாவின் பெரிய அக்கா வந்துவிட, கோலாகலமாக இருந்தது. 'பாத்துக்கோ கமலம்... பையனுக்குக் கல்யாணம் ஆச்சுன்னா அவன் நம்ம பையன் இல்லை! பொண்ணு மட்டும் சாகற வரைக்கும் நம்ம பொண்ணு! தவிச்ச நேரத்துக்குத் தண்ணி கொடுப்பா.'

'அம்மாகுட்டிக்கு கல்யாணம்... அவாத்தில சாப்பாடுனு இல்லாம கொஞ்சம் தாராளமாகவே செலவழி மகாதேவா' என்று கூறிய அக்கா, 'அமெரிக்கா மாப்பிள்ளையாடி என் செல்லக்குட்டி' என்று அனிதாவின் கன்னத்தை ரத்தம் தெரிய கிள்ளினாள்.

'அவாதான் அநாவசியச் செலவு வேண்டாம்ங்கறா அக்கா...' என்றார் மகாதேவன்.

இதையெல்லாம் பொம்மைபோலக் கேட்டுக்கொண்டிருந்த அனிதாவுக்கு அழுகை பீறிட்டுக்கொண்டு வந்தது. எத்தனை ஆசைகள் வைத்திருந்தாள்.

கார்முகில் வண்ணனோ கரும்புவில் மாறனோ கருத்துடனே பார்த்து கண்ணனோ சொல்லடி-

'தமிழ்நாட்டின் முன்னணி நடிகை, டான்ஸர், ஸ்போர்ட்ஸ் பர்ஸன் என்கிற ரீதியில் நீங்க எங்க பத்திரிகைக்கு என்ன சொல்ல விரும்பறீங்க...?'

'எல்லாத்துக்கும் அயராத உழைப்பும் அப்பா அம்மாவுடைய அன்பும்தான் காரணம்னு சொல்வேன்; மேலும் என் கோச் மிஸ்டர்... மிஸ்டர்...'

'வைரவன்தான் உங்க எல்லா ஏற்பாடுகளையும் பார்த்துக்கறதாவும் ஏறக்குறைய நீங்களும் அவரும்...'

அனிதா எழுந்து கண்களைத் துடைத்துக்கொண்டு கூடத்துக்கு வந்தாள்.

'எங்கடி கிளம்பிட்டே? அவாள்லாம் வர்ற நேரமாச்சு...'

'ஒரு போன் பேசணும்மா... உசேனியா ஸ்டோர்ஸ்...'

8

மகாதேவன், 'ஜிம்பு நீயும் கூடப் போ... அனிதா என்னவோ போன் பண்ணனுங்கறா... 'என்று மகனையும் உடன் அனுப்பினார். தெருவில் நடக்கும்போது விரோதமாக அனிதா முணுமுணுத்துக்கொண்டே வந்தாள்.

'எனக்குனு சுதந்தரம் கிடையாதா? தெருக்கோடிக்குக்கூட காவல் காக்க அனுப்பணுமா... நான் என்ன ஆயுள் கைதியா?' ஜிம்புவைக் கோபத்துடன் கேட்டாள்.

'கூட வரேன். நீ சிநேகிதிகளோட பேசறதை ஒட்டுக் கேக்க எனக்கு இஷ்டமே கிடையாது தெரியுமா! சும்மா கேக்காதே... அப்பாதான் அனுப்பிச்சா! அப்பாவைக் கேட்டுக்கோ...'

வைரவன் கொடுத்திருந்த கார்டை எடுத்து உசேனியா ஸ்டோர்ஸில் எண்களைச் சுழற்றினாள்.

'ஹலோ...மிஸ்டர் வைரவன் இருக்காரா?'

'ஹூ இஸ் காலிங்?' என்றது மேல்மட்ட குரல்.

'நான்தான் அனிதான்னு... அவருக்கு... அவருக்கு...'

'அவருக்கு நான் என்ன?'

உடனே உற்சாகத்துடன், 'ஓ... அனீடா; நான்தான் சீதள்... என்ன விஷயம்? ஏதாவது அவர்கிட்ட சொல்லணுமா?'

'அவர்கூடப் பேசணும்...'

‘ஐ’ம் ஸாரி அனிதா! அவர் இட்டாலி போயிட்டாரே...’

‘எப்ப வருவார்?’ என்றாள் அனிதா. குரல் விழுந்தது.

‘இட்டாலி போயிட்டு அப்படியே ஸ்டேட்ஸ் போறார். வர பதினஞ்சு நாள் ஆகும்... ஏதாவது அர்ஜெண்டுன்னா ஃபேக்ஸ் அனுப்பறேன்...’

‘இல்லை...’ என்று வைத்துவிட்டாள்.

‘பேசியாச்சா?’ என்று ஜிம்பு அருகே வந்து, ‘யாரு வைரவன்? மோட்டார் சைக்கிள்ல விழுந்தானே, அவன்தானே?’

‘ஆமாம்... நான் அவனுக்கு போன் பண்ணதா அப்பாகிட்டே சொன்னே... நீ சிகரெட் குடிக்கறதைச் சொல்லிடுவேன்...’

‘எனக்கு என்ன தலையெழுத்தா... இங்க உள்ளதையெல்லாம் அங்க சொல்ல?’

அனிதாவுக்கு இரண்டு சாத்தியங்கள் தென்பட்டன. நிச்சய தார்த்தத்துக்குச் சம்மதிப்பது அல்லது மது சொல்வது போல ஓடிப் போய் விடுவது!

‘அப்பாவுக்கும், அம்மாவுக்கும் அனிதாவின் அநேக நமஸ்காரங் கள். கல்யாணத்துக்கு என் சரியான சம்மதம் இல்லாமலேயே நீங்கள் என்னை வற்புறுத்துவது எனக்குப் பிடிக்கவில்லை. அதற்கான நிச்சயதார்த்த ஏற்பாடுகள் முடிந்து போன இந்தச் சமயத்தில் இவ்வாறு உங்களுக்குப் புதிய பிரச்னையை உருவாக்குவதில் எனக்கு வருத்தமே... இருந்தும், என் வாழ்க்கையைப் பற்றிய பிரச்னை இது என்பதால், எனக்கு யோசிக்க டைம் வேண்டும். அதனால் நான் எங்கிருக்கிறேன் என்று என்னைத் தேடவேண்டாம். ஒரு வாரத்தில் நானே திரும்ப வந்து...’

‘சே! எதுக்கு சுத்தி வளைச்சுக் கடுதாசி எழுதணும்... ‘அப்பா அம்மா, எல்லாத்துக்கும் நன்றி, என்னைத் தேடவேண்டாம்’ என்று ஒரு வரிபோதும். அதுகூட வேண்டாம். கட்டின புடைவை யோடு புறப்பட்டுப் போகவேண்டியதுதானே!’

‘என்ன யோசிக்கிறே? வா... வா... அவ்வாள்லாம் வந்தாச்சு. வாசல்ல டாக்ஸி நிக்கறது...’

கூடத்தில் கூட்டமாக இருந்தது. அவள் நுழைந்ததும் சலசலப்பு நின்றது.

அனிதா அவசரமாகத் தன் அறைக்குள் நுழைந்தாள்.

'எங்கடி பாதி அலங்காரத்துல போயிட்ட? அப்படி என்ன போன் கால் தலைகெட்டுப் போறது?' என்று அம்மா அதட்டினாள்.

'அம்மா... நான் உன்கிட்ட பேசணும்மா!'

'எல்லாம் அப்புறம் பேசலாம்... இப்ப எனக்கு கையும் ஓடலை, காலும் ஓடலை! வந்தாச்சு... வந்தாச்சு... வாத்தியாரானா அவசரப்படுத்தறார்...'

'அம்மா! அவசரம்மா... எனக்கு... எனக்கு...'

அம்மா சட்டென்று நிறுத்தி, 'உனக்கு?' என்றாள்.

அந்தச் சமயம் பார்த்து மகாதேவன் உள்ளே வந்து நின்று, அவளையே நெற்றி நரம்புகள் அசையப் பார்த்துக் கொண்டிருந்தார்.

'ஒண்ணுமில்லை...' என்றாள்.

'வாம்மா அனிதா... அவாள்லாம் காத்துண்டிருக்கால்லே?' என்றார் மகாதேவன், சாந்தமான அதட்டலுடன்.

'நீங்க போங்கோ, நாங்க வர்றோம்...' என்று அவரை அனுப்பி விட்டு, அம்மா அவளருகில் வந்து, 'பயப்படாதே... அப்படித் தான் இருக்கும்...' என்றவள், கண்களில் நீர் ததும்ப 'அனிதா! அவமானப்படும்படியா, உங்க அப்பா கூனிக் குறுகும்படியா ஏதாவது விபரீதமா செய்துடாதேம்மா. உன் நல்லதுக்குத்தானே சொல்றோம்? என் கண்ணில்லையா...' என்றாள்.

அனிதா, அம்மாவைக் கட்டிக்கொண்டபோது தோளில் கண்ணீர் சுட்டது.

ஹாலுக்கு அனிதா கொண்டுவரப்பட்டாள். ஜிம்பு டீ-ஷர்ட்டைக் காட்டினான். அவனுக்கு ஸிடி ப்ளேயர் கிடைத்திருந்தது.

மாப்பிள்ளை சுரேஷின் அம்மாவோ, அக்காவோ தெரிய வில்லை, நடுநாயகமாக வீற்றிருந்து, 'ஷுகர் இல்லாம காபி இருந்தா நல்லது...' என்று சொல்லிக்கொண்டிருந்தாள்.

'பொண்ணு ரொம்ப அழகா இருக்கா சுரேஷ்... காங்கிராஜுலேஷன்ஸ்...' என்று அவன் கையைக் குலுக்கினாள்.

'எங்காத்துப் பொண்ணுக்கு ஏகப்பட்ட வரன் வந்தது. இந்த வருஷம்... வேண்டாம்னு ஒத்திப்போட்டு வெச்சிருந்தோம். ஏதோ மாமி ரொம்ப வற்புறுத்தினதால...' என்றதற்கு எதிராக,

'இவனுக்கும் தினம் பன்னெண்டு லெட்டர் ப்ரொபோஸல் வந்தது...' என்றாள்.

'பாட்டெல்லாம் பாடுவா... அனி! ஒரு பாட்டு பாடு!'

'அதெல்லாம் வேண்டாம்... சம்பிரதாயமா எதுவும் வேண்டாம்...' என்றான் சுரேஷ்.

'அப்ப நீங்க பாடுங்கோ...' என்றதற்கு அத்தனை பேரும் மிகையாகச் சிரித்தார்கள்.

'பாடத் தெரியாதுன்னு நினைச்சுண்டு இருக்கேளா? எட்டு ஊருக்குப் பாடுவான். ராகமெல்லாம் கண்டுபிடிப்பான்!'

'என்னை விட்டுருங்களேன், ப்ளீஸ்...' என்றான் சுரேஷ்.

கருநீலத்தில் பெரிதாக பார்டர் போட்டிருந்த புடைவையைக் கொடுத்து, 'இந்தப் புடைவையை மாத்திண்டு வந்துரும்மா... அப்படியே இந்த மோதிரத்தையும் செயினையும் வாங்கிக்கோ...' என்றனர்.

'என்னது... லக்னப் பத்திரிகை வாசிக்கலையா சாஸ்திரிகளே?'

'முகூர்த்தம் இந்தத் தை மாசமா... அடுத்த தை மாசமான்னு நீங்க இன்னும் சொல்லலையே?'

'எவ்வளவு சீக்கிரம் முடியுமோ, அவ்வளவு சீக்கிரம்...' என்றான் சுரேஷ்.

'அப்ப... வர இருபத்தெட்டிலதான் கடைசி முகூர்த்தம்! பதினெட்டிலயும் இருக்கு...'

'அதிலயே வச்சுருங்களேன்... சீக்கிரமா வச்சுக்கறது நல்லது தான்....'

மகாதேவன், 'ஒரு நிமிஷம்... எங்களுக்கு ஏற்பாடு பண்ண ஒரு மாசமாவது வேணும் சார்...' என்றார்.

‘எங்களுக்கு, உங்களுக்குனு சொல்லாதீங்க... இது நாம நடத்தர கல்யாணம் சார்! கல்யாணத்தை சிம்பிளா வெச்சுக்கலாம் சார். நாங்க ஹெல்ப் பண்றோம்...’ என்றார் சேஷாத்ரி.

மகாதேவன் மனைவியைப் பார்த்து, ‘என்ன?’ என்றார்.

‘நீங்கதான் சொல்லணும்...’

‘சீதா, மாப்பிள்ளை, ஜிம்பு நீங்கள்லாம்தான் முனையணும்!’

‘பாத்துக்கறோம்பா...’ என்றார்கள், உற்சாகத்துடன்! சீதா அனிதாவையே கண்கொட்டாமல் பார்த்துக்கொண்டிருக்க... அனிதா புடைவையை ஏற்றுக்கொண்டு அறைக்குள் சென்றாள்.

ரசம்போன கண்ணாடியில்கூட அந்தப் புடைவை பளிச்சென்று இருந்தது. ஹாலிலிருந்து மத்திய தரக் குடும்பத்து அத்தனை வீடுகளிலும் கேட்கும் சம்பாஷணைகள் உதிர்ந்தன.

‘நல்லிலதான் நாங்க எப்பவும் வாங்கறது... கொஞ்சம் வெலைன்னாலும்...’

‘டி.வி. சீரியல் பார்க்க எங்களுக்கு எங்கே டயம் இருக்கு ராஜம்?’

‘நஞ்சம்பாக்கம்னு பொட்டைக்காட்டுல கொண்டுபோய் வீட்டைக் கட்டியிருக்கார். முகமூடிக் கொள்ளைலாம் நடக்கு தாம். ஊருக்குள்ளன்னா ரொம்ப வெலை சொல்றா!’

அனிதா புடைவையை உடுத்திக்கொள்ள, சுகந்தி உதவி செய்த படி, ‘என் கண்ணே பட்டுடும் போல தேவதை மாதிரி இருக்கே! அதான் கொத்திண்டு போறான். அமெரிக்கா மாப்பிள்ளை ரொம்ப நல்ல மாதிரியா இருக்கான். அத்திம்பேரை வக்கணையா விசாரிச்சான். அத்திம்பேருக்கு இருக்கற தகுதிக்கு அமெரிக்கால வேலை சுலபமா கிடைக்குமாம். இதுதான் டிசம்பர் கச்சேரியை யும் ஜேசுதாஸையும் விட்டுட்டு வரவே வராதே?’ என்றாள்.

அனிதா கூடத்துக்கு வந்து நமஸ்காரம் பண்ணியபோது, சுரேஷ், கொஞ்சம் தர்மசங்கடமாக ஒதுங்கிக்கொண்டு, ‘பார்க்கப்போனா நான் இந்த ஃபங்ஷனுக்கு வரவே கூடாதுன்னுட்டா. நான்தான் பிடிவாதமா வந்திருக்கேன். இதெல்லாம் வேண்டாம் ப்ளீஸ்...’ என்றான்.

‘இதெல்லாம் ஒரு சம்பிரதாயத்துக்குத்தான்!’ என்றார் மகா தேவன்.

‘எல்லாச் செலவையும் நாம ஷேர் பண்ணிக்கறதா இருந்தா நாங்க வாட்ச், ஸூட்டெல்லாம் ஒப்புத்துக்கறோம்..’ என்றார் சேஷாத்ரி.

‘ஸூட்டெல்லாம் வேண்டாம்பா... அமெரிக்கால ஏகப்பட்ட ஸூட் இருக்கு எனக்கு?’

‘அனிதா... உன்னோட கொஞ்சம் பேசலாமா?’ என்றான் சுரேஷ். அனிதா பதில் சொல்லவில்லை.

அவன் கையை நீட்டச் சொல்லி மோதிரத்தை அவள் அணிவித்த போது, அவன் கை ஒரு பெண்ணின் கையைப் போல மெத்து மெத்தென்று இருந்தது.

முதல் தடவையாக முழுசாக நிமிர்ந்து பார்த்தாள். அவன் மீசையும், கன்னங்கரேல் என்று கச்சிதமாக அதிகம் வாரலில்லாத அலட்சியத் தலைமுடியும், நல்ல சிவந்த மேனியும், ஆஃப்டர் ஷேவ் லோஷன் வாசனையும், அவன் தமிழும் ஆங்கிலமும் ‘அமெரிக்கா... அமெரிக்கா...’ என்று அறிவித்தன.

‘என்ன போயிற்று... காதல் பண்ணித்தான் கல்யாணம் செய்து கொள்ள வேண்டுமா? கல்யாணத்துக்குப் பிறகு கணவனை முழுவதும் அறிந்துகொண்டு காதல் பண்ணுகிறவர்கள் எத்தனை பேர் இருக்கிறார்கள்? நான் என்ன அப்படிப்பட்ட அதிரூப சுந்தரி? எல்லாப் பெண்களையும்போல் நானும் ஒருத்தி! என்னை ஒருவன் கடல் கடந்து வந்து ‘உன்னை மணக்கிறேன்’ என்று சொல்லும்போது, எதற்கு ‘இல்லை’ என்கிறாய். மைக்ரோ பயலாஜி படித்து என்ன சாதிக்கப் போகிறாய்? கேன்சருக்கு மருந்தா? இல்லை டி.என்.ஏ. ரகசியத்தைத் திறக்கப்போகிறாயா? என்ன ஒரு பைத்தியக்காரி நான்! எனக்கு எதிரே வந்து நின்று மணியடிக்கும் அதிர்ஷ்ட தேவதையை எப்படி நான் நிராகரிக் கிறேன்!’

சுரேஷைப் பார்த்துப் புன்னகைத்தாள் அனிதா. அவன் அப்படியே உடம்பு முழுவதும் சிலிர்ப்படைந்து, ‘அப்பாடா... முதல் தடவை என்னை நிமிர்ந்து பார்த்து ஸ்மைல் பண்ணிட்டே!’ என்றான்.

‘ஒரு ஸ்மைல் போதும்!’

‘சிரிப்பா... சிரிப்பா... நல்லாப் பழகணும் இல்லையா? வீட்டோடயே போத்தி வளர்த்த பெண். உங்க அமெரிக்காவுக்கு

வந்து எல்லாம் கத்துண்டுடுவா பாருங்கோ... இப்போகூட எனக்கு ஏதாவதுன்னா, இவதான் ஃபேமிலி மேட்டர்ஸ் எல்லாத்தையும் பாத்துப்பா!' என்றார் மகாதேவன்.

'ஐ' ம் வெரி லக்கி...' என்றான் சுரேஷ்.

'இப்பவே பாருங்க... எங்காத்துப் பையன் உங்காத்துப் பக்கம் சாய ஆரம்பிச்சுட்டான்...' என்றாள் அந்த மாமி.

அனைவரும் பட்சணங்களை நாசூக்காக மென்றபோது, 'கேஸரி யார் பண்ணது?' என்றான் சுரேஷ்.

'கடைல வாங்கினது...' என்றார் மகாதேவன்.

'ரொம்ப டேஸ்ட்டா இருக்கே...'

'அனிதா கை பட்டுடுத்து இல்லையா?' என்று அந்த மாமி சிரித்தாள்.

அனிதா தன் அறைக்கு வந்து ஜன்னல் வழியாகப் பார்த்தாள்.

'என்ன ஒரு முட்டாள்தனம்... வைரவனுக்கு போன் செய்வதாம் - மதுவுடன் ஓடிப்போவதாம்... நல்ல வேளை!'

'அனிதாம்மா...'

தெருவில், உசேனியா ஸ்டோர்ஸ் காதர் நின்றுகொண்டிருந்தான். அங்கிருந்து சைகையும் சப்தமுமாக அழைத்தான்.

'உங்களுக்கு போன் வந்திருக்கு... சீக்கிரம் வாங்க! வெளி நாட்லருந்து...'

9

அனிதா அவசரமாகப் பட்டுப் புடைவையைக் களைந்துவிட்டு மாற்றிக்கொண்டு கீழே இறங்கிச் சென்றாள்.

'எங்கே போறே' என்றார் அப்பா.

'போன் வந்திருக்கு.'

'யார் கிட்டருந்து...'

'தெரியலை. மதுன்னு நெனைக்கிறேன்.'

'ஜிம்பு... கூடப் போடா.'

'ஜிம்பு மாப்பிள்ளையாத்துக்குப் போயிருக்கான் வீடியோ பார்க்க' என்றாள் சுகந்தி.

அப்பா கொஞ்சம் யோசித்துவிட்டு 'ம்' என்று ஒரு வார்த்தை அனுமதி கொடுத்துவிட்டு பேப்பரில் ஆழ்ந்தார்.

அவசரமாக உசேனியா கடைக்குச் சென்று, காத்திருந்த போனை எடுத்து 'ஹலோ' என்றாள். தொடர்பு அறுந்து 'விர்ர்' என்று சப்தம்... டயல் டோன் மட்டும் கேட்டுக்கொண்டிருந்தது. சற்று நேரத்தில் அதுவும் அலுத்துப்போய், பீப்... பீப் என்றது.

'யாரும் இல்லையே?' என்றாள் ஏமாற்றத்துடன். காதர் அதை எடுத்துக் கேட்டுவிட்டு 'போய்ட்டாங்க போல இருக்கு' என்று ரிஸீவரை வைத்தவுடன் மறுபடி அடித்தது.

'உங்களுக்குத்தான் இருக்கும். மூணு வாட்டி பண்ணிட்டாரு.'

அனிதா அதை எடுத்து, 'ஹலோ' என்றாள்.

'நான் வைரவன் பேசறேன். யாரு அனிதாவா?'

'ஆமாம். எங்கிருந்து பேசறீங்க?'

'இதெல்லாம் விசாரிக்க டயம் இல்லை. பாதி மீட்டிங்கிலிருந்து வந்திருக்கேன் அனிதா. ஆபீஸுக்குப் போன் பண்ணியிருந்தியாமே? சீதள் சொன்னா. என்ன பிரச்னை?'

'உங்களுக்கு போன் பண்ணிச் சொல்லலாம்னு கூப்பிட்டேன். நீங்க இல்லை!'

'நான் இல்லைன்னு தெரியுது. எதுக்காகக் கூப்பிட்டே சொல்லு?'

'நிச்சயதார்த்தம் ஆய்டுத்து!'

'இதைச் சொல்லவா கூப்ட்டே?'

'எனக்கு கல்யாணத்தில் இஷ்டமில்லை.'

'இஷ்டமில்லைன்னா உங்க அப்பா, அம்மாகிட்ட சொல்லு.'

'சொல்லத் தைரியமில்லை எனக்கு.'

'அப்படியா? பையன் பேரு என்ன சொன்னே?'

'சுரேஷ்!'

'விலாசம்.'

'அதெல்லாம் அப்பாவுக்குத்தான் தெரியும்.'

'எங்கே வேலை செய்யறான்?'

'அமெரிக்காவில்.'

'இந்த விவரம் போதும் அனிதா. கவலையை விடு... நான் புதன்கிழமை அமெரிக்கன் விஸிட்டை கேன்சல் பண்ணிட்டு வந்துர்றேன். அதுக்குள்ள எல்லாம் செட்டில் பண்ணிடலாம்.'

'அப்படின்னா?'

'விவரம் கேக்காதே... எங்கிட்ட சொல்லிட்ட இல்லை... உன் ப்ராப்ளம் முடிஞ்சு போச்சு!'

'எனக்கு இப்ப கல்யாணம் பண்ணிக்க இஷ்டமில்லை... மேலே படிக்க ஆசை மிஸ்டர் வைரவன்!'

'அதெல்லாம் அப்புறம் பேசிக்கலாம். எங்கிட்ட சொல்லிட்ட, பிரச்னை தீர்ந்து போச்சு அனிதா... எப்பவாவது உங்கிட்ட சொல்லியிருக்கேனா... ஐ லவ் யு அனிதா! லவ் யு, லவ் யு, லவ் யு! ஒவ்வொரு 'லவ் யு'வும் இத்தாலிலேர்ந்து உனக்கு வருது... ஒரு வார்த்தைக்குச் சுமார் ஆயிரம் ரூபாயாவது மதிப்பிருந்தாச் சரி!'

போனை வைத்ததும் 'என்ன காரியம் செய்துவிட்டோம்' என்று பிரமிப்பாக இருந்தது. 'என்னம்மா பேசியாச்சா? யாரு ஃபாரின் பார்ட்டி?' என்றார் உசேனியா ஸ்டோர்ஸ் ஜமால்.

'தெரிஞ்சவங்க!'

'மாப்பிள்ளை வூட்டுக்காரங்களா?'

அனிதா மறுபடி அறைக்கு வந்தபோது குழப்ப நிலையில் இருந்ததால் புத்தகம் படிக்க முடியவில்லை. ஜன்னல் காட்சிகள் சுவாரஸ்யமாக இல்லை. இனம் புரியாத பயம்! தன் சலுகைகளின் எல்லைகளை மீறிவிட்டோமோ என்கிற கவலை ஆக்கிரமித்துக் கொண்டது. அம்மா அவளுடைய தங்க வளையல்களை பாலிஷ் போட கழற்றிக் கொடுக்கச் சொன்னாள். தோடு பண்ணக் கொடுத்திருப்பதாகவும் சொன்னாள்.

'பெரிசா இல்லாவிட்டாலும் உன் காதுக்குப் பாந்தமா இருக்கும். தோஷமில்லாத வைரமாப் பார்த்து சீதாதான் ஆர்டர் கொடுத் திருக்கான். சுகி, கேட்டுக்கோ... ஏதோ உங்க ரெண்டு பேருக்கும் பண்ணாப்பலதான்மா எல்லாமே பண்றோம். டெல்லிக்கு கடுதாசி எழுதறப்போ சொல்லிடு! இவளுக்கு எதுவும் பெரிசா பண்ணலை... என்ன... ஏதோ குருட்டு அதிர்ஷ்டத்திலே அமெரிக்க மாப்பிள்ளையா கெடச்சிருக்கார். உங்களுக்கெல் லாம் வரன் பாக்கறப்ப இத்தனை பேர் அமெரிக்கா போகலை!'

'அய்யோ அம்மா... யாருக்கும் மன வருத்தமில்லை. எல்லோ ருக்கும் சந்தோஷம்தான்.'

'அப்புறம் பேச்சு வரக்கூடாது பாரு. நான் என் பெண்களுக்குள்ள வித்தியாசமே பார்க்கறதில்லை. மூணு பேருமே எனக்கு ஒண்ணுதான்' என்று அம்மா எதற்கோ அழ ஆரம்பித்தாள்.

‘சரிம்மா... சரிம்மா, இப்ப யாரு கம்ப்ளெய்ண்ட் பண்ணா?’

இந்தச் சம்பாஷணை அனிதாவுக்குச் சிரிப்பாக இருந்தது.

மாப்பிள்ளை சுரேஷ் அந்த வாரம் தினம் அவளுடன் சினிமா போக விண்ணப்பித்தான். ‘நிச்சயம்தான் ஆகிவிட்டதே’ என்கிற சலுகையுடன் அம்மா, ஜிம்பு துணையுடன் ஒரு தடவை அனுப்பினாள். ஜிம்பு நடுவில் உட்கார அனிதா இந்தப் பக்கமும் சுரேஷ் அந்தப் பக்கமும் உட்கார்ந்துகொண்டிருக்க... ரஜினி காந்த் சேஷ்டைகளை ரசித்துப் பார்த்துக்கொண்டிருந்தான் ஜிம்பு. சுரேஷ் அடிக்கடி அவள் பக்கம் திரும்பி முத்தமிடுவது போல் உதடுகளைக் குவிப்பது சிரிப்பாக வந்தது.

மதுவின் அறைக்குச் சென்று கொஞ்ச நேரம் வாக்மனில் இந்திப் பாட்டுகள் கேட்டாள்.

‘என்ன அனி...கல்யாணம் நிச்சயம் ஆயிருச்சில்லே... இப்ப எப்படி ஃபீல் பண்றே? பாஸ்போர்ட், விசா எல்லாம் அப்ளை பண்ணிட்டியா?’

‘அதெல்லாம் தெரியாது மது... அது ஏதும் அவ்வளவு சுலப மில்லைன்னு சொல்வாங்க!’

‘பம்பாய் ஒர்லில பாஸ்போர்ட் ஆபீஸ் இருக்கு. காலைல போய் அங்கே பார்த்தா பம்பாய் நகரமே வெளிநாடு போறாப்ல க்யூ நிற்கும்!’

‘மது, ரொம்பக் குழப்பமா இருக்கு!’

‘என்ன குழப்பம்?’

‘பண்ணிக்கிறதா வேண்டாமான்னு.’

‘கடவுளே! நிச்சயதார்த்தம் பண்ணிட்டு, புடைவை, மோதிரம் எல்லாம் வாங்கிக்கிட்டு... இப்பப் போயி காலம் கடந்து இப்படிச் சொல்றியே? நீ கடந்து வந்த பாலங்களை எல்லாம் எரிச்சாச்சு.’

‘இப்ப இந்தக் கல்யாணத்திலிருந்து தப்பிக்கணும்னா நான் என்ன செய்யணும்?’

‘நான்தான் சொன்னேனே ஓடிடு... ரன்!’

‘சே... அதுக்கெல்லாம் எனக்குத் தைரியம் இல்லை... உசேனியா ஸ்டோர்ஸ்கு மேல போகமாட்டேன்... சிம்ப்பிளா ஏதாவது சொல்லேன் மது...!’

‘பாரு... நீ நல்லா மாட்ன! பேசாம கல்யாணம் பண்ணிக்கிட்டு நியூ யார்க் போய் பிள்ளை பெத்துக்க! அதான் விதி உனக்கு. இல்லாட்டி... வைரவன்ட்ட பேசேன்!’

‘போன்ல பேச முயற்சி பண்ணிப் பார்த்தேன். இத்தாலி போயிருக்கிறதா சொன்னாங்க!’

‘அப்படியா? அவர் இருந்தா ஏதாவது யோசனை சொல்லியிருப் பாரு. அவரை நான் தாஜ் ஓட்டல்ல என் ஃப்ரெண்டு மூலம் கேட் க்ராஷ் பண்ணிட்டேன் தெரியுமா? ‘பார்ட் டைமா வேலை ஏதாவது வேணும்னா வா’ன்னு சொல்லியிருக்காரு. ஹி இஸ் ஸோ ஸ்வீட்! அந்தாளைத்தான் எப்படியாவது நான் வசியம் பண்ணணும் அனி... அதுக்காக தாயத்து, கீயத்துன்னு யோசிச்சுக் கிட்டிருக்கேன். புடிச்சா அப்படிப்பட்ட ஆசாமியைப் புடிக்க ணும். அவங்க வீட்டு நாய்க்குக்கூட மாருதி கார், தெரியு மில்லை?’

வைரவன் இத்தாலியிலிருந்து தனக்கு போன் செய்ததை அனிதா ஏனோ மதுவிடம் சொல்லவில்லை.

‘மது... எனக்குச் செத்துப் போகலாம் போல் இருக்கு.’

‘இதுக்கா செத்துப் போவாங்க? என்ன பைத்தியம் நீ? அவவ அமெரிக்கா போறதுக்காக ஜாதி விட்டு ஜாதி எல்லாம் கல்யாணம் பண்ணிக்கிறாளுங்க. ஆனா நீ? உங்க குடுமி, உங்க பாஷை யோட, உங்க வூட்டு நாய்க்குட்டி மாதிரி ஒரு பையன் வந்து ப்ளேன் டிக்கெட்டை வெச்சுக்கிட்டு உனக்காகக் காத்துக்கிட்டு இருக்கான். இதைவிட அதிர்ஷ்டம் கெடைக்குமா சொல்லு?’

‘ப்ச்!’

‘போ, பைத்தியமே... உனக்கு நல்லது எது கெட்டது எதுன்னு தெரியாம இருக்கற.’

‘பாட்டனி ரெகார்ட் வேணும்!’ என்றாள் அனிதா.

அடுத்த வாரம் சுரேஷ் திருப்பதி போயிருப்பதாகச் சொன்னார்கள். மகாதேவன் அவர்களிடம் கல்யாண ஏற்பாடுகளைப் பற்றி

விசாரிக்கப் போய் திரும்பி வந்த பிறகு ஒரு விஷயம் விநோதமாகச் சொன்னார்.

'யாருமே முகம் கொடுத்துப் பேசலை' என்ற மகாதேவன் தொடர்ந்து... 'பிள்ளை வீட்டுக்காராளோல்லியோ... அப்படித் தான் இருப்பா! ஒரு வேளை வரதட்சணை கேட்பாளோ... நாம அந்தப் பேச்சையே எடுக்கலையே? கூட வந்த அக்காக்காரி பார்க்கிற பார்வையிலிருந்தே தெரிஞ்சது, ஜாடைமாடையா... நாம யாருக்கும் வரதட்சணை கொடுத்ததே இல்லையே கமலம்...' என்றார்.

'எதுக்கும் நீங்க பளிச்சுன்னு கேட்டுருங்கோ!'

'மாப்பிள்ளை பையனையே கேட்டுரலாமே?'

திருப்பதி போய்விட்டு வந்ததும் மாப்பிள்ளை வீட்டுக்காரர் களிடம் விசாரிக்க மகாதேவன் சென்றபோதும் யாரும் பிடி கொடுத்துப் பேசவில்லை!

'ஏற்பாடெல்லாம் பண்ணிண்டிருக்கோம்னு சொல்லத்தான் வந்தேன்!' என்றார் மகாதேவன்.

அந்த மாமி சுற்றி வளைத்துக் கடைசியில், 'எங்க சுரேஷ் வருஷக் கடைசில கல்யாணத்தை வெச்சுக்கலாம்னு இப்ப சொல்றான். ஒண்ணும் அவசரப்படவேண்டாம்னு சொல்றான்' என்றாள்.

'அவசரப்பட்டாச்சே. பி. எஃப் லோன் எல்லாம் எடுத்தாச்சே... சத்திரம் புக் பண்ணி அட்வான்ஸ் குடுத்தாச்சே!' என்றார் மகாதேவன்.

'அதனால என்ன! கேன்சல் பண்ணிடுங்கோ!'

மகாதேவன் ஆச்சரியப்பட்டு, 'ஏன், ஏதாவது தப்பா நிகழ்ந்து போச்சா?' என்றார்.

'அதெல்லாம் இல்லை.'

'பின்னே?'

அப்போது அறைக்கு வெளியே வந்து சுரேஷ், 'லுக் மிஸ்டர் மகாதேவன்... அமெரிக்கால ஒரு வென்ச்சர் காப்பிட்டலிஸ்ட் கிட்டேயிருந்து எனக்கு ஒரு வாய்ப்பு தேடி வந்திருக்கு.

ஸ்வீடன்ல போய் ஒரு பெரிய சாஃப்ட்வேர் காண்ட்ராக்ட்டுக்கு எங்க கம்பெனிய ஸ்பான்ஸர் பண்றா...' என்று சொல்ல

'அதனால?'

'அதனால, இப்ப உடனே ஒரு வாரத்தில நான் ஸ்வீடன் போக வேண்டி இருக்கு. இப்ப போய் கல்யாணம் அது இதுன்னு அவசரப்பட்டா?'

'நிச்சயதார்த்தம் ஆயிடுத்தே மாப்பிள்ளை! அப்ப அத்தனை அவசரப்பட்டிருக்க வேண்டாமே?'

'நீங்க சொல்றதைப் பார்த்தா, நாங்கதான் ஏதோ பெரிசா அவசரப்படுத்தின மாதிரின்னா...' என்றாள் அந்த மாமி.

மகாதேவன் சினத்துடன், 'நீங்கதானம்மா அவசரப்படுத்தினீங்க - நாங்க இல்லை! அடுத்த வாரமே கல்யாணம்னீங்க நீங்க!'

'மிஸ்டர் மகாதேவன்... அப்போ அப்படி... இப்போ இப்படி... இடையில் நிறைய சேஞ்ச் ஆய்டுத்து. டேக் இட் ஈஸி! உங்க டாட்டரை நான் கமிட் பண்ணச் சொல்லலை. ஆமா... நிச்சயதார்த்தம் நடந்தாலும் என்ன போச்சு! வேற நல்ல இடம் வந்தா நீங்க தாராளமா கல்யாண ஏற்பாடு பண்ணலாம்' என்றான் சுரேஷ்.

மகாதேவன், 'எனக்குப் படபடன்னு வருது. ஒரு வாய் தண்ணி கொடுங்கோ' என்றார்.

10

வீட்டுக்குத் திரும்பினதும் மகாதேவன் முதல் காரியமாக, 'அனிதா இங்கே வா' என்று அதட்டலாகக் கூப்பிட்டார்.

அவள் பாட்டனி ரெகார்டு நோட்டு எழுதுவதை முடித்துக் கொண்டு போனபோது...

'வான்னா உடனே வரமாட்டியா? அவ்வளவு அலட்சியமா உனக்கு?'

அனிதாவுக்கு அவரைப் பார்க்க பயமாக இருந்தது. முகம் சிறுத்துப்போய் கோபத்தால் உதடுகள் துடித்தன. அப்பாவை இந்தக் கோலத்தில் எப்போதாவதுதான் பார்த்திருக்கிறாள். ஏதோ ஒரு சொத்து விஷயமாக அவருடைய பெரியப்பா மகளுடன் சண்டை வந்தபோது, அவர் உதடுகள் துடித்திருக்கின்றன.

'என்ன ஆச்சு... மாப்பிள்ளைப் பையனோட சண்டை போட்டியா? அவனைப் பிடிக்கலைன்னு ஏதாவது சொன்னியா?'

'இல்லையே! ஐயோ, இது என்ன?' என்றாள்.

'பின்ன ஏன் அவா 'கல்யாணம் இப்ப வேண்டாம். தள்ளிப் போடலாம்னு' சொல்றா.'

'எனக்கு என்ன தெரியும்?'

இதற்குள் கமலம் வந்து 'என்னவாம்?' என்றாள்.

‘போனா பிடிகொடுத்தே பேசலை! கல்யாணம் இப்ப வேண்டாம் கறா... சீக்கிரம் கல்யாணம் முடிச்சுரணும்னு நமக்கு விருப்ப மிருந்தா வேற இடம் பார்க்கறதுக்கு அவாளுக்கு ஆட்சேபணை இல்லையாம்!’

‘ஐயோ!’

‘நிச்சயதார்த்தம் ஆனப்புறம் பேசற பேச்சா இது?’

‘பிள்ளையப் பெத்துட்டா என்ன வேணா பேசறதா, இவ கல்யாணம் நின்னுபோயிடுத்துன்னு தெரிஞ்சா மத்தவா எப்படி ஜாதகம் கொடுப்பா?’

அனிதா, ‘அப்பா இதில் எனக்கு ஏதும் சம்பந்தமில்லை; நான் போகலாமா?’ என்றாள்.

‘இரு... நீ என்னவோ சொல்லித்தான் அந்த மாதிரி திடீர்னு மனசு மாறிட்டா...’

‘நான் ஏதும் சொல்லவே இல்லை. என்னை ஏன் இப்படி அபாண்டமாச் சொல்றார் அப்பா?’ என்றாள் கண்ணீருடன்.

‘பின்ன எதுக்காக இப்படி சுவிட்ச் போட்டாப் போல மாறணும்?’

‘எதுக்காக மாறினாலும் அனிதா அதுக்குக் காரணம் இல்லை. அவ ஏதும் சொல்லியிருக்க மாட்டா... அனிதா, நீ ரூமுக்குப் போ...’ என்றாள் கமலம்.

‘இரு... அன்னிக்கு கார்ல வந்து எறங்கினியே... அது யாரு?’

‘அதான் சொல்லியாச்சேப்பா... வைரவன்னு ஒருத்தர்... அவர் எங்க காலேஜுக்கு டொனேஷன் தந்தார்...’

‘அவ்வளவுதானே? காதல் கீதல்னு ஏதும் இல்லைதானே?’

‘ஏன் இப்படி அசிங்கமா எல்லாம் கேள்வி கேக்கறீங்க?’ கமலம் கேட்டாள்.

‘இதெல்லாம் உனக்குத் தெரியாது... இந்த நாள்ல அவாள்லாம் சுதந்தரமானவா! காதல்னு ஒண்ணு புதுசா வந்திருக்கு! உனக்குத் தெரியாது! உன் பொண்ணு லேசுப்பட்டவ இல்லை! முதல்ல யிருந்தே இந்தக் கல்யாணத்தில இவளுக்கு இஷ்டமில்லை.

அதை எப்படியாவது நிறுத்திடணும்னு கருக்கட்டிண்டு பண்ணிட்டா...'

அனிதா அவரை அடிபட்ட கண்களுடன் பார்த்தாள்.

தன் அறைக்கு வந்தபோது அனிதாவுக்குப் படிப்பில் மனசு ஓடவில்லை... 'என்ன காரணமாக இருக்கும்? எதனால் திடீர் என்று வேண்டாம் என்று சொல்லிவிட்டார்கள்? ஒரு வேளை...'

'அனிதா, என்கிட்ட சொல்லிட்டல்ல... ப்ராப்ளம் ஸால்வ்டு.'

'இந்தக் கல்யாணம் நின்றதில் அல்லது தள்ளிப் போடப்பட்டதில் ஏன் எனக்குச் சந்தோஷமில்லை? ஏன் எனக்குப் பயமாக இருக்கிறது? வைரவனுக்கு போன் பண்ணியது தப்புதான். ஆனால், வைரவனுக்கும் சுரேஷுக்கும் என்ன சம்பந்தம்?' - குழப்பமாக இருந்தது.

கூடத்தில் அவள் விமரிசிக்கப்பட்டாள்.

'எப்பப் பார்த்தாலும் போன் போன்னு உசேனியா கடைலேயே பழி கிடக்கிறது... அந்த குஜராத்திப் பொண்ணு வந்தா மணிக் கணக்கிலே குசுகுசுன்னு பேசிக்கிறது... இதையெல்லாம் கவனிக்கலைன்னு நினைச்சியா? உம் பொண்ணு லேசுப்பட்டவ இல்லை. என்னவோ சொல்லி அந்தப் பையன் மனசைக் கெடுத்திருக்கா.'

'அவளையே சொல்லிண்டிருக்கீங்களே... ஒண்ணு சொல்றேன் கேட்டுக்குங்கோ... உங்க அக்கா இருக்காளே, அவ ஏன் இந்தக் காரியம் பண்ணியிருக்கக் கூடாது?

'அக்காவா! என்ன உளர்றே?'

'அவளுக்குத்தான் கல்யாணத்துக்கு அவ பொண்ணு வனிதா இருக்காளே! நல்ல வரன்னு எப்படியாவது இந்தக் கல்யாணத்தை நிறுத்த, இல்லாததையும் பொல்லாததையும் சொல்லி மொட்டைக் கடிதாசி ஏதாவது எழுதிட்டாளோ என்னவோ, யாருக்குத் தெரியும்?'

'என்ன சொன்னே?' என்று அப்பா கோபத்தின் உச்சத்தில் கத்தினார்.

‘இப்ப கேட்டுடறேன்... இப்பவே அக்காவைக் கேட்டுடறேன்... இதில தப்பான அபிப்ராயம் வேண்டாம். இப்பவே கேட்டுட றேன்’ என்றார்.

‘கேட்டா இல்லைன்னுதான் சொல்வா. என்னைத் திட்டுவா; நீங்க அனிதாவை - நம்ம குழந்தையையே - அபாண்டமா சொல்றது எத்தனை நியாயம்? அத்தனை கோபம் வர்றதே! நம்ம குழந்தையை - பெத்த பொண்ணையே குறை சொல்றது என்ன நியாயம்னு யோசிச்சுப் பார்க்க மாட்டீங்களா? உங்களுக்கு உங்காத்து மனுஷா அத்தனை பேரும் நல்லவா... எம் பொண்ணுதான் கெட்டவ!’ என்று கமலம் சொல்ல,

‘அவ எம்பொண்ணும்தான்’ என்றார் மகாதேவன்.

‘இப்ப என்ன ஆயிடுத்து... இந்த வரன் இல்லாட்டா வேற வரன்.’

‘அவ மனசில என்ன வெச்சுண்டிருக்கான்னு கேட்டுரு.’

‘ஒண்ணுமில்லை! ‘மேல படிக்கணும். இந்த வருஷம் கல்யாணம் வேண்டாம்’னுதான் சொல்றா. வயசு என்ன வயசுங்கறேன் அவளுக்கு? எதுக்காக அவசரப்படணும்?’

‘இப்படியே சொல்லிண்டு முப்பது வயசு வரைக்கும் தள்ளிப் போடணுமா?’

அனிதா இதையெல்லாம் விடாமல் கேட்டுக்கொண்டிருந்தாள். ‘போதுமே, உங்கள் சண்டையை நிறுத்துங்களேன்... நிறுத்துங் களேன்’ என்று மனசுக்குள் இரைந்து கத்தினாள்.

‘நான் அவர்கள் சொல்லும் மாலைக்கு கழுத்தை நீட்டவேண்டிய அடிமை!’ ஜன்னலுக்கு வெளியே பார்த்தாள். ஒரு மாமி லூனாவில் ஆடைகள் இறக்கைகள் போலப் பறந்து சென்று கொண்டிருந்தாள். எத்தனை சுதந்தரம் இவளுக்கு!’

ஆனால், விளிம்பில் ஒரு சந்தோஷம் இப்போது இருக்கத்தான் செய்தது.

கல்யாணம் இப்போது கிடையாது.

கல்யாணம் இப்போது கிடையாது.

‘மிஸ் அனிதா... எப்படி உங்களுக்கு சோமாலியாவுக்கு வந்து உதவி செய்யணும்னு தோணிச்சு?’

'இந்தக் குழந்தைகளின் கண்களில் கடவுளைக் காண்கிறேன்'னு டைம் பத்திரிகைல ஒரு லெட்டரைப் பார்த்தேன்.'

மதுவுக்கு போன் செய்து பேசவேண்டியது கட்டாயம் என்று தோன்றியது. அப்பா தன் ரெக்ஸின் பை, ஸஃபாரி ஸூட், காலருக்குள் செருகப்பட்ட கைக்குட்டை, வெற்றிலைப் பெட்டி இவற்றுடன் கிளம்பினதும்தான் அனிதா, ரூமை விட்டு வெளியே வந்தாள்.

சமையல் அறையில் ஜிம்புவுக்குச் சாப்பாடு கட்டிக் கொண்டிருந்த அம்மாவிடம் சென்று மேடைமேல் சாய்ந்து கொண்டு, 'என்னம்மா பண்றே?' என்றாள்.

'அனி... நன்னாக் கேட்டுட்டேன்! பூனைக்கும் ஒரு காலம் வரும்னு உன் அத்தைதான் அவாளுக்கு ஏதாவது மொட்டைக் கடிதாசி எழுதியிருக்கணும் அனி. நீ ஏதும் பண்ணலைதானே கண்ணு...?'

'இல்லைம்மா... நான் ஏதும் செய்யலை!'

'பின்ன ஏன் வேண்டாம்னு அவா சொல்லிட்டா?'

'சொல்லிட்டுப் போகட்டுமேம்மா... அதனால என்ன?'

'அதானே, என் செல்லத்தைக் கட்டிக்க க்யூல காத்துண்டிருக்கான். என்னைக் கேட்டா, நீ சீதாவையே...'

'அம்மா, மறுபடி ஆரம்பிக்காதேம்மா! எனக்கு பணம் வேணும். மதுவோட ரூமுக்குப் போய் கம்பைன் ஸ்டடி பண்ணணும்' என்றாள்.

'போயிட்டு வாம்மா அனி! எனக்கு உம்மேல சந்தேகமே இல்லை. நான் பெத்து வளர்த்த செல்வம் நீ. குடும்பம் தலை குனியும்படியா எந்தக் காரியமும் செய்ய மாட்டே. எனக்குத் தெரியும். செய்யமாட்டேதானே?'

'மாட்டேம்மா.'

அம்மா பத்து ரூபாய்தான் கொடுத்தாள். மதுவிடம் கடன் வாங்கிக்கொள்ளலாம் என்று அவசரத்தில் அனிதா புறப்பட்டு விட்டாள். உசேனியா ஸ்டோர்ஸைத் தாண்டும்போது அந்தக்

கப்பல் கார் அவளைத் தாண்டி கொஞ்சம் தூரம் போய் நின்றது. அதிலிருந்து சீருடை டிரைவர் இறங்கி வந்தான்.

'அம்மா உங்களுக்காகத்தான் கார் கொண்டாந்திருக்கேன்...'

அனிதா விழித்தாள். 'யாரு?'

'வைரவன் சார் அனுப்பிச்சாருங்க. இப்பத்தான் வெளிநாட்டி லிருந்து வந்தாரு...'

அனிதா சுற்றும் முற்றும் பார்த்தாள். காதரும் ஜமாலும் பார்த்துக் கொண்டிருந்தார்கள்.

'உங்களைக் கட்டாயமா கூட்டி வரச் சொன்னாரு...'

'நான் மதுவோட ரூமுக்குப் போகணும்...'

'எங்கே போனாலும் அங்கே அழைச்சுட்டுப் போகச் சொன்னாரு. எப்ப ஃப்ரீயோ அப்ப கூட்டி வரச் சொன்னாரு. இன்னிக்கு முழுக்க உங்களுக்குத்தான் காரு...'

'நான் பஸ்ல போறேன்...'

'சரி, போங்க. பின்னாடி வரேன். உங்களை அழைச்சுட்டு வரலைன்னா என் வேலை போயிடும்மா...'

'நீங்க திரும்பிப் போங்க. நான் போன் பண்றேன்னு சொல்லுங்க...'

'இல்லீங்க... அவர் எனக்கு இந்த ட்யூட்டிதான் கொடுத்திருக் காரு. என்னம்மா தயக்கம்? கார்ல ஏர்றதில் என்ன தயக்கம்?'

அனிதா பஸ்ஸில்தான் சென்றாள். திரும்பிப் பார்த்தபோது அந்த கார், பஸ்ஸைத் தொடர்ந்து வருவதைக் கவனித்தாள். மதுவின் அறைக்குச் சென்று புரட்டி எழுப்பினாள்.

'ஹாய்!'

தூக்கம் நிறைந்த கண்களுடன், 'ராத்திரி பார்ட்டில மூணு ஜின் அடிச்சுட்டேனோ... கலக்கிருச்சு! என்ன விஷயம்' என்றாள்.

'என் கல்யாணம் நின்னுபோச்சு மது...'

'அப்படியா... ஏன், அப்பாகிட்ட தைரியமா சொல்லிட்டியா?'

'இல்லை. அவங்களே வேண்டாம்னுட்டானுங்க...'

'முதல்ல அவங்கதான் ரொம்ப உற்சாகமா இருந்தாங்கன்னு சொன்னே...'

'எனக்கு என்னவோ சந்தோஷம்தான்' என்றாள் அனிதா.

மது ஜன்னலைத் திறந்து, 'என்னது...கார் நிக்குது. எனக்கு வைரவன் அனுப்பிச்சிருக்காரு... ஒரு நிமிஷம்' என்றாள்.

'மது - அந்த கார் வந்து...'

'ஒரு நிமிஷம், ஒரு நிமிஷம்' என்று அனிதா முன்னாலேயே தன் சட்டையை முழுவதும் கழற்றி வேறு மாட்டிக்கொண்டு கீழே ஓடினாள்.

சற்று நேரத்தில் திரும்ப வந்து 'கார் உனக்காக வந்திருக்கு' என்றாள் ஏமாற்றத்துடன்.

'அதைச் சொல்ல வர்றதுக்குள்ள நீ...'

'அந்தாளு நிச்சயம் உன் மேலதான் பைத்தியமா இருக்காருன்னு நிரூபணம் ஆயிருச்சு. இட்டாலின்னு சொன்னாங்க?'

'திரும்பி வந்துட்டாரு.'

'உன்னைப் பார்க்கத்தான். நீ... நீ.. எப்படி இதை உங்க அப்பா அம்மாகிட்ட சொல்லப்போறே?'

'என்ன சொல்லணும்?'

'வைரவன்னு ஒருத்தர் எனக்காக கன்னாபின்னான்னு கார் அனுப்பிச்சு, காத்து, என்னைக் காதல் பண்ணிக்கிட்டு இருக்காருன்னு...'

'மது... இப்பத்தான் சுரேஷ்கிட்டேருந்து தப்பிச்சிருக்கேன். இனி வைரவன்கிட்டேருந்து தப்பிச்சாகணும்!'

'ஒண்ணு சொல்லட்டுமா? நான் கூட வரேன். அவரைப் போய்ப் பார்த்துட்டு, 'என்னைத் தொந்தரவு செய்யாதீங்க. ரெண்டு பேரும் வேற வேற ஜாதி... இதுக்கு பேரண்ட்ஸ் ஒருக்காலும் ஒப்புக்க மாட்டாங்க'ன்னு இப்பவே சொல்லிரலாம். என்ன?'

'வேண்டாம்' என்றாள் அனிதா.

11

மது, அனிதாவை நேராகத் துளைப்பது போலப் பார்த்து, 'இப்ப புரியுது' என்றாள்.

'என்ன?'

'உனக்கு உள்ளால வைரவன் மேல இஷ்டம்தான்.'

'சேச்சே! அந்தாள நிமிர்ந்துகூடப் பார்த்ததில்லை இது வரைக்கும்....'

'நான் நிமிர்ந்தே பார்த்துட்டேன், சோக்காவே இருக்காரு. அதும்.. அவர் போற வெளிநாட்டு காரும் போட்டிருக்கிற வெளிநாட்டுக் கண்ணாடியும் தனி அழகு சேக்குது. அவர் மூச்சுலகூட தங்கப் பொகை தெரியுது.'

அனிதா சிரித்தாள். 'எப்பப் பார்த்தாலும் பணம்தாண்டி உனக்கு. உங்க அப்பாகிட்ட இருக்கற பணம் பத்தாதா?'

'வைரவன் பணங்கிறது வேறவிதமான பணம். மெகா மெகா மெகான்னு சொல்லுவாங்க. இந்தியாவிலேயே இந்த மாதிரி பணம் படைச்சவங்க பத்து பேர்தான் இருப்பாங்க. அந்த லெவல்.'

'அப்படிப்பட்ட ஆளு எதுக்காக என் பின்னாடி அலையறாரு?'

'அதான் எனக்கும் ஆச்சரியமாக இருக்குது. பம்பாய்ல யாரையோ ஃபிலிம் ஸ்டாரை வைரவன் கட்டிக்கப்போறதா ஒரு ஆங்கிலப் பத்திரிகைல வதந்தி...'

‘எல்லாமே குழப்பமா இருக்கு.’

‘நேர சந்திச்சு விஷயத்தை உடைச்சுப் போடு, ஏன் தயக்கம்?’

‘பார்க்கலாம்… எனக்கு அவரைச் சந்திக்க பயமா இருக்கு…’

‘என்ன பயம்?’

‘என்னைச் சம்மதிக்க வச்சிடுவாரோன்னு… வேண்டாம்… சந்தர்ப்பம் கிடைக்கிறபோது நானே சொல்லிடறேன். தைரியத்தை வரவழைச்சுக்க ஒரு வாரமாவது வேணும்.’

‘ஒங்கிட்ட என்னதான் இருக்குதுன்னு அந்தாளு இப்படி மாய றாரு? காமி’ என்று அனிதாவின் முகத்தைத் திருப்பினாள் மது.

‘சுரேஷை இவர்தான் மனம் மாற வெச்சிருப்பாருன்னு தோணுது. என்கிட்ட அட்ரஸ் கேட்டார் ஒரு தடவை’ என்றாள் அனிதா.

‘அதை எங்கிட்ட சொல்லவே இல்லையே. அப்ப பேச்சு வார்த்தை நடந்துக்கிட்டுதான் இருக்கு?’

‘அவர்தான் அடிக்கடி உசேனியா ஸ்டோர்ல போன் பண்ணு வார்.’

‘இட்டாலிலேருந்தா?’

‘இட்டாலிலேருந்தும்!’

மது அவளைக் கடுமையாகப் பார்த்து, ‘சொல்லவே இல்லை பார்த்தியா நீ’ என்றாள்.

‘நிச்சயதார்த்த கலாட்டாவில உன்னை நான் பார்க்கவே இல்லையே…’ என்றாள் அனிதா.

மது ஜன்னல் வழியாக எட்டிப் பார்த்து, ‘இன்னும் கார் காத்துக்கிட்டுத்தான் இருக்கு. வா… போகலாம்’ என்றாள்.

‘என்னவோ போல இருக்கு மது… எங்க போனாலும் கார் அனுப்பி, வேட்டை நாய் மாதிரி என்னைத் தொடர்றது.’

‘கார் அனுப்பிச்சா ஏறிக்க, அதான் லைஃப்ல என் கொள்கை. அந்தாளுக்கு உன் மேல் அப்படி ஒரு ஈர்ப்பு… இப்பதான் மாட்ன நீ…’

மது அவளை அழைத்துக்கொண்டு வாசலுக்கு வந்தபோது கார் கதவை டிரைவர் திறந்து விட்டான்.

'ஏ.ஸி. போட்டிருக்குதாப்பா? டிரைவர்' என்றாள் மது.

டிரைவர் அவளுக்குப் பதில் சொல்லாமல், அவர்கள் உட்கார்ந் ததும் கதவைச் சாத்திவிட்டு தன் சீட்டில் உட்கார்ந்து கொண்டு 'எங்கே போகணும்?' என்றான்.

'மவுண்ட் ரோடுல ஸ்பென்ஸர்ஸ் போங்க. அங்க போய் ஒரு ஐஸ்க்ரீம் சாப்டுட்டு, பீச்சுக்குப் போய் இன்னொரு ஐஸ்க்ரீம் சாப்பிட்டு அப்படியே ஒரு...'

அனிதா மதுவை முறைத்துப் பார்த்தாள்.

'என்ன மொறைக்கிறே... கமான் ஜாலியா அனுபவிப்போம் வா...' என்றாள் மது.

தெருக்காட்சிகளை மட்டும் காட்டி ஓசையை வடிகட்டிவிட்ட அந்த ஐஸ்க்ரீம் பார்லரில் அனைவரும் இளைஞர்களாக இருந்தார்கள். எல்லாப் பெண்களும் ஆளுக்கொரு ஆடவனுடன், ஆளுக்கொரு மோட்டார் சைக்கிள் பின்பாகத்தில் ஒட்டிக் கொண்டு வந்து இறங்க... ஆண்கள் விதிவிலக்கில்லாமல் டீ-ஷர்ட், ஸ்னீக்கர், ஒரு காதில் கடுக்கன் என்று சென்னைத் தமிழனுடன் ஒட்டாத வேற்றுலக மனிதர்கள் போலத் தோன்றி னார்கள். ஐஸ்க்ரீம் நக்கல்களுக்கிடையே மொத்தம் பதினெட்டு வார்த்தைகள் வொகாபுலரி ஆங்கிலத்தில் பேசிக் கொண்டிருந் தார்கள்.

'நமக்கு யாரு பணம் கொடுப்பாங்க?' -அனிதா கேட்க.

'பணமா? போடி போடி பைத்தியக்காரி' என்றாள் மது.

'பணத்துக்கென்ன... ஷாப்பே என்னதுதானே!' என்று குரல் கேட்க... திரும்பிப் பார்த்தால் வைரவன்!

'மை காட்! வந்துட்டீங்களா... நாங்க இங்க இருக்கிறது எப்படித் தெரிஞ்சது?' என்றாள் மது.

வைரவன் புன்னகையுடன் நாற்காலியை இழுத்து அருகில் போட்டு உட்கார்ந்தான்.

‘டிரைவர் போன் பண்ணான். எப்படி இருக்கே அனிதா? என்ன ரொம்ப பிகு பண்றியே... கூப்ட்டா வர மாட்டியா?’ என்று கேட்ட வைரவன், பக்கத்தில் நின்ற மானேஜரிடம் ‘பீட்டர் - நோ போன் கால்ஸ் ப்ளீஸ்!’ என்றான்.

வைரவன் க்ரே கலரில் ஸூட் அணிந்துகொண்டு அந்தக் கூட்டத்தில் அந்நியனாகத் தெரிந்தான்.

‘ஸாரி - பிரிட்டிஷ் டெலிகேஷனைப் பார்க்கப் போக வேண்டியிருந்தது... அதுக்காக ஸூட் போட வேண்டியிருக்கு. நானும் அப்பப்ப பொம்மை பனியன் போடறவன்தான்.’

வைரவன் அந்தக் கடைக்குச் சொந்தக்காரன் என்பது வெயிட்டர்களின் மரியாதையிலிருந்து தெரிந்தது.

‘என்ன அனிதா, பேசமாட்டியா? கல்யாணம் என்ன ஆச்சு?’

‘நின்னு போச்சு’ என்றாள் மது.

‘அப்படியா?’

‘தெரியாதமாதிரி கேக்கறீங்க?’

‘தெரியாது’ என்றான் கண்ணைச் சிமிட்டிக்கொண்டு! ‘உங்களுக்குச் சந்தோஷம்தானே...’ என்றான்.

முதன் முறையாக அவனை முழுசாக நிமிர்ந்து பார்த்தாள். ‘யார் இந்தப் பிரஜை? என்னைப் பிடிவாதமாகத் தொடரும் இவன் யார்?

வைரவன் மாநிறமாக இருந்தான். தலைக்கு எண்ணெய் போடாமலிருந்தாலும் ஒருவிதமாகப் படிந்துதான் இருந்தது. தலை நிறைய முடி. கண்களுக்கு மையிட்டது போல லேசான கறுப்புத் தீற்றல். பொய் இல்லாமல் தயக்கமும் இல்லாமல் ஒரு ஸ்கானர் போல எதிராளியை வருடி உள்ளுக்குள் இருக்கும் எண்ணங்களை வெளியே கொண்டுவந்துவிட முயற்சிக்கும் பார்வை. புருவத்தில், நெற்றியின் அமைப்பில் வைராக்கியம். நினைத்ததை முடிப்பவன் என்ற செய்தி மறைவாக அவன் தோற்றத்தின் அத்தனை அம்சங்களிலும் எழுதியிருந்தது.

‘வைரவன் சார்... உங்ககிட்ட ப்ளேன் இருக்குதாமே... சொந்தமா?’

‘என்னது இல்லை... கம்பெனி ப்ளேன். போலாமா வர்றீங்களா?’

‘எங்கே?’

‘சும்மா பெங்களூர் வரை!’ என்றான் அனிதாவைப் பார்த்து. ‘ரொம்பச் சத்தமா இருக்குது இல்ல... உள்ள ஏ.ஸி. ரூம்ல போய் உட்காரலாமா?’ வைரவன் கேட்க,

‘இல்லை. இங்கேயே நல்லா இருக்கு’ என்றாள் அனிதா.

‘அப்பாடி... பேசிட்டீங்க! சந்தேகமாவே ஆயிருச்சி... ஒருக்கால் ஊமையோன்னுட்டு.’

இதற்குள் பக்கத்து மேஜை இளைஞனின் பனியனுக்குள் அவன் சிநேகிதி ஐஸ்கிரீமை வழுக்கிவிட, அவன் ஆரவாரத்துடன் பனியனைக் கழற்ற... எல்லோரும் கைதட்டிக் கூச்சல் போட்டார்கள்.

வைரவன் அவனிடம் சென்று, ‘கொஞ்சம் சத்தம் போடாம இருக்கீங்களா... நாங்க பேசிக்கிட்டு இருக்கோமில்லை?’ என்றான்.

அதற்கு அந்த இளைஞன் ‘பிஸ் ஆஃப்’ என்றான். மற்றொருவன் ‘ஸ்பீக் இங்கிலீஷ்’ என்றான்.

வைரவன் நிதானமாகத் தன் கோட்டைக் கழற்றி அருகில் கொடுத்துவிட்டு, சட்டையின் கைகளை மடக்கிக்கொண்டு அஞ்சு விரல்களையும் அவன் முகத்தில் அழுத்தி அவனைத் தள்ளினான்.

அப்படியே பின்னோக்கி விழுந்தவன், எழுந்து வைரவனை மூர்க்கத்தனமாகத் தாக்க வர... மறுபடி மிக எளிமையாக வைரவன் தன் இரண்டு கைகளையும் பாக்ஸர் போல வைத்துக் கொண்டு சட்டென்று ஒரு குத்துவிட, அவன் சில்லு மூக்கு உடைந்து ரத்தம் சிந்தியது. சிலர் தடுத்து நிறுத்த முயல...

வைரவன் தன் இருப்பிடத்தில் வந்து உட்கார்ந்துகொண்டான். அனிதாவுக்கு பயத்தில் முகம் வெளிறிப் போயிருந்தது.

‘எதுக்குப் பயப்படறே? காலேஜ் பாக்ஸிங் சாம்பியன் நான். இவங்கள்லாம் வத்தக் காச்சிங்க...’ என்றவன். ‘பீட்டர்

அந்தாளைக் கொஞ்சம் வெளியே கொண்டு கொட்டிரு. தமிழ் நாட்ல வந்து இங்கிலிஷ்ல பேசணுமாம் அவனோட...'

இன்னமும் அரற்றிக்கொண்டிருந்த அந்த இளைஞனை தரை தேய்க்க அழைத்துச்சென்று வெளியே தள்ளிவிட்டார் பீட்டர். அவன் 'மோதலாமா' என்று யோசிப்பதற்குள் அவன் சிநேகிதி மற்றொரு மோட்டார் பைக்கில் வேறொருவருடன் பின் சீட்டில் ஏறிக்கொண்டு போய்விட்டாள்.

'இந்த இடம் டிஸ்கோ ஜாயிண்ட் மாதிரி ஆயிருச்சு. நிறுத்திரப் போறேன்' என்றான் வைரவன்.

'நிறுத்திராதீங்க சார்... எங்களுக்கெல்லாம் இது ஃபேவரைட் ஜாயிண்ட்' என்றாள் மது.

'அப்படியா... உனக்கு அனிதா?' - வைரவன் கேட்க.

'இது வெறும் சுண்டெலி. எப்பப் பார்த்தாலும் படிப்புதான் இவளுக்கு' என்றாள் மது.

'அப்படியா?' என்று அனிதாவைப் பார்த்தபோது, அவள் ஒருமுறை பார்த்துவிட்டு பார்வையைத் தழைத்துக்கொண்டாள்.

'நான் க்ளாஸ்ல எப்பவும் பின் பெஞ்சுலதான் உட்காருவேன். தவறி பாஸ் பண்ணிட்டேன். அப்பா ஹார்வர்டு அனுப்பிச்சாங்க. எம்.பி.ஏ. பண்ணிட்டு வந்தேன். உபயோகமில்லாத எம்.பி.ஏ! தமிழ்நாட்டுல அமெரிக்க மேனேஜ்மெண்ட் செல்லாது. இங்க வேற மாதிரி சங்கடம். படிச்சதெல்லாம் வேஸ்ட்' என்றான் வைரவன்.

'கமான் வைரவன்... சும்மா சொல்றீங்க' என்றாள் மது.

'நிஜம்மா! இந்தியாவுல எதையுமே வெலைக்கு வாங்கிரலாம்.'

'எதையுமேன்னா?'

'எதையுமே! விசுவாசம், பாசம், ஒத்துழைப்பு, மரணம் எல்லாத்துக்கும் வெலை இருக்கு. என்ன விலை... யார் கிட்ட கொடுக்கணும்ங்கறது ரெண்டும் தெரிஞ்சாப் போதும். இப்பப் பாருங்க... ஒரு ஜாயிண்ட் செக்டர் ப்ராஜெக்ட் எடுத்திருக்கேன். எஸ்.எஃப்.ஸில லொள்ளு பண்றாங்க. பணம் எதிர்பார்க்கறாங்கன்னு

தெரியுது. அப்பத்தான் லோன் ஸாங்ஷன் ஆகும். ஆனா, சரியான பார்ட்டிக்குக் கொடுக்கணும். இல்லை. நடுவில காணாமப் போயிரும்!'

அனிதாவைக் கவனித்தான்.

'உனக்கு ஏதும் புரியலை இல்லை?' என்றான் வைரவன்.

'இல்லை...'

இதற்குள் வைரவனிடம் கார்ட்லஸ் போனை ஒருவன் எடுத்து வந்து மரியாதையாகக் கொடுத்தான்.

'ஜோடி... எங்கிருந்துரா பேசறே? ஸாரி... இதோ வந்துடறேன்!' என்று எழுந்த வைரவன் புறப்பட்டுச் செல்லுமுன்... அனிதாவை நோக்கி,

'உங்கப்பா பேரு மகாதேவன்... ரைட்?' என்றான்.

'ஆமாம்.'

'ஞாயிற்றுக்கிழமை வூட்ல இருப்பாரா?'

'இருப்பார்... எதுக்கு?'

'வந்து பார்க்கிறேன் அவரை...' என்று வைரவன் புன்னகையுடன் புறப்பட்டுச் சென்றான்.

12

ஞாயிற்றுக்கிழமை வீட்டுக்கு வருகிறேன் என்று வைரவன் சொன்னது அனிதாவுக்குச் சங்கடமாக இருந்தது. ‘எதுக்காக வரார்?’ என்று மதுவிடம் கேட்டாள்.

‘எனக்கு என்ன தெரியும்? ஒருவேளை உன்னைப் பெண் கேக்க வராரோ என்னவோ? உன்னைக் கண்டதும் பிடிச்சுப் போயிருச்சு... அனி, ரொம்ப லக்கி நீ... உன்னைப் பார்த்ததுமே அவர் கண்ணு சாஸர் மாதிரி விரியுது... நிச்சயம் இது காதல்தான்!’

‘சே, உளறாதே!’

‘அந்த ஆளு செகண்டுக்கு ஒரு லட்சம் சம்பாதிக்கக்கூடியவர்... உனக்காக ஐஸ்க்ரீம் பார்லர்ல வந்து காத்துக்கிட்டிருக்காருன்னா என்ன அதிர்ஷ்டம் பண்ண பொண்ணு நீ? உன்கிட்ட என்னத்தைப் பார்க்கறாருன்னு ஆச்சரியமா இருக்கு. சில வேளைங்கள்ல இந்த ஆம்பளைங்க எதுக்கு மயங்கறாங்கன்னு சொல்லவே முடியலை...’

‘எங்க வீட்டில இவரை உள்ள சேர்க்கமாட்டாங்க...’

‘சேர்த்துப்பாங்க, சேர்த்துப்பாங்க. ஒரு லெவலுக்கு மேல பணம் இருந்தா ஜாதிங்கறதுக்கு அர்த்தமெல்லாம் போயிரும்...’

‘நான் அதைச் சொல்லலை.’

மது, ‘நீ என்ன சொல்றியோ... அனி ஃப்ரெண்டுனு சொல்லிக்கிட்டு நான் எல்லாச் சலுகைகளையும் உபயோகப்படுத்திக்கப்

போறேன்' என்று போன் பக்கம் சென்று நம்பரைச் சுழற்றி, 'சீதள், நான் மது பேசறேன்... ஹாய் எப்படி இருக்கே? நான் நல்லா இருக்கேன்! ஒண்ணுமில்லை... அனி வந்து ஒரு வாரத்துக்கு ஒரு மாருதி கார் அனுப்ப முடியுமான்னு கேக்கச் சொன்னாங்க' என்ற மது தொடர்ந்து,

'காண்டெஸா வேண்டாங்க. ஓட்ட முடியாது என்னால... அப்படியா? கொஞ்சம் இருங்க, அட்ரஸ் சொல்றேன்...' என்றாள்.

அனிதா அவளை முறைத்துப் பார்த்தாள். 'மது நீ செய்யறது நல்லாவே இல்லை. இது வேறெதிலயாவது பெரிசா கொண்டு போய் விட்டுவிடப் போறது...'

'என்ன போச்சு? அந்தாளு பேரைச் சொல்லிட்டு எத்தனை பேர் இந்த நகரத்துல கார்ல போய்க்கிட்டிருக்காங்க தெரியுமா? பட்டத்து இளவரசி நீ, உனக்கில்லாத மாருதியா?'

மதுவை மார்பில் குத்தினாள் அனிதா, 'நீ பண்றது ஒண்ணுகூட நல்லால்லை மது...'

'அப்ப ஏன் என்கூட ஃப்ரெண்டா இருக்கே?'

'அதான் புரியலை...' என்றாள்.

சனிக்கிழமை லைப்ரரிக்குப் போயிருந்தாள் அனிதா. எப்போதும் லைப்ரரியன் சிடுசிடுப்பார். ஒரு நாள் லேட்டானாலும் கத்துவார். இன்று புத்தகம் ஒரு வார லேட். 'பரவாயில்லை... எக்ஸ் டென்ஷன் போட்டுடறேன் அனிதா' என்றார் லைப்ரரி மாமா.

அனிதா ஆச்சரியத்துடன், 'என்ன ஆச்சு...' என்றாள்.

'ஒனக்கில்லாத புஸ்தகமா? ஏதாவது டெக்ஸ்ட் புக் வேணும் னாலும், ரெஃபரன்ஸ் புக் வேணும்னாலும் கேளு அனிதா...' என்றார்.

அனிதா இந்த மன மாறுதலுக்குக் காரணம் புரியாமல் திணற...

'வேணும்னா புது புஸ்தகங்களுக்குப் பணம் தரேன்னு சொல்லி யிருக்கார்...' என்றார் லைப்ரரி மாமா.

'யாரு?'

'மிஸ்டர் வைரவன். இந்த லைப்ரரி ப்ளாக்கையே இடிச்சு ஏஸி பண்ணலாம்னு சொல்லியிருக்காரு...'

'வைரவன் இங்க வந்தாரா?'

'ஆமா... நேத்து சாயங்காலம் வந்திருக்கார். நீ இங்க வந்ததா யாரோ சொல்லக் கேட்டு உன்னைத்தான் விசாரிச்சுட்டு வந்தார். அப்பத்தான் 'இங்க அடிக்கடி அனிதா வருவாளா?'ன்னு கேட்டார். வருவா நிறைய புஸ்தகம் எடுத்துட்டுப் போவாளேன்னேன். உன் கையெழுத்தைக் காட்டச் சொன்னார். அப்புறம்தான் ஒரு கோரிக்கையா லைப்ரரியைப் புதுப்பிக்கணும்னு நான் சொன்னேன். உடனே க்ராண்ட் கொடுக்கறதா சொல்லிட்டாரு. பிரின்ஸிபாலுக்கு ரொம்ப குஷி!'

அனிதாவுக்கு ஏனோ கோபம் வந்தது. மறுநாள், ஹாஸ்டலுக்குச் சென்றுவிட்டு வீட்டுக்குப் போனால் கூடத்தில் பெரிய மலர்க் கொத்து - கண்ணாடித்தாளும் ரிப்பனும் சுற்றி வைத்திருந்தது. தட்டில் ஆப்பிள் பழங்களும், அல்பான்சோ ஏற்றுமதி மாம்பழங்களும் வைக்கப்பட்டிருந்தன.

'அனி, யார் வந்திருந்தா தெரியுமோ?'

'யாருப்பா' என்றாள், ஈனஸ்வரமாக.

'வைரவன்!'

'எதுக்கு...' என்றாள், தயக்கத்துடன்.

'சும்மா பார்த்துட்டுப் போகலாம்னு வந்தார்... நம்ம ஃபேமிலியைப் பற்றியெல்லாம் தெரிஞ்சு வெச்சிண்டிருந்தார். சீதாராமனுக்கு வேலை போட்டுக் கொடுத்துட்டார். அப்ரெண்டிஸா ஆர்.வி. கம்பெனில அக்கவுண்ட்ஸ் டிபார்ட்மெண்டுக்கு வரச்சொல்லி... இதே போல ஜிம்புவுக்கும்... எப்பேர்ப்பட்ட மனுஷன் தெரியுமா?'

'எதுக்காக வந்தாராம்?'

'சும்மாதான். வீட்டைப் பார்க்கறதுக்கு வந்தார்... இந்த ப்ளாக்கையே வாங்கப் போறார். வீடு என்ன கண்டிஷன்ல இருக்குன்னு பார்க்கறதுக்கு வீட்டுக்காரனோடு வந்தார். வீட்டு ஓனர் ரொம்ப நெர்வஸா, 'மாமா மூணு வருஷமா ஒய்ட்வாஷ்,

ரிப்பேர் பண்ணாததையெல்லாம் சொல்லாதீங்க மாமா'ன்னு என்கிட்ட கேட்டுண்டான். வைரவன் அதெல்லாம் பார்க்கலை. வீட்டைப் பார்த்தார். செட்டில் பண்ணிட்டார். அப்பதான் விசாரித்தார். என்ன ஏதுன்னு? என்னைக்கூட ரிடையர்மெண்ட் ஆனதும் வேலைக்கு வரச் சொல்லியிருக்கார். அவர் என்ன சொன்னார் தெரியுமில்லை? 'உங்களுக்கு நான் ஏதும் உதவி செய்யறதா நெனைச்சுக்காதீங்க, எனக்குத்தான் நீங்க உதவி செய்யறீங்க'ன்னார்... அப்புறம் உன்னைக்கூட விசாரிச்சார்.'

'என்னன்னு?'

'உங்க டாட்டர் அம்மணில படிக்கிறதா கேள்விப்பட்டேன். என்ன படிக்கிறா?'ன்னு கேட்டார். பாட்டனின்னேன். உடனே, அவர் ஆபீஸ்ல ஏதோ ஒரு அசிஸ்டண்டு சீட்டுக்கு பாட்டனி படிச்ச ஆளு தேவைப்படறதாம். உன்னை வந்து பார்க்கச் சொன்னார். என்ன பெரிய மனுஷன் தெரியுமா? நான் ரொம்ப லக்கி... என்ன அனிதா மூஞ்சி ஒரு மாதிரி களைச்சாப்ல இருக்கே?'

'இல்லைப்பா, உடம்பு சரியில்லைப்பா!'

'இந்தா, அவரோட கார்டு... இந்த நம்பருக்கு உன்னை போன் பண்ணச் சொன்னார்...'

அனிதா அந்தக் கார்டை வாங்கிக்கொள்ளத் தடுமாறினாள்.

அப்போது வந்து சுகந்தி, 'கப்பல் காரைப் போட்டுண்டு வந்து அவர் எறங்கறாரா... எங்களுக்குக் கையும் ஓடலை, காலும் ஓடலை. நான் கொடுத்த அரிசி உப்புமாவை ரசிச்சுச் சாப்பிட்டுட்டு, 'சின்ன டாட்டர் வரலையா வரலையா'ன்னு அடிக்கடி கேட்டுண்டிருந்தார். பணக்காரன்னா தனி களை இருக்குடி அவாளுக்கு!' என்றாள்.

'அக்கா... அவர் என்னைக் கல்யாணம் பண்ணிக்க கேக்கப்போறார்... அப்ப நீங்கள்லாம் என்ன சொல்லப் போறீங்க?'

அனிதா கேட்கவில்லை.

'அவாள்ளாம் என்ன ஜாதி?'

'தெரியாதுக்கா...'

'நம்பளவா போல இருந்தது... ஆனா பேச்சு எல்லாம் வந்துச்சு போயிச்சுங்கறார்...'

'தெரியலைக்கா...'

அம்மா வந்து, 'அனி, இன்னிக்கு ஒரு அதிசயம் பார்த்தியோ... இந்த வீட்டை வாங்கப் போறவன் பெரிய்ய பணக்காரனாம்...'

'அப்பா எல்லாம் சொன்னார்மா...'

'உடம்பு சரியில்லையா?'

'இல்லையே...'

'ஏன் ஒரு மாதிரி இருக்கே? நாளா?'

'களைப்பா இருக்கும்மா!'

'வாசல்ல யார் பாரு...' என்றாள் அம்மா.

ஜிம்புதான். 'மாருதி கார் வந்திருக்கு' என்றான்.

அனிதா வாசல்பக்கம் விரைவாகச் செல்ல, சீருடை டிரைவர் பவ்யமாக, 'வணக்கம்மா, சீதள் அம்மா உங்களுக்கு கார் அனுப்பிச்சாங்க...' என்று அதன் சாவியை அவளிடம் கொடுக்க நீட்டினான்.

அனிதா பிரமிப்புடன் அந்த சாக்லெட் நிற மாருதியை பார்த்தாள். ஸீட்டெல்லாம் பிளாஸ்டிக் பிரிக்காமல், பத்து நிமிஷத்துக்கு முன் வாங்கின கார் போல தோன்றியது.

'ஐயோ, இது எனக்கு இல்லைங்க... மதுவுக்கு!'

'அப்ப ஹாஸ்டல் போயிரட்டுங்களா.'

இதற்குள் அப்பா, அம்மா, சுகந்தி, ஜிம்பு எல்லோரும் கூடிவிட, 'நீங்கள் ஹாஸ்டல் போயிருங்க...' என்றாள், அனிதா அவசரமாக.

'யாராம்?' என்றார் அப்பா.

'மதுவுக்கு கார் போறதுக்குப் பதில் எனக்கு வந்துடுத்து...'

திங்கட்கிழமை வாசலில் ஹாரன் சத்தம் கேட்டது. நிம்மதி பொறுமையில்லாமல் டுட்டூடூட் என்று தொடர்ந்து கூப்பிட்டது.

அனி எட்டிப் பார்த்தாள். மதுதான் அந்த மாருதியில் இருந்தபடி 'ஹாய், கமான் யார்! காலேஜுக்கு லேட்டாயிருச்சு...' என்றாள்.

அனி தன் புத்தகங்களை வாரி எடுத்துக்கொண்டு சென்று கார் கதவைத் திறந்து மெள்ள மூடினாள்.

'மது எனக்கு என்னவோ போற போக்கே புரியலை. வைரவன் நேத்து இங்க வந்துட்டார் தெரியுமா?'

'என்ன ஆச்சு? அப்பாகிட்ட கல்யாணப் பேச்செடுத்தாரா?'

அனிதா, 'இல்லை... அதான் ஆச்சரியம்... எங்க குடும்பத்தில் ஒவ்வொருத்தரையும் அவர் புகழ் பாட வெச்சுட்டார்...'

'எப்படி...?'

'எல்லாருக்கும் வேலை! எல்லாரும் பேக்கு மாதிரி வாயைப் பொளந்துண்டுட்டா...'

'முதல்ல வீட்டுக்குள்ள எப்படி வந்தார், ஒன்னை விசாரிச்சுக் கிட்டா...'

'இல்லை மது. பன்னண்டு ஃப்ளாட்டையும் வாங்கப் போறா ராம்.'

'மை காட்!' மது விசிலடித்தாள்... 'இது என்ன பயங்கர கோர்ட் ஷிப்பா இருக்குதே!'

'லைப்ரரிக்குப் போனா, லைப்ரரி மாமா உயிரைவிட்டு லைப்ரரியையே எடுத்துக்கிட்டுப் போங்கறார்...'

'ரொம்ப சிம்பிளா அவர் எல்லாத்தையும் விலை கொடுத்து வாங்கிடறார். என்னைக் கேக்க மாட்டேங்கறாரே!' என்றாள் மது.

'மது எனக்கு ரொம்ப குழப்பமா இருக்கு...'

'ஃபார் எ சேஞ். எனக்கும் குழப்பம்தான்' என்ற மது, 'இத பாரு, நடக்கறது நடக்கட்டும்... என்னதான் ஆவுதுன்னு பாரு... அவர் உலகத்தையே டேக் ஓவர் பண்ணிருவார் போலத் தெரியுது. அதனால் வேடிக்கை பார்க்கறதுதான் நல்லது' என்றாள்.

பாட்டனி க்ளாஸில் லெக்சரர் நடத்திய பாடத்தில் கவனமின்றி ஜன்னலுக்கு வெளியே விநோதமான காட்சி ஒன்றைப் பார்த்தாள் அனிதா. ஏணி மேல் ஏறிக்கொண்டு ஒருத்தன், காலேஜ் கிழக்கு காம்பவுண்டு சுவருக்கு மேல் செம்பருத்தி மரத்தின் அருகில் நின்று வெள்ளை பெயிண்ட் அடித்து காண்டாக்ட் என்று ஒரு டெலிபோன் நம்பர் எழுதப்பட்டிருந்த தகர போர்டில் புதுசாக ஒரு போஸ்டர் ஒட்டிக்கொண்டிருந்தான்.

மதுதான் அனிதாவின் முழுங்கையை நிரடி சீட்டு ஒன்றைக் கொடுக்க, அதில் 'ஜன்னலுக்கு வெளியே படி' என்று மது எழுதியிருந்தாள். திடுக்கிட்டு வெளியே பார்த்தாள் அனிதா.

அதில் அச்சடிக்கப்பட்ட மூவண்ண போஸ்டரில் 'அனிதா ஐ லவ் யூ' என்று பெரிசாக ஒவ்வொரு எழுத்தும் ஒரு ஆள் உயரத்துக்கு எழுதப்பட்டிருந்தது.

அனிதாவுக்குக் கன்னத்தில் ரத்தம் குபுக்கென்று பாய்ந்து விட, க்ளாஸில் அத்தனை பேரும் இதைக் கவனித்துவிட்டார்கள்.

'என்னடி இது?'

'ஏதோ புதுசா சினிமா வரப்போவுதாம்! அதும் போஸ்டர்!' என்று மதுதான் சமாளித்தாள்.

க்ளாஸ் விட்டதும், வேப்ப மரத்தடிக்குப் போய் உட்கார்ந்து கொண்டு அனிதா லேசாக அழுதாள்.

'இந்தாளை என்ன பண்றது?' என்றாள். மற்றொரு போஸ்டரை மற்றொரு போர்டில் ஒட்டிக்கொண்டிருந்தான்.

'அந்தாளுக்குச் சரியான காதல் கிறுக்குப் பிடிச்சிருக்கு... வா' என்றாள் மது தீர்மானமாக.

'எங்கே?'

'அந்தாளு வீட்டுக்குப் போய், அப்பா அம்மாவைப் பார்த்துட லாம் வா!'

13

ராதாகிருஷ்ணன் சாலையில் உள்ள வைரவன் ஆபீஸில் சீதளுக்கு போன் பண்ணி விலாசம் வாங்கிக்கொண்டாள் மது.

'மது நாம பண்றது சரியில்லைன்னு தோணுது' என்ற அனிதா சீட் பெல்ட்டை மாட்டிக்கொண்டு 'ரொம்ப வேகமா ஓட்டறே' என்றாள்.

'எல்லாம் சரிதான், போஸ்டர் ஒட்டி உன்னை அவமானப்படுத்த லாமா அந்த ஆளு! இதென்ன பாம்பே சினிமாவா?' ர்ர்ர்ரும் என்று டயர் விளம்பரத்தில் வருவது போல காரை விரட்டினாள்.

சாந்தோம் தாண்டி அடையாறு போகும் வழியில் இருந்த அந்த விலாச முகப்பைப் பார்த்தால் பெரிய வீடு போல தோன்ற வில்லை. மது பொறுமையில்லாமல் கதவை கார் ஹாரனால் அதட்டினாள். கதவைத் திறந்துவிட்ட கூர்க்கா ஏதும் கேட்காமல் அனுமதித்தான்.

மது, அனிதாவை வியப்புடன் பார்த்தாள். 'ஒல்லிப் பொண்ணு சொல்லியிருக்கணும்' என்றாள்.

உள்ளே போனதும்தான் விஸ்தாரம், விஸ்தீரணம் எல்லாம் புரிந்தது - இடதுபக்க ஆஸ்பெட்டாஸ் கொட்டகையில் ஆறு கார்கள் நின்றுகொண்டிருந்தன. பின் குறிப்பாக இங்கே அங்கே டாட்டா வண்டிகள், மாருதி, மாருதிபோல வேறு'தி' இப்படி... மரகதப் புல்வெளியில் படுத்திருந்த பச்சை பிளாஸ்டிக் குழாயி லிருந்து நீர் கசிந்துகொண்டிருக்க மேல்நாட்டு சைக்கிள் தரையில்

அநாதையாகக் கிடந்தது. பச்சை இருட்டாக இருந்த கமான் வளைவைத் தாண்டி உள்ளே வராந்தாவில் ஊஞ்சல் தொங்கியது. பட்டை பட்டை மெத்தை போட்டு நிழல் தந்து லேசாக ஆடி 'வா.. வந்து உட்கார்' என்று சொல்லும் ஊஞ்சல்... மரங்களில் முதுகுக்குத் தோதான பிரம்பு ஊஞ்சல்கள்! சங்கிலியில் கட்டி யிருந்த நாய்கள். அவர்களைச் சாப்பிடும் நோக்கத்துடன் பாய்ந்து கோபப் பற்களைக் காட்ட, 'சீஸர்! ராமு!' என்று உள்ளேயிருந்து அதட்டல் கேட்டது.

வலதுபக்கம் அவுட்ஹவுஸ் போன்றிருந்த இடத்தின் மாடியில் இரண்டு டிஷ் ஆண்டெனாக்கள் வெவ்வேறு திசைகளில் வான் நோக்கி கொண்டிருந்தன. மோட்டார் ஓடிக்கொண்டிருந்தது. மதுகூட அந்த இடத்தின் அலட்சியமான செல்வச் செழிப்பால் ஏற்பட்ட பிரமிப்பில் கொஞ்ச நேரம் மௌனமாகிவிட்டாள்.

'மை காட்! திஸ் ப்ளேஸ் இஸ் பிஇஇக்' என்றாள்.

ஒரு வேலைக்காரன் வராந்தாவில் இருந்த மர பொம்மை ஏற்கெனவே சுத்தமாக இருந்ததை துடைத்துக்கொண்டிருந்தான். இவர்களைப் பார்த்து உள்ளே கை காட்டினான். வீட்டின் வயிற்றிலிருந்து ஒருவன் மெள்ள நடந்து வந்து 'யாரைப் பார்க்க வந்தீங்க?' என்றான். அவர்கள் அந்த இடத்தில் இருப்பதே அனாசாரம் என்பது போல பார்த்தான்.

'மிஸ்டர் வைரவனோடஅப்பாவைப் பார்க்கணும்?' என்றாள் மது.

'தூங்கறாரே!'

'சரி அப்புறம் வரோம்!' என்றாள் அனிதா.

'அவங்க அம்மாவை?' என்று மது கேட்டாள்.

'வாங்க' என்று உள்ளே அழைத்துச் சென்று, ரிலே ரேஸ் போல் ஒரு சேவகியிடம் அவர்கள் ஒப்படைக்கப்பட... 'வேலைக்காரி கூட ஷிஃபான் ஜார்ஜெட் பாரு' என்றாள் மது லேசான குரலில்.

'ஐயாவைப் பார்க்க வந்திருக்காங்க' என்றாள் அந்த சேவகி, யாரிடமோ.

'வாம்மா' என்ற கனிவான குரல் கேட்டுத் திடுக்கிட்டார்கள். ஒரு பெண்மணி அவர்களை வரவேற்றாள்.

பார்த்தவுடன் சட்டென்று அது வைரவனின் தாயாக இருக்கும் என்பது தெரிந்துவிட்டது. அதே சற்று மேல் நோக்கி மூக்கு, அதே கண்கள், கண்ணாடி பிரேமில் தங்கம்... கழுத்தில் வைரம்... லேசான ஜரிகை இழையோடிய பட்டுப் புடைவையில் ஆரவார மில்லாத பழக்கப்பட்டுப்போன செல்வச் சிறப்பு தெரிந்தது.

'நீதான் அனிதாவா?' என்றாள். அனிதாவைக் கண்கொட்டாமல் பார்த்து, 'வைரு சொன்னான்... உன்னைப் பத்தித்தான் போன மாதத்திலிருந்து முழுக்க பேசிக்கிட்டே இருக்கான்...' என்றவள், பக்கத்திலிருந்து மதுவைப் பார்த்து, 'உம் பேர் என்னம்மா?' என்று கேட்டாள்.

'மது, ஆன்ட்டி! நான் அனிதா க்ளாஸ்மேட்!'

'வைரவன் இப்ப வந்துருவான், போன் போட்டு இருக்கச் சொன்னான். என்ன சாப்பிடறீங்க? முதமுதல்ல நம்ம வீட்டில அடியெடுத்து வெச்சிருக்கீங்க. எதுவாச்சியும் ஸ்வீட் சாப்பிட ணும். எனக்குத்தான் ஸ்வீட் ஆகாது. ப்ளட் பிரஷர் வேற.. ஏய் சிங்காரி, சீலு எங்கடா போயிட்டிங்க?'

'அம்மா!' என்று இருவர் உடனே சித்தமாக.

'இவங்களுக்கு என்ன வேணும் கேளு!'

சீலு என்பவன் பவ்யமாக, 'க்ரானி ஜூஸ் தரலாங்களா?'

'அப்படின்னா?'

'தர்பூசணி இருக்குல்ல.. அதில லேசா தேன்விட்டு... ஜூஸ் ரொம்ப ஜோரா இருக்கும்....'

மது தலையாட்டினாள். அனிதா பயந்துபோய் நிற்க, 'உக்கா ரும்மா... உன்னை நிற்க வெச்சேன்னு தெரிஞ்சா வைரு கோவிச்சுப்பான்!' என்றாள்.

அப்போது, ஒரு பதின்மூன்று வயசுப்பெண் புஷ்டியாக அரை டிராயர் போட்டுக்கொண்டு வலுவான தொடைகளுடன் வந்து அவள்மேல் படர்ந்து, 'க்ராண்ட்மா... நான் இன்னொரு கேக் எடுத்துக்கட்டுமா?' என்றது ஆங்கிலத்தில்.

'இது என் பேத்தி நியூ யார்க்ல படிக்குது! அபி... அனிதாவுக்கு ஹலோ சொல்லு.'

'ஹாய் அனிதா, யு ப்ளே காரம்ஸ்?' என்றது.

'அபி, இப்ப அவங்களைத் தொந்தரவு செய்யக்கூடாது' என்று சொல்லிவிட்டு இவர்களை நோக்கி 'தமிழ் பேசாதே தவிர நல்லா புரிஞ்சுக்கும்' என்றாள்.

அப்போது வெளியே கார் கதவு சாத்தப்படும் சத்தம் கேட்க,

'வைரவன் வந்தாச்சு!'

அனிதாவுக்கு மார்பு படபடத்தது. அவன் காலடிகள் விரைவாக வர, அதே வேகத்தில் அவள் நெஞ்சம் அடித்துக்கொண்டது.

'சே, எதற்காக இங்கே வந்தோம்!'

வைரவன் 'ஹாய் அனிதா, ஹாய் மது! எப்ப வந்தீங்க?'

'இப்பதான்!'

அவன் தன் கழுத்து டையைத் தளர்த்தினான். அந்தப் பெண் அபி, 'வைரவன் அங்கிள்' என்று அவன்மேல் கட்டிக் கொண்டது.

அவளைக் கவனிக்காமலே தள்ளிவிட்டு, 'அம்மா, இதான் சொன்னேனே அனிதா.'

'பார்த்தேன்... பார்த்தேன்... ஷி இஸ் வெரி ஸ்வீட்.'

'என்ன சொன்னான் என்னைப் பற்றி?'

'அம்மா அபியைக் கூட்டிட்டுப் போறீங்களா?'

'உன் சிஸ்டர்ஸ் எல்லாம் அனிதாவைப் பார்க்கணுங்கறாங்க.'

'லேட்டர்ம்மா... அப்பா எந்திரிச்சாங்களா?'

'இல்லை!'

'டென்னிஸ் போறாங்களா?'

'இல்லை... ரோட்டரி ஃபங்ஷன் இருக்குது. நானும் போறேன்.'

'வைரவன் அம்மாவும் அந்தப் பெண் அபியும் அந்த இடத்தை விட்டு விலக...

'உங்க அம்மாவா! அக்கா போல இருக்காங்க' என்றாள் மது.

வைரவன் அவர்கள் எதிரே உட்கார்ந்து 'சொல்லுங்க எப்படி இருக்கீங்க?' என்றான்.

'நாங்க கம்ப்ளெயிண்ட் பண்ண வந்தோம்.'

'என்ன கம்ப்ளெயிண்ட்?'

'மறந்து போச்சு!'

'போஸ்டர்' என்றாள் அனிதா.

'எங்க காலேஜ் காம்பவுண்டுக்கு வெளியில 'அனிதா ஐ லவ் யூ'ன்னு பெரிய போஸ்டர். நீங்கதான் ஒட்ட வெச்சீங்களா?'

'போஸ்டரா?' என்றான், மிகுந்த அறியாமையுடன். அப்போது அபி உள்ளே வர, வைரவன், 'மது நீங்க எம்.டி.வி. பார்க்கறீங் களா? அபி, மது ஆன்ட்டியைக் கூட்டிட்டுப்போய் எம்.டி.வி. காட்டு' என்றான்.

மது, 'ஒரு கோடிட்டுக் காட்டினா போதும்... நான் புரிஞ்சுக்கு வேன்...' என்று அபியின் பின் செல்ல அனிதாவும், வைரவனும் தனியாக இருந்தார்கள்.

'அப்பாடா! உன்னைத் தனியா சிக்க வைக்க அரும்பாடு! போஸ்டர் ஒட்டினது நான்தான். வேளச்சேரில ஆப்செட் பிரஸ் இருக்குது எங்களுக்கு. சும்மா தமாஷுக்கு...'

அனிதா மௌனமாக இருக்க...

'பிடிச்சிருந்ததா?'

'என்ன இந்த மாதிரியெல்லாம் பண்றீங்க?'

'எந்த மாதிரி?'

'சுரேஷ் 'கல்யாணம் வேண்டாம்'னு சொல்லிட்டார். நீங்கதான் அந்த மாதிரி சொல்லவெச்சீங்களா?'

'சுரேஷ் யாரு?'

'அதான், என்னைப் பெண் பார்க்க வந்தவர்!'

'ஓ. எஸ். சுரேஷ்! இப்ப ஞாபகம் வருது, பயோடேட்டா கெடைச்சது. அமெரிக்காவில் எங்க சாஃப்ட்வேர் கம்பெனியில்

ஒரு ஸ்வீடிஷ் காண்ட்ராக்ட் கெடைச்சிருக்கு. அதை எடுத்துப்பியான்னு கேட்டோம். சந்தோஷமா வந்துட்டான். அந்த சுரேஷா?'

அனிதா அவனை நிமிர்ந்து பார்த்தாள், 'உங்களுக்கு என்ன வேணும்?'

'நீ! இப்ப, இந்த செகண்ட் உன்னைக் கல்யாணம் பண்ணிக்கத் தயாரா இருக்கேன். ரிஜிஸ்ட்ரார் ஆபீஸ் திறக்காட்டாலும் சரி... கார் அனுப்பிச்சு...'

'நான் இப்ப கல்யாணம் பண்ணிக்கறதாவே இல்லை.'

'மேல படிக்கணும், அவ்வளவுதானே! செய்யி... என்ன வேணா செய்யி. அனிதா ஐ நீ...ட் யு... ஐ வாண்ட் யு. உன்னை நான் கல்யாணம் செய்யணும். அவ்வளவுதான். மேற்கொண்டு பேச்சு கிடையாது.'

'எங்க அப்பா அம்மா சம்மதிக்கவே மாட்டாங்க.'

'அதெல்லாம் நான் பார்த்துக்கறேன். உங்கப்பாவைச் சந்திச்சேன். ரிமார்கபிள் மேன் மகாதேவன். அவர் ஒப்புத்துப்பாரு. அது என் ப்ராப்ளம்... நீ சொல் அனிதா.'

'எதுக்காக என்னை இப்படி விடாப்படியா துரத்தறீங்க?'

'சொன்னனே... நீதான் என் மனைவி. இதைவிட க்ளியரா சொல்ல முடியுமா?'

'அதுக்கு நான் இஷ்டப்பட வேண்டாமா?'

'கட்டாயம், இஷ்டமா... சொல்லு!'

'என்னால இப்ப சொல்ல முடியாது.'

'பத்து நிமிஷம் கழிச்சு சொல்லு. அய், கொஞ்சம் சிரிச்சாச்சு! அனிதா, நான் ஏன் உன்னை இத்தனை தூரம் விரும்பறேன்னு கல்யாணம் ஆனப்புறம் விவரமா சொல்றேன். என்னை நீ கல்யாணம் பண்ணிப்பியா?'

'உங்களை எனக்குத் தெரியவே தெரியாதே... நீங்க எப்படிப் பட்டவர்னு!'

'மைகாட்! இத்தனை நாள்ல நான் எப்படிப்பட்டவன்னு தெரியலை... தெரியலை?'

'தெரியறது. பயமா இருக்கு!'

'என்ன பயம்?'

'எல்லாத்தையும் விலைக்கு வாங்கிடுவீங்கன்னு.'

அவன் இயல்பாகச் சிரித்து, 'கரெக்ட்! ஆனா, ஒண்ணை மட்டும் விலை கொடுத்து வாங்க முடியாது... அன்பு! அனிதா, நான் உன்னை மோட்டார் சைக்கிள் விபத்துல சந்திச்சது என் வாழ்க்கையில மகத்தான திருப்பம். ஏதோ குருட்டு அதிர்ஷ்டமோ, விதியோ எனக்கு எது கேட்டாலும் கிடைக்கறது. நான் நினைச்சா...' என்றவன், மேஜை மேல் இருந்த பம்பாய் சினிமா பத்திரிகையின் அட்டைப்படத்தைக் காட்டி, 'இவளைக் கல்யாணம் பண்ணிக்க முடியும், காத்துக்கிட்டிருக்கா' என்றான்.

'அதுதான் எனக்கும் ஆச்சரியமா இருக்கு!'

'இத்தனை உள்ள நான் உன்னை ஏன் துரத்தறேன்னு ஆச்சரியம், அதானே?'

'ஆமாம்' என்றாள்.

'காரணம் இருக்கு அனிதா, ஆனா, அது உனக்குச் சொன்னா புரியாது.' என்றான் வைரவன்.

14

திரும்பச் செல்லும்போது மது, அனிதாவைக் கேள்விகளால் துளைத்தாள்.

'என்னடி, கல்யாணத்துக்கு ப்ரொபோஸ் பண்ணிட்டாரா?'

'நீ என்ன சொல்றே?'

'அய்... தெரியாத மாதிரி! ரொம்ப டீப்பான பொண்ணும்மா நீ. எங்க எல்லாரையும் முட்டாளடிச்சிருக்கே...'

'மது - நீ என்ன சொல்றேன்னே'

'ஆல்ரைட்.... எதுக்கு அந்தப் பேச்செல்லாம்? கேட்ட கேள்விக்குப் பதில் சொல்லு. வைரவன் என்ன சொன்னார்... 'நான் உன்னை லவ் பண்றேன்'னு சொன்னாரா?'

'அந்த மாதிரிதான் ஏதோ சொன்னார்...'

''கல்யாணம் பண்ணிக்கிறயா?'ன்னு கேட்டாரா?'

'நான் படிக்கணும்னேன்-'

''படியேன்... அதுக்கும், இதுக்கும் என்ன சம்பந்தம்?'னார் இல்லையா?'

'யோசிச்சு சொல்லணும்னேன். எத்தனை நிமிஷம்னு கேட்டார். அவருக்கு லைஃப்ல எல்லாமே நிமிஷக்கணக்குலதான் போலிருக்கு... எனக்கு ரொம்பப் பயமா இருக்கு மது...'

'என்ன பயம்?'

'என்னவோ உள்ளுக்குள்ள... நாம ஒரு கவிதை படிச்சோமே... அது போல... 'அந்தப் பறவை சூரியனுக்கு ஆசைப்பட்டு அதை நோக்கிப் பறந்து இறக்கையை எரிச்சுக்கறதா...'

'இந்த கேஸ்ல சூரியன்தானே பறவைக்கு ஆசைப்படுது?'

'ரெண்டும் ஒண்ணுதானே?'

'அப்படியெல்லாம் நினைக்காதே அனி... நீ ரொம்ப லக்கி, அவ்வளவுதான். என்னவோ உன்னைப் பார்த்ததுமே அவருக்குப் பிடிச்சுப் போயிருச்சு. அவருக்காக பாம்பே ஃபிலிம் ஸ்டார்கள் லாம் காத்துக்கிட்டிருக்காங்க... உங்க ஜாதியில பெரிய பெரிய குடும்பங்கள்லாம் இருக்கு பாரு... அவங்ககூட பெண் கொடுக்கத் தயாரா இருக்கறப்ப ஒரு சாதாரண குடும்பத்தில வந்த உன்னை அத்தனை விரும்பறார்னா... ரியலி கிர்ர்ரேட்.'

அனிதா மௌனமாக வந்தாள்.

'நீ என்ன சொன்னே கடைசியா?'

'அப்பா அம்மா சம்மதிக்க மாட்டாங்களேன்னேன். அதற்கு அவர், அதெல்லாம் நான் பார்த்துக்கறேன்... நோ ப்ராப்ளம். நோ ப்ராப்ளம். எதை எடுத்தாலும் அவருக்கு 'நோ ப்ராப்ளம்'தான். அப்புறம் அவர் பார்க்கிற பார்வை... அதான் ஒரு மாதிரி, 'உன்னை அப்படியே கொண்டா, கொண்டா. உன் மனசுக்குள்ள இருக்கறதை யெல்லாம் வெளிய கொண்டா'ன்னு துழாவற பாதாளக்கரண்டி மாதிரி பார்வை... ஏதோ அகழ்வாராய்ச்சி மாதிரி...'

'துளாவறது... அகழ்வாராய்ச்சி... நீ தமிழ் பேச ஆரம்பிச்சுட்டே! ஆளை விடு சகோதரி... மத்தபடி நீ வேண்டாம்னு சொல்லி ராதே... உம் பேர் சொல்லிக்கிட்டுத்தான் அவர் மாருதியை நான் ஓட்டிக்கிட்டிருக்கேன். ஒரு ஏ.ஸி. இருந்தா நல்லா இருக்கும்!'

'மது, அவர் எங்கப்பாக்கிட்ட வந்து என்னைப் பெண் கேட்கப் போறார்... அப்பதான் இருக்கு வெடிவிபத்து...'

'பார்த்துக்கிட்டே இரு... எதும் ஆகாது. கப்சிப்புன்னு உங்கப் பாவை ஒப்புக்க வைப்பாரு அந்தாளு. அப்படிப்பட்ட ஆளு! பனிக்கரடிகிட்டயே ரெஃப்ரிஜிரேட்டர் வித்துருவார். ஆவின்

பூத்காரருக்கே பால் பாக்கெட் வித்துருவாரு' என்று மது சிரித்தாள்.

ஒருவாரம் கம்பைன் ஸ்டடி பண்ண மதுவுடன் ஹாஸ்டலிலேயே தங்கினாள். வாசலில் எப்போதும் கார் காத்திருந்தது. இதுவே சக மாணவிகளுக்கு ஒரே கேலியாகி விட்டது.

'அனிதா, தேர் வந்துருச்சு... ராஜகுமாரன் அனுப்பிச்சிருக்கார். பச்சை யூனிஃபார்ம் பாகனோட!'

'அனிதா கல்யாணத்துக்கு வேளச்சேரி முழுக்க பந்தல் போட்டிடுவார் பாரு வைரவன்' என்றெல்லாம் அந்த மாணவிகள் பேசும்போது கோபம்தான் வந்தது.

அடுத்தவாரம் வீட்டில் புதிய காலண்டர்கள் தோன்றின. பளபள வென்று வி.வி.எல். இண்டஸ்ட்ரீஸ், ஸ்ரீலதா இண்டர்நேஷனல், வைரவன் க்ரானைட்ஸ் என்று.

'ஜிம்பு... இதையெல்லாம் யார் கொடுத்தா?'

'ஏன்... எங்க ஆபீஸ்லதான்!'

'என்னது, இப்ப நீ ஆபீஸ் போறியா?'

'ஆமா. வி.வி.எல். இண்டஸ்ட்ரீஸ்ல மேனேஜ்மெண்ட் ட்ரெய்னியா எடுத்துண்டிருக்கா. க்ரானைட்ல போடலாமா... ஓட்டல்ல போடலாமான்னு இன்னும் போஸ்டிங் ஆகலை எனக்கு.'

'ஜிம்பு... நீ இன்னும் படிச்சு முடிக்கலை.'

'படிச்சது போதும்னு சொல்லிட்டா... இன்டர்வியூல அப்ஜெக்டிவ் டெஸ்ட்டா இருந்தது. சீதாகூட எழுதிருக்கான்.'

அம்மா பெருமையுடன் 'அவாவா டபுள் எம்.ஏ. எல்லாம் படிச்சு வேலை கிடைக்காம தவிக்கிறப்ப, நம்ம ஜிம்பு பாரு... ஒரே ஒரு இண்டர்வியூதான் போனான்... அதிர்ஷ்டம்!'

'ஐயோ அம்மா!' என்றாள் அனிதா.

'என்ன இருந்தாலும் வைரவன் வைரவன்தான்' என்றான் ஜிம்பு.

'அனி... எத்தனை கார் இருக்கு தெரியுமா எங்க எம்.டி. கிட்ட?'

'தெரியும்' என்றாள்.

அப்பாகூட அந்த காலண்டரைத் தாள் தாளாக ஆராய்ந்தபடி, 'என்ன பெரிய மனுஷன் தெரியுமா அவன்?' என்று பேசிக் கொண்டிருந்தார்.

அதற்கு அடுத்த வாரம், தங்கள் குடும்பத்தில் யார் யார் வேற்று ஜாதியில் கல்யாணம் பண்ணிக்கொண்டிருக்கிறார்கள் என்று அப்பாவும் அம்மாவும் பேசிக்கொண்டிருந்தார்கள். அனிதாவின் காது கேட்க!

'நம்ம சுந்தரம் இருக்கான் பாரு, அவன் பொண்ணுகூட ஒரு முதலியாரையோ, செட்டியாரையோ பண்ணிண்டிருக்கு. அப்புறம் அசோக்கு? அங்க போவானேன்... சேஷாத்ரி - அவன் ரெண்டு பெண்ணுங்களும் ஒண்ணு கிறிஸ்டியன், ஒண்ணு பம்பாய்ல சேப்பா ஒரு முஸ்லிம் பையனைப் பண்ணிண்டிருக்கா. அவன், மாமியார், மாமனாரை அப்படித் தாங்கறானாம். ரெட்டைக் குழந்தை செக்கச் செவேல்னு.'

'மதம் மாறிடுத்தா?'

'அது என்னவோ... இப்ப இதெல்லாம் ரொம்ப சாதாரணமா நடக்கறதுன்னு சொல்ல வந்தேன். ஜாதியாவது... ஒண்ணா வது... மனசுதான் முக்கியம்.'

'இருந்தாலும் நம்ம மனுஷா ஒப்புத்துக்கறதில்ல.'

'கெடக்கட்டும் கிழடுகள். ஒரு வாரம், ரெண்டு வாரம் பேசிக்கும்... அப்புறம் சமாதானமாயிடும்! ஆனானப்பட்ட சாமாவே பேரன் ஒரு மராட்டிக்காரியைப் பண்ணிண்டதை ஒப்புத்துண்டிருக்கார். 'அவாள்லாம் சித்பவன் பிராமின்'னுட்டு?'

'இதெல்லாம் இப்ப சகஜம்ரீங்க!'

அம்மா அறைக்குள் வந்தபோது அனிதா கேட்டாள். 'அம்மா... வைரவன் போனவாரம் இங்க வந்திருந்தாராம்மா?'

'ஆமா. வீடு விஷயமா ஏதோ விசாரிக்க வந்தார்.'

'அவ்வளவுதானா... வேற ஏதாவது கேட்டாரா?'

'தெரியாதும்மா. அப்பாகூட ரொம்ப நாழி பேசிண்டிருந்தார்.'

'இந்த ஆப்பிள், ஆரஞ்சு எல்லாம் அவர்தானா?'

'இருக்கலாம். அவருக்கு என்னவோ ஒம்மேல ஆசைன்னு ஜாடைமாடையா சொல்லியிருக்கார். அப்பா எகிறிக் குதிப்பார்னு நெனைச்சேன். இவர் 'என்னவோ பார்க்கலாம்... ப்ராப்தமிருந்தா'ன்னுதான் சொல்லியிருக்கார். உன்னைக் கேக்காம ஏதும் பண்ண முடியாதுன்னு ஏதோ...'

'அப்ப அந்த சுரேஷ், அவனுக்கு பண்ணின நிச்சயதார்த்தம் எல்லாம்...'

'அவாதான் 'வேண்டாம்... எல்லாமே கேன்சல்'னு சொல்லிட்டு ரொக்கத்தைத் திருப்பிக்கொடுத்துட்டாளே!'

'அது எனக்குத் தெரியாதேம்மா.'

'நான் சொல்லலையா?'

'சொல்லலை. என்னைக் கேட்காமலே என் வாழ்க்கையைத் தெருல போறவா வரவாள்லாம் தீர்மானிக்கிறா.'

'அனி... என்ன பேச்சு இது? அப்பாவும் அம்மாவும் போறவா வரவாளா?'

'எனக்குன்னு ஒரு இஷ்டம் இல்லையாம்மா?'

'யாரு இல்லைன்னு சொன்னா, நீ வேண்டாம்னா வேண்டாம். யாரும் உன்னைக் கட்டாயப்படுத்தலை.'

'இப்படிச் சொல்லிண்டே எல்லாம் என்னைக் கட்டாயப் படுத்தறா.'

'எப்படிச் சொல்றே?'

'பாரும்மா... இப்பவே நாம அவருக்கு எத்தனை தூரம் ஆப்ளிகேட் ஆயிட்டோம்.'

'ஆப்ளிகேட்டுன்னா?'

'கடமைப்பட்டுட்டோம்னு சொல்ல வரேன். ஜிம்புவுக்கு வேலை போட்டுக் கொடுத்தாச்சு. சீதாவுக்கு வேலை போட்டுக் கொடுத்தாச்சு. வீடு முழுக்க காலண்டரும் பழங்களும் அடுக்கியாச்சு. புடைவை ஏதாவது அனுப்பிச்சாரா?'

'இல்லை... கலர் புடிக்குமான்னு அனுப்பிச்சிருக்கார்.'

'எத்தனை புடைவை?'

'ஆறு!'

'ஜரிகை புடைவைதானே?'

'ஆமா.'

'ஏம்மா இப்படிப் பன்னாடை மாதிரி அலையறீங்க' என்றாள் கோபத்துடன்.

'உனக்குத்தான் அனுப்பிச்சிருக்கார்' என்று அலமாரியைத் திறந்து காட்டினாள் அம்மா. உடல் முழுவதும் ஜரிகை போட்டிருந்த சுமார் ஏழாயிரத்துக்கு மேல் விலை இருக்கும் பட்டுப்புடைவை கள் ஆறு இருந்தன.

'இது எனக்கா... திருப்பதி பெருமாளுக்கா?'

'திருப்பி அனுப்பிச்சுடலாமா?'

'என்னம்மா இது! உனக்கா தோணவேண்டாமா? எல்லாரும் சேர்ந்து என்னை விக்கறீங்களா பங்கு போட்டுண்டு?'

'அனி, என்ன சொல்றே நீ?'

'எதுக்காக அந்தாளுடைய பணத்துக்கு மயங்கி நம்ம மதிப்பு, மரியாதை எல்லாத்தையும் காம்ப்ரமைஸ் பண்ணிக்கறீங்க?'

'உங்கப்பாவைக் கேளு. என்னவோ பெரியவா பேச்செல்லாம் பேசறே. யாரும் வலுக்கட்டாயம் பண்ணலை! கேட்டுக்கோ... என்ன இருந்தாலும் பொண்ங்கறது அப்பாவுக்கு ஒரு சுமைதான் கல்யாணம் ஆறவரைக்கும். நீ உன்னைப் பெரிசா நினைச்சுக் காதே... ஏற்கெனவே ஒரு கல்யாணம் நின்னு போயிருக்கு. என்ன காரணமோ தெரியலை!'

'அந்தாளையும் வைரவன் வாங்கிட்டார். அதான் காரணம்.'

'ஏதோ வாய்க்கு வந்ததைச் சொல்லாதே. அவா சொன்ன காரணம் வேற. அதையெல்லாம் இப்ப விவாதம் பண்ணிண்டிருக்க வேண்டாம். அப்பாகிட்ட உடனே சொல்லிடு பளிச்சுன்னு. இந்த

மாதிரி செய்யறது நன்னால்ல. எனக்கு மேல படிக்கணும், இப்ப கல்யாணம் வேண்டாம்னு சொல்லிடு.'

'நீதான் சொல்லேன்.'

'நான் சொன்னதை உங்கப்பா முப்பத்தஞ்சு வருஷத்துல எப்பவாவது கேட்டிருக்காரா?'

அனிதா தன் பெட்டியில் அவசரமாகப் புடைவை துணிகளை அடைத்து, 'நான் மது ரூமுக்குப் போறேன். மறுபடியும் பரீட்சைக்குப் படிக்கணும். இங்க இருந்தா வைரவன் புராணம் தான்' என்றவள், சற்று நிறுத்தி, 'அப்பா...' என்றாள் சிறிது அச்சத்துடன்.

அனிதா பாதியில் பேசுவதை நிறுத்திக்கொள்ள, மகாதேவன் வந்து புன்னகையுடன் 'என்ன சொல்றா எம் பொண்ணு?' என்றார். 'வைரவன் இந்த மாசத்திலேயே வெச்சுக்கலாம்னு கேட்டிருக்கார். நீ என்ன சொல்றே?' கமலத்தைக் கேட்டார்.

'முதல்ல அனிதாவைக் கேளுங்கோ. அவளுக்கு இஷ்டமில்லைன்னு தெரியறது. அவளை முதலில் கேட்டிருக்கணும்!'

'என்னது... இஷ்டமில்லையா?'

'ஆமாப்பா. எனக்கு இப்ப கல்யாணம் பண்ணிக்கறதுல இஷ்டமில்லைதான்.'

'பின்னே ஏன் வைரவன் கிட்ட பண்ணிக்கிறேன்னு சொல்லி, அவா வீட்டுக்கெல்லாம் போயிட்டு ஆசீர்வாதம் வாங்கிண்டு வந்தே?'

15

கோபத்தில் மகாதேவனுக்கு மூக்கு துடித்தது.

'தினம் அவரைச் சந்திச்சிருக்கே. சாந்தோம்ல அவா வீட்டுக்குப் போய் அவாம்மாவைப் பார்த்துப் பேசிட்டு வந்திருக்கே... இத்தனை தூரம் அவருக்கு என்கரேஜ்மெண்ட் கொடுத்துட்டு... அந்த மனுஷன் என்னைக் கேக்கறார். அனிதா சரின்னுட்டா... நீங்க ஜாதி கீதீன்னு சொல்லி 'அவ சந்தோஷத்துக்கு குறுக்க நிக்காதீங்க'ன்னு எனக்கு அட்வைஸ் பண்றார்...'

அனிதா, 'அப்பா! நடந்ததை தப்பா சொல்லியிருக்கா யாரோ. நானா அவர் வீட்டுக்குப் போகலை... மதுகூட போயிருந்தேன். அதுவும் எதுக்காக? கன்னா பின்னான்னு போஸ்டர் ஒட்டியிருந்தது, காலேஜ் வாசல்ல. அதை விசாரிக்கறதுக்குப் போயிருந்தேன்' என்றாள்.

'அவரைப் பார்க்கறதுக்கு ஏதோ ஒரு நொண்டிச்சாக்கு... பாரு அனி, நான் ஒண்ணும் மடிசஞ்சி இல்லை. நீ அவரைக் கல்யாணம் பண்ணிக்கணும்னா பண்ணிக்கோ, எனக்கு மனசுதான் முக்கியம்... சந்தோஷமா இருக்கறதுதான் முக்கியம்.'

'யாருடைய சந்தோஷம்பா?'

'அஃப்கோர்ஸ் உன்னுடைய சந்தோஷம்தான்! வேற யாரு?'

'இல்லைப்பா... நான் வைரவனைக் கல்யாணம் பண்ணிண்டா நம்ம குடும்பத்துக்கு சந்தோஷம். ஜிம்புவுக்கு வேலை, சீதாவுக்கு வேலை, இந்த ஃப்ளாட்டை விலைக்கு வாங்கி நமக்கு எழுதி

வெச்சிருவார். வேளச்சேரி, அசோக் நகர்னு வேற எங்கயாவது வேணும்னாலும் வாங்கித் தருவார்... அம்மா உடம்பு பூரா ஜரிகை போட்டுப் பட்டுப் புடைவை உடுத்திக்கலாம்... குடும்பத்தில் எல்லாருக்கும் சந்தோஷம், இல்லையா? அதனால் நீங்கள்லாம் என்னை மறைமுகமாக 'கல்யாணம் கட்டிக்கோ'ன்னு வற்புறுத்த றீங்க. அப்படித்தானே?'

'சே... சே! எனக்கு இதெல்லாம் இன்ட்ரஸ்ட்டே கிடையாது. என்னைப் பத்தி உனக்குத் தெரியாது. சர்வீஸ்ல எத்தனை நேர்மையா இருந்தவன்னு உனக்குத் தெரியாது. எனக்கு அதெல்லாம் இஷ்டமே இல்லை. நான் எதும் வைரவன்கிட்ட கமிட் பண்ணிக்கவே இல்லை. என்னை வந்து கேட்டார். உன் சம்மதம் கெடைச்சுட்டதாவும், எனக்கு ஏதாவது அப்ஜெக்ஷன் இருக்குமான்னுட்டும் கேட்டார், அவ்வளவுதான்... நீ இல்லைன்னா இல்லைதான். மாட்ரிமோனியல்ல மறுபடி விளம்பரம் கொடுத்துவிட்டு அடுத்த மாப்பிள்ளையைத் தேட வேண்டியதுதான். ஏற்கெனவே ஒரு கல்யாணம் நின்னு போய்டுத்துன்னு அரசல்புரசலா பேசிக்கிறா. அவா என்ன சொன்னா தெரியுமா... அதையும் சொல்லிடு' என்று கமலத்தைப் பார்த்து, 'சுரேஷ் வீட்ல என்ன சொன்னாங்கறதையும் சொல்லிடு' என்றார் மகாதேவன்.

அனிதா, 'என்ன சொன்னா?' என்றாள் உதடுகள் துடிக்க.

அம்மா மழுப்பலாக, 'அதெல்லாம் முடிஞ்சு போன கதை. இப்ப என்னத்துக்கு?'

'அதெல்லாம் நான் நம்பலை... ஆனா, அவா பேசிண்டது என்னன்னா... நீங்கதான் சொல்லுங்களேன்' என்று அம்மா தயங்க...

அப்பா, 'உங்க பொண்ணு இண்டஸ்ட்ரியலிஸ்ட் வைரவன்கூட கார்ல போறதை அடிக்கடி பார்த்ததா பேசிக்கிறா... அதனால தான் எங்க பையன் இந்த இடம் வேணாம்னுட்டான்னு அவா சொல்றா... எனக்கு எப்படி இருக்கும்?'

'பொய்யப்பா, வாங்கப்பா, இப்பவே போய்...'

'அதெல்லாம் வேண்டாம்... ரசாபாசமாப் போய்டும்... பாரு அனி, எனக்கு இதில் தனி அபிப்ராயம் எதும் இல்லை. இது உன்

வாழ்க்கை... உன் விருப்பம்... உன்னை நாங்க எந்த விதத்திலேயும் கட்டாயப்படுத்தலை... கேட்டுக்கோ!'

'அம்மா, நீ என்ன சொல்றே?' என்று சட்டென்று கேட்டாள்.

அம்மா திடுக்கிட்டாள். அப்பாவைப் பார்த்து, 'அப்பா சொல்றது தான் நான் சொல்றதும்' என்றாள்.

அனிதா கெஞ்சலாக, 'அப்பா அவா ரொம்ப ரொம்ப ரொம்ப பணக்காராப்பா!' என்றாள்.

'தெரியும்... அதனால நாம ஏன் பயப்படணும்?'

'நினைச்சது எல்லாத்தையும் வாங்க முடியறது... அதுக்கு எந்தவித எதிர்பார்ப்போ, முயற்சியோ இல்லாம அந்தக் கணத்திலேயே கிடைச்சுடறதுன்னா அது பயங்கரம் இல்லையாப்பா?'

'நீ என்ன சொல்ற... எதுக்கு இந்த வயசுல தத்துவம் பேசறே?'

'தத்துவம் இல்லைப்பா... என் வயத்துக்குள்ள ஒரு பயம்!'

'என்ன பயம்?'

'நான் ரொம்ப ரொம்ப துக்கப்படப் போறேன்னு என்னவோ அடையாளமில்லாம ஒரு பயம்.'

'போடி போடி பைத்தியம்! உன் ஜாதகத்தை நீ பொறக்கறப்ப கணிச்சவன் என்ன சொன்னான் தெரியுமா! அவன் சொன்னது எல்லாம் அப்படியே நடக்கறது! இவளால குடும்பத்துக்கே யோக ஜாதகம்னான்...கேட்டுக்கோ, குடும்பத்துக்கே மகா சுபிட்சம்னு எழுதிக் கொடுத்திருக்கான்.'

'எல்லா ஜோஸ்யரும் பொறக்கறப்ப அப்படித்தாம்பா எழுதுவா.'

'இப்ப என்ன சொல்றே நீ? நான் போன் பண்ணி வேண்டாம்னு சொல்லிடறேன். எனக்கு அதுல தயக்கமே இல்லை' என்றார் சற்றுத் தழைந்த ஏமாற்றம் தென்படும் குரலில்.

அனிதா, 'இல்லைப்பா, நான் கல்யாணம் பண்ணிக்கறேன் அவரை. சம்மதம்னு சொல்லிடுங்கோ!'

'பாரு, நாங்க ஒண்ணும் கட்டாயப்படுத்தலை!'

‘இல்லை… நானாத்தான் தீர்மானிச்சது. பத்து பேர் சந்தோஷத் துக்காக ஒருத்தர் துக்கப்படறது பரவாயில்லை.’

மகாதேவன் கமலத்தைப் பார்த்து ‘என்ன சொல்றா இவ? யாருக்குத் துக்கம்? துக்கமாவது… கோடீஸ்வரன் எல்லாம் அவனுக்குப் பெண் கொடுக்க காத்துண்டிருக்கான்… என்னவோ பிகு பண்ணிக்கறாளே!’

‘அப்பா, உங்களை ஒரே ஒரு கேள்வி கேக்கறேன்… இந்த வைரவ னுக்கு அத்தனை பணம் இல்லாம அவர் ஒரு வாட்டர் போர்டு கிளார்க்கா இருந்து உங்களை வந்து பெண் கேட்டா இதே பதில் சொல்வீங்களா!’

‘அந்த மாதிரி நிலைமை இல்லையே இப்ப?’

‘அப்படி இருந்தா என்ன சொல்வீங்க?’

‘இல்லாத சிக்கலை எதுக்காக இப்ப யோசிக்கணும்?’

அப்பாவை அவளால் நேராகப் பார்க்க முடிந்தது. அப்பாதான் அவள் பார்வையைத் தவிர்த்தார். ஆனால், உள்ளுக்குள் உற்சாகம் இருந்ததை உணர முடிந்தது.

அம்மா, அனிதாவை வாத்ஸல்யத்துடன் நெற்றி தடவி, ‘ரொம்ப படிச்சுட்டா பொம்மனாட்டி குழம்பிப் போய்டுவா… அதுக்காகத் தான் அந்த நாள்ல எங்களுக்கெல்லாம் பத்தாம் கிளாஸோட நிறுத்திட்டா… தாத்தா சித்தூர்ல தாசில்தாரா இருக்கறப்ப அப்பா வுக்கு என்னைக் கொண்டுவந்து காட்டினா.. அவரைத்தான் கல்யாணம் பண்ணிக்கோன்னு சொன்னா. பண்ணிண்டேன். நிமிர்ந்துகூட பார்க்கலை…’ என்றாள்.

‘இப்பகூட அதேதாம்மா, என்ன நான் கொஞ்சம் நிமிர்ந்து பார்த்திருக்கேன். அவ்வளவுதான்!’ என்றாள் அனிதா.

அதன்பின் சம்பவங்கள் யாருடைய கட்டுப்பாட்டிலும் இல்லா மல் கனவுச் சக்கரங்களில் அவர்களுக்குச் சம்பந்தமே இல்லாத வேறு தளத்தில் இயங்கின.

முதலில் அவர்கள் வீட்டில் சிமெண்ட் கலர் சீருடையுடன், மெக் கானிக்குகள் வந்து டெலிபோன் இணைத்தார்கள். இணைத்த அடுத்த கணம் மணி அடித்தது.

'மே ஐ ஸ்பீக் டு அனிதா ப்ளீஸ்? அனிதா, நான் வைரவன்... பாம்பே ஸீ ராக்கிலிருந்து பேசறேன். க்ரேட்... க்ரேட்... அப்படியே அடுத்த ஃப்ளைட்டைப் புடிச்சுட்டு வரேன்... உனக்கு என்ன வேணும்? சீதள் போன் பண்ணுவா, நிச்சயதார்த்தத்துக்கு மட்டும் தனியா ரெண்டு பார்ட்டி ஏற்பாடு பண்ணுவா. நீ என்ன பண்றே... ஈவ்ஸ்னுட்டு என் கம்பெனியிலிருந்து டிரஸ் டிஸைனர் வருவார். அவர்கிட்ட எல்லா அளவும் கொடுத்துடு. அதுக்கப் புறம் எல்லாம் சீதள் சொல்லுவா. அடுத்த வாரம் 'ஹெக்டிக்' காகத்தான் இருக்கும்' என்று மூச்சு விடாமல் பேசினான்.

'யார் பேசறது?' என்றாள்.

'மைகாட். வைரவன். உன் காதலன், ஃபியான்ஸி, கணவனாகப் போற, உலகத்திலேயே அதிர்ஷ்டமானவன்...'

'சார்... எனக்கு...'

'சார்ங்காதே... பேர் சொல்லு...'

'மிஸ்டர் வைரவன்...'

'மிஸ்டராவது? வைரவன், வைரு சொல்லு!'

'கல்யாணம் ஆனப்புறம் கூப்பிடறேன் மிஸ்டர் வைரவன். உங்க வேகம் எனக்குப் பழக்கப்பட கொஞ்ச நாளாகும். அதனால ஏதாவது தேவைன்னா உங்களைக் கூப்பிடறோம், என்ன?'

'ஏதாவது பேசேன்...'

மௌனம்.

'ஏதாவது, நான் உன் குரலைக் கேக்கணும்... எதுத்தாப்பல ஏதாவது புஸ்தகம் இருக்கா... கவிதைப் புஸ்தகம்!'

'பாட்டனி புஸ்தகம் இருக்கு.'

'அதை எடுத்து ஒரு பாரா படியேன். உன் குரலைக் கேக்கணும்... ஒரு முத்தம் தா!'

'அந்தக் கெட்ட வார்த்தையின் சரளம் உறுத்தியது.

'அனி! அனி! நான் உன் மேல பைத்தியம்... பைத்தியம்...'

'சரி, வெச்சிரட்டுமா?'

'வெயிட், ஏன் என்னை உதறித் தள்ளறே?' என்றான் சற்று அதட்டலுடன்.

அதற்குள் போனை வைத்துவிட்டாள். வைத்ததும் மறுபடி அது அடித்தது. அதை எடுத்து மெக்கானிக்கிடம் கொடுத்துவிட்டு அறைக்கு வெளியே ஓடினாள்.

'அந்தம்மா புறப்பட்டுப் போய்ட்டாங்களே!'

நிச்சயதார்த்தத்துக்கே தங்கத்திலே அச்சடித்து ஆர்.எஸ்.வி.பி. எல்லாம் போட்டு ஒரு கார்டு வந்தது. அந்தக் கார்டை திறந்ததும் அதனுள் ஒரு சிப் டிங்கடிங் டாங்' என்று பாடியது. சம்பிரதாயம் பார்த்தால் அவர்கள் எல்லாம் வர மகாதேவனின் வீடு இடம் போதாது என்பதால் அவர்களின் சாந்தோம் வீட்டிலேயே வைத்துக்கொள்ளலாம் என்று தீர்மானிக்கப்பட்டது.

நிச்சயதார்த்தத்துக்கு என்று அனிதாவுக்கு விதவித டிரஸ்கள் தைக்கப்பட்டன. அதற்காக இன்ச்டேப் மாலை போட்டுக் கொண்டு இரண்டு டெய்லர்கள் வந்தார்கள். போன் ஓயாமல் அடித்துக்கொண்டே இருந்தது. அப்பா நாலா திசைகளிலும் பேசிக்கொண்டே இருந்தார். வீட்டுக்கு டிஸ்டெம்பர் அடித்தார் கள். வாசலில் ஒரு அம்பாஸடர், ஒரு டாட்டா எஸ்டேட் கார்கள் எப்போதும் நின்றுகொண்டிருந்தன. இட்லி அரைக்கும் இயந்திரம் வந்தது. டாய்லெட் செட் என்று கொண்டு வந்து வைத்தார்கள். மேக்கப் கிட் என்று கொண்டுவந்து வைத்தார்கள். பிரபல பட்டுப் புடைவைக் கடையிலிருந்து இரண்டு டிரங்க் நிறைய பட்டுப் புடைவைகள் வந்து இறங்க, 'இதில் எது வேணுமோ எடுத்துக்கிடச் சொன்னாங்க' என்றார்கள்.

அனிதாவுக்கு அந்தச் சந்தர்ப்பத்தில் அணிவதற்காக கழுத்தில் சோக்கர் என்று சொல்வார்களே அதுவும் வைரத்தில் அதுவும்... அதற்குப் பொருத்தமாக வைர வளையலும், இருபத்து நாலு காரட் கனமான வளையல்கள் ஒரு டஜனும்... முத்து செட், பவழ செட், எல்லாக் கல்லும் வைத்த செட் என்று நகைக்கடை போல இருந்தது (வாசலில் செக்யூரிட்டி போட்டிருந்தார்கள்) அனிதா வின் வீடு. வைரம் பதித்து A.V. என்று எழுதப்பட்ட மோதிரம் ஒன்று சிறிய வெல்வெட் டப்பியில் காத்திருந்தது. ஜிம்பு ரூமில் ஃபாரின் சாமான்கள் குவிந்தன. கரோகே ஸிடி டேப் எல்லாம் வைத்த ஜப்பானிய ஆடியோ சிஸ்டம், வெளிநாட்டு மல்ட்டி

சிஸ்டம், வி.ஸி. ஆர், டி.வி. என அந்தச் சிறிய வீட்டில் சாமான்கள் குவிந்தன. நடக்க இடம் பண்ண வேண்டியிருந்தது. சுகந்தி அவற்றைப் பார்த்துப் பார்த்து எடுத்து வைப்பதிலேயே அம்மாவுடன் பிஸியாக இருந்தாள். புதிய உடைகளில்... புதிய சூழ்நிலையில்... அவர்கள் எல்லாருமே அந்நியர்கள் போல இருந்தார்கள்.

ஒருவன் சின்னதாக ஒரு கூடை கொண்டு வந்து வைத்தான்.

'அனி, இங்க வந்து பாரு...'

அந்தக் கூடைக்குள் சின்னதாக, வெள்ளையாக ஒரு நாய்க்குட்டி இருந்தது. அதன் கழுத்தில் ரிப்பன் கட்டி 'அனிதாவுக்கு' என்று எழுதப்பட்டிருந்தது.

16

நாய்க்குட்டி வெள்ளையாக புஸுபுஸுவென்றிருந்தது. மூக்கருகே கொண்டு வந்து வியப்பாகப் பார்த்தபோது அனிதாவைச் சட்டென்று நக்கி வாலைக் கொஞ்சம் ஆட்டியது.

ஜிம்பு, 'ஒஸ்தி நாய். குட்டியே ரெண்டாயிரம் ரூபா இருக்கும்' என்றான்.

'அதை எதுக்கு அனுப்பிச்சிருக்கார் வைரவன் சார்?' என்றாள் அம்மா.

போன் வந்தது. அதை எடுத்துக் கேட்டு, 'அனிதா... உனக்குத் தான், அவர்தான்' என்று அம்மா கொடுக்க, தயக்கத்துடன் அதைக் காதில் வாங்கிக் கொண்டபோது...

'நாய்க்குட்டி கெடைச்சுதா?'

'ம்.'

'உனக்கு நாய்க்குட்டி பிடிக்குமா...?'

'நாய்க்குட்டி யாருக்குத்தான் பிடிக்காது?'

'பிடிச்சா எடுத்துக்க. உங்க வீட்டுல ஆசாரம் கீசாரம்னு எதிர்ப்பு தெரிவிச்சாங்கன்னா விசிறிக் கடாசிடு... என்ன? கல்யாணத்துக்கு குதிரைக்குட்டி!'

'சேச்சே!'

'பத்துநாள் இருக்கு...'

'...'

'எதுக்குன்னு கேளேன்.'

'எதுக்கு?'

'எங்கேஜ்மெண்டுக்கு. நிச்சயதார்த்தம் பத்தி மெட்ராஸ் முழுக்க இப்பவே பேசிக்கிடுது. அப்பாவை நீ இன்னும் சந்திக்கலை. சாயங்காலம் அவரை வந்து பார்த்துட்டுப் போயிரு, என்ன?'

'ம்.'

'எங்கேருந்து பேசறேன் தெரியுமா?'

'தெரியாது.'

'சத்தம் கேக்கலை. விர்ர்ன்னு...?'

'கேக்குது.'

'நம்ம ப்ரைவேட் ப்ளேன்லேருந்து பேசறேன்.'

'அப்படியா?'

'யு ஆர் நாட் இம்ப்ரஸ்டு? இதுக்காகவே 'யு எச். எஃப் வெச்சு பத்து எஞ்சினியர் ஸ்பெஷல் கனெக்ஷன் கொடுத்திருக்காங்க. லட்ச ரூபா செலவழிச்சிருக்கேன்.'

'எனக்கு இதெல்லாம் புரியவே இல்லை.'

'சாயங்காலம் அப்பாவைப் பார்க்க வர்றியா?'

'வரணுமா?'

'கட்டாயம். அவர் நைட் பாம்பே போயிடறாரு. உனக்கு அவரைப் பிடிக்கும். என்னை மாதிரிதான் ஆசாமி. இல்லை... அவரை மாதிரி நான்! நினைச்சதை அடைஞ்சே தீரணும். அம்மாகிட்ட போன் கொடு...'

'அம்மா... உன்னோட பேசணுமாம்.'

'யாரு வைருவா? என்ன வைரு... எப்படி இருக்கே?' என்று அம்மா அவ்வப்போது சிரிப்புடன் பேச... அனிதா அறைக்கு வந்து வெற்றுப்பார்வை பார்த்துக்கொண்டு அவர்களின் தொடர் பற்ற பேச்சைக் கேட்டுக்கொண்டிருந்தாள்.

‘எனக்கு மயில் கழுத்து கலர் பிடிக்கும்னு எப்படி உங்களுக்குத் தெரிஞ்சது... ஏதாவது இட்சிணி வேலையா?’

மாலை... சாந்தோம் வீட்டுக்குப் போனபோது வைரவனின் அப்பா ஹாலில் முழுசாக ஸூட் வெய்ஸ்ட் கோட் எல்லாம் அணிந்து காத்திருந்தார். அனிதா வந்ததும், எழுந்து, ‘வாம்மா’ என்று அவளின் தலையைத் தடவி நெற்றியில் முத்தமிட்டபோது லேசாக விஸ்கி வாசனை அடித்தது. சற்று கறுப்பாகப் பரபரக்கும் கண்களுடன் அவளை நோக்கிச் சிரிக்கும்போது சிங்கப்பல் தெரிந்தது. ஒரு தங்கப்பல்லும் தெரிந்தது.

வைரவனின் அம்மா இப்போது பிரமிக்கும் ஸெருலியன் நீலத்தில் க்ரேப்சில்க் புடைவையை அணிந்து அனிதாவை வந்து கட்டிக் கொண்டாள். அவளிடத்திலும் லேசாக அந்த மணம், கொலோன் வாசத்தையும் மீறி அடித்தது.

‘எப்படி இருக்கா பாருங்க மருமவ?’

‘ஊர்ல எத்தனையோ பெண்கள் இருக்கறப்ப உன்னைப் போய் பிடிச்சானா எம்மவன்?’

‘அண்ணாச்சி... என்ன இது... அவ...’ என்றான் வைரவன்.

‘நீங்கள்லாம் பாப்பாரவங்களா?’

தலையாட்டினாள். ஆமென்று.

‘நாங்க என்ன ஜாதி தெரியுமா?’

தலையாட்டினாள். இல்லையென்று.

‘எங்கப்பச்சி கோயில்ல மோளம் அடிச்சிக்கிட்டிருந்தவரு. வீட்ல கன்னடம் மாதிரி பேசுவம்... தெரியுமில்லை... தாத்தா பேரு வைரவன். எங்கப்பா பேரு வரதராசு. எம் பேரு லட்சுமணன். எல்லாம் போன ஜெனரேஷன். இப்ப எல்லாம் தமிழ்தான். மவன் ரொம்ப சுத்துவான். கொஞ்சம் இவனைக் கட்டுப்பாட்டுல வெச்சிரு. ஒரே மவன். பெண்ணா பெத்து தள்ளிட்டா இவ’ என்று பைப்பை எடுத்து, அதனுள் கம்பித் திரியை நுழைத்து குடைந்து பழுப்பாக வெளியில் எடுத்து, எரின்மூர் புகையிலையை அடைத்துப் பற்ற வைத்து நீல மேகப் புகை விடுவித்து, ‘என்ன படிச்சிருக்கே?’ என்றார்.

‘பாட்டனி...’

‘முடிச்சிட்டியா?’

‘இல்லை, இந்த வருஷம்தான் ஃபைனல்...’

‘வைரு... இதை ஏதாவது எம்.பி.ஏ-க்கு டிகிரி முடிச்சதும் அனுப்பிச்சுரு. ஃப்ராங்க்கிட்ட சொன்னா போதும்...’

‘முதல்ல கல்யாணம் ஆவட்டும் அண்ணாச்சி!’ என்றான் வைரவன்.

‘மவன் என்னை அண்ணாச்சின்னுதான் கூப்பிடுவான். நீ எப்படிக் கூப்பிடப் போற? உங்க பாப்பாரவங்கள்லாம் மாமனாரை எப்படிக் கூப்பிடுவாங்க?’

‘அப்பான்னு...’

‘அப்படியே கூப்பிடு!’

‘ஏம்மா நகைங்கள்லாம் போட்டுக்கிட்டு வரலை?’ என்றாள் வைரவனின் அம்மா.

‘கல்யாணத்தின்போது போட்டுக்கலாம்னு.’

‘கல்யாணத்துக்கு வேற செட்டு... இது நிச்சயதார்த்தத்துக்கு. வைரு சொல்லலையா? அன்னிக்காவது போட்டுக்கிட்டு வாங்க. உள்ளே வெச்சுப் பூட்டாதீங்க. பாரும்மா... உங்க அம்மா கையில சொல்லிப் போடு... பழகிக்கணும், இந்த ஃபேமிலில ஊடாட! நகைங்கறது போட்டுக்க... பூட்டி வெக்க இல்லை! பணம் செலவளிக்க, செலவளிச்சாத்தான் டாக்ஸ் கட்டாம தப்ப முடியும்...’ என்றார் லட்சுமணன். புகைவிட்டுக்கொண்டே அவளை ஏற இறங்கப் பார்த்துக்கொண்டிருந்தார்.

‘இன்னும் என்னால நம்ப முடியலை...’

‘என்ன அண்ணாச்சி?’

‘இவகிட்ட அப்படி என்னத்தை நீ கண்டுட்டே?’

‘சும்மாருங்க’ என்று அதட்டினான் வைரவன்.

‘கிரேஸி பாய்ஸ்!’ என்று வியந்தார்.

'சரி, நான் பாம்பே போறேன்... அதுக்கு முன்னால வாக் போகணும்... வைரு, யாரையாவது அனுப்பி போர்டிங் கார்டு வாங்கி வெச்சிரு...'

பலவித டிபன் தட்டுகள் தள்ளுவண்டியில் வந்தன.

'நான்வெஜ் சாப்பிட மாட்டியே?' என்றார் அனிதாவைப் பார்த்து.

கொண்டு வந்த டிபன் சந்தேகாஸ்பதமாக இருந்தது. அதைத் தொடாமல் டீ மட்டும் குடித்தாள். ஏலக்காய் வாசனை அடித்தது. ஒரு வாய் குடித்து, மீதியை வைத்துவிட்டாள்.

வைரவன் அவளிடம் ஒரு சீட்டைக் காட்டினான்.

'ஒரு முறை நமஸ்காரம் பண்ணிடு' என்று எழுதியிருந்தது.

அனிதா பின்வாங்கி, 'உங்க ரெண்டு பேருக்கும் நமஸ்காரம் பண்ணிக்கிறேன்...' என்றாள்.

அவர் ஒதுங்கிக்கொண்டு, 'இருக்கட்டும்... இருக்கட்டும்...' என்று சொல்லிவிட்டு, 'நல்ல பொண்ணு... உள்ளருந்து ஏதாவது கொண்டுவந்து கொடேன்... ஒரு ஜேடு செட்டு நம்ம சச்சுவுக்காக வாங்கியாந்தனே... அத எடு...' என்றார் மனைவியிடம்!

'என் மகன் அதிர்ஷ்டக்காரன்... இவளைக் கல்யாணம் கட்டிக் கிட்டப்ப இவ அப்பன்... கடனாத்தான் வெச்சிருந்தான். நானும் லவ் மேரேஜ்தான்... இவங்க தேவர் ஜாதி... கொடுக்கவே மாட்டன்னுட்டாங்க!'

'நான் வந்த அதிர்ஷ்டம்தாங்க உங்களுக்கு காண்ட்ராக்ட் கெடைச்சது!' என்று வைரவன் அம்மா சொல்ல;

'அப்படித்தான் சொல்லிக்கிட்டுத் திரியறா... என் உழைப்பை யாரும் சொல்ல மாட்டாங்க. இதெல்லாம் ஒரு லைஃப் டைம்ல சம்பாதிச்சது அனிதா...' என்றார் லட்சுமணன்.

அனிதா, 'அப்படியா?' என்றாள். மனம் அலைந்தது. 'இந்தச் சூழ் நிலையில் வாழ்நாளா?' என்று அவளுக்கு வியப்பாக இருந்தது. வைரவனின் சகோதரிகளும் கஸின்களும் அவ்வப்போது வந்து அவளைத் தொட்டுப் பார்த்துவிட்டுப் போனார்கள். சங்கிலிநாய் அவளைக் கண்டு வாலாட்டப் பழகிவிட்டது. நாய் எப்படியோ 'அனிதா முக்கியமானவள். அவளைப் பார்த்துக் குரைத்தால் உதை விழும்' என்று தெரிந்து கொண்டுவிட்டது!

அபி என்கிற பெண் அவளை அழைத்துக்கொண்டுபோய் தன் எக்ஸர்சைஸ் சைக்கிளைக் காட்டினாள்.

'இதுக்குள்ள கம்ப்யூட்டர் இருக்குது... நான் தப்பலா இருக் கேன்னு வைரு அங்கிள்தான் ஜப்பான்லருந்து வாங்கி வந்தாரு... உனக்கு மைக்கேல் ஜாக்ஸன் பிடிக்குமா?'

அனிதாவை மறுபடி தன் காரில் கொண்டுவிட்டபோது, வீட்டு வாசலில் வைரவன் அவளை முதன் முறையாக, அவள் தொடை மேல் தொட்டு அழுத்தினபோது அவள் தசைகள் இறுகின. அந்தக் கையை அகற்றினாள்.

'ஏன் அனிதா?'

'அப்புறம்...' என்றாள். கதவைத் திறக்கும்போது அவள் மார்பில் வேண்டுமென்றே தீற்றினான்.

அந்த தினம் வந்தது. அனிதாவை சீதள் பியூட்டி பார்லருக்கு அழைத்துச் சென்றாள். ஒரு சைனாக்காரி அனிதாவின் முகத்தைப் பாத்திரம் போல் அலம்பி, புருவத்தை ட்வீஸரால் வலிக்க வலிக்கத் திருத்தி வில்லாக்கி முகத்தில் பூனை முடியெல்லாம் நீக்கி, கைகால் நகத்துக்கெல்லாம் சாயம் பூசி, அவள் தலைமுடியைப் பற்பலவித மாகச் சர்ச்சித்துவிட்டு, கடைசியில் அதை ஒரு மாதிரி சின்னச் சின்னத் திரிகளாகத் திருகி, வளையம் வளையமாக்கி... முடிவில் கண்ணாடியில் அனிதா பார்த்துக் கொண்டபோது பிரமித்துப் போனாள். பக்கத்திலிருந்து ஃபெமினா வாசித்துக்கொண்டிருந்த மது, 'வாவ்... யூ லுக் க்ரேட்...' என்றாள்.

'நானா இது?' என்றாள் அனிதா. அவள் முகத்தின் அடையாளமே மாறி விட்டிருந்தது. இந்தச் சாக்கில் சீதளும் மதுவும் ரொம்ப சிநேகமாகிவிட்டார்கள்.

'நீ ஸிட்னி ஷெல்டன் படிப்பாயா? ஜாக்கி காலின்ஸ் உண்டா?' என்றெல்லாம் பேசிக்கொண்டு அவர்களும் அலங்காரம் பண்ணிக்கொண்டார்கள்.

அப்பா, அம்மா, மற்ற உறவுக்காரர்கள் அனைவருக்கும் வேன் அனுப்பியிருந்தார்கள். அவர்கள் முன்னாலேயே சாந்தோம் வீட்டுக்குப் போய்விட்டார்கள். தெரு திரும்பி ஒரு கிலோமீட்டர் இருக்கும்போதே, கார்கள் வரிசையாகக் காத்திருந்தன. உள்ளே

வாசலிலிருந்தே வீடியோ எடுத்தார்கள். சாயங்காலமே வண்ண விளக்குகள் எரிந்து கொண்டிருந்தன.

'அனிதா... யு ஆர் லேட்...' என்ற வைரவன், லேசான சில்க் போன்ற துணியில, யானைத் தந்த வெள்ளை நிறத்தில் ஸூட் அணிந்திருந்தான்.

யார் யாரோ, யார் யாருடனோ பேசிக்கொண்டிருக்க அனிதா நுழைந்ததும் மௌனமாகிவிட்டது!

'இவங்கள்லாம் க்ளோஸ் பிஸினஸ் அசோஸியேட்ஸ்... இவங்களை ஒவ்வொருத்தரா அறிமுகப்படுத்தி வைக்க வேண்டியது கட்டாயம்...'

அவர்கள் அனைவரும் விதிவிலக்கில்லாமல் க்ரே ஸூட் அணிந்திருந்தார்கள். யாரும், தமிழ் பேசவில்லை. அநாதையாக ஆர்க்கெஸ்ட்ரா பாடிக்கொண்டிருந்தது.

'எங்களின் அடுத்த பாடல்... லேட்டஸ்ட் ஹிட் படத்தில் இடம் பெற்ற...' என்று அறிவித்துக்கொண்டிருந்தனர். அனிதா, அவர்களினூடே நடக்க ஆர்க் வெளிச்சம் துணை வந்தது.

'இது அமாந்தா... இது ராஜசேகர்... இது பழனிச்சாமி, ரோட்டரி கவர்னர். பெரிய புள்ளி! இது என் கிளாஸ்மேட் ராகவன்... இது...இது...இது...'

'எத்தனை 'இது'க்கள்! அவளை அறிமுகப்படுத்திய அத்தனை பேரும் சற்றே சிரித்து, சற்றே தலையசைத்து ராணியாக அங்கீகாரம் தந்தார்கள்.

அப்பா, அம்மா, சுகந்தியைத் தேடினாள் அனிதா. நான்கு பேரும் ஆர்க்கெஸ்ட்ரா அருகில் தாளம் போட்டுப் பாட்டைக் கேட்டுக் கொண்டிருந்தார்கள்.

'ஹாய்! என்னை ஞாபகமிருக்கா?'

அனிதாவால் பார்த்த மாத்திரத்தில் அவனை அடையாளம் கண்டுகொள்ள முடியவில்லை. பிறகே புரிந்தது வைரவனால் விலைக்கு வாங்கப்பட்ட சுரேஷ் என்று.

வைரவன் சொல்லிக்கொண்டிருந்தான், 'அனிதா, இது சுரேஷ்... எங்க சாஃப்ட்வேர் எக்ஸ்போர்ட் கம்பெனியின் புது மேனேஜர்...'

17

சுரேஷ், அனிதாவைப் பார்ப்பதைத் தவிர்த்து வைரவனையே விசுவாசத்துடன் பார்த்துக்கொண்டிருந்தான். 'சுரேஷ்! ஏதாவது ஒரு காரை எடுத்துக்கிட்டு ஏர்ப்போர்ட் போ... பாம்பே ஃப்ளைட்ல நமக்கு ரொம்ப நெருங்கின தோஸ்த் ஒருத்தர் வரார்... அவரோட பேரு ஷா... அவரைக் கூட்டிட்டு வந்துரு. சாஃப்ட் வேர் எக்ஸ்போர்ட்டுக்கு முக்கியமானவர்!'

'யெஸ் மிஸ்டர் வைரவன்!' என்று சுரேஷ் உடனே புறப்பட...

'வெயிட்! அவரை எப்படி அடையாளம் கண்டுப்பே?'

'வாசல்ல ஒரு அட்டைல பேர் எழுதிக்கிட்டு நின்னா போதும்... அமெரிக்காவில அப்படித்தான் செய்வாங்க?' என்றான் சுரேஷ்.

'அவ்வளவ்தான்!' என்ற வைரவன், சுரேஷ் போனதும் 'வெரி ஸ்மார்ட் பாய் சுரேஷ், வாழ்க்கைல எது முக்கியம்னு தெரிஞ்சவன். முன்னுக்கு வந்துருவான்!' என்றான்.

'என்ன சிரிக்கிறே?'

'ஒண்ணுமில்லை.'

'உன்னைக் கல்யாணம் செய்ய இருந்தவனை ஏர்போர்ட்டில அட்டை தூக்க வெச்சுட்டேன்னுதானே?'

'இல்லை' என்றாள். அதற்குத்தான் சிரித்தாள்.

திகட்டிப் போய் அலுப்பாய் இருந்தது. 'எங்கேயாவது உட்கார ணும் போல இருக்கு.'

'இன்னும் பத்துப் பதினஞ்சு பேரைத்தான் அறிமுகப்படுத்தணும். அதுக்கப்பால உன்னை விட்டுர்றேன்' என்றான்.

'நாளைக்கு வெச்சுக்கலாமே...'

'அவங்கள்லாம் ஊருக்குப் போய்டுவாங்க. ஒவ்வொருத்தனும் துபாய், பாம்பேலேருந்து எல்லாம் வந்திருக்கான்.'

பத்துப் பதினைந்து என்பது ஐம்பதாகிவிட்டது. அனிதா, எல்லாம் முடித்து நகைகளைக் கழற்றி மேக்கப் சுமையை விலக்கும்போது மணி ஒன்பதரையாகி இருந்தது. தலை வலித்தது.

'உன்னைப் பார்த்தா... உனக்குத் தலைவலி வந்திருக்கிற மாதிரி தெரியுது' என்று வைரவன் சொல்லிவிட்டு, டாக்டர் பாலாஜியைப் பாதி விருந்திலிருந்து கூட்டி வந்து காட்ட, அவள் மறுத்தும் கூட அவர் அவளைப் பரிசோதித்து, 'ஒண்ணுமில்லை... ஒரு ப்ராஸி வான் வாங்கிக்கங்க போதும். எல்லா களைப்பும் போயிடும். ரொம்ப சோர்ந்திருக்காங்க... அவ்வளவுதான்' என்றார்.

'டாக்டர், டயர்டா இருந்தாகூட எத்தனை அழகா இருக்கா பாத்தீங்களா என் மணப்பெண்.'

டாக்டரும் அவளைப் பொருட்காட்சி போலப் பார்த்து, 'ஷி இஸ் லவ்லி' என்றார்.

'பாலாஜி, சிட்டிலேயே பெரிய கைனகாலஜிஸ்ட்' என்றான்.

அனிதா சரியாகச் சாப்பிடவில்லை. அவள் குடும்பம் அத்தனை பேரும் வரிசையாக உட்கார்ந்துகொண்டு ரசித்துச் சாப்பிட்டுக் கொண்டிருந்தார்கள். மதுவைக் காணவில்லை. சந்தடியில் மது எப்போது போனாள் என்று கவனிக்கவில்லை.

அனிதா சரியாகத் தூங்கவில்லை. மொட்டைமாடியில் செக்கச் செவேல் என்று பட்டுப்புடைவை அணிந்திருந்த ஒரு பெண் அலங்கோலமாக இறந்து கிடப்பதாக அதிகாலையில் கனவு கண்டாள். அந்தப் பெண்ணின் அடையாளம்தான் குழப்பமாக இருந்தது. பிரபல சினிமா நடிகை போல இருந்தது ஒரு சமயம்... இன்னொரு சமயம் தன்னைப்போல அல்லது அம்மா ஜாடையாக இருந்தது. வியர்வை வெள்ளத்தில் எழுந்தாள்.

'என்னடி... தொப்பலா நனைஞ்சிருக்கே? வைருகிட்ட சொன்ன ஒரு ஏ.ஸி. அனுப்பிச்சுருவார்' என்று அம்மா எழுப்பி, படுக்கையிலேயே காபி கொடுத்தாள்.

'இரும்மா... பல் தேச்சுர்றேன்.'

பாத்ரூமுக்குப் போகும்போது அப்பாவும் ஜிம்புவும் நேற்றைய நிகழ்ச்சிகளைப் பற்றிப் பேசிக்கொண்டிருந்தார்கள்.

'எங்கே... ஆல் இண்டியா ரேடியோ ஸ்டேஷன் இருக்கு பாரு... அதுவரைக்கும் கார்கள் நின்னுதுப்பா!'

'கேட்டரிங்கெல்லாம் யார் பண்ணா?'

'வெஜிடேரியன், நான்-வெஜிட்டேரியன், சைனீஸ்னு தனித்தனியா பிரிச்சுட்டா பாரு...'

அனிதாவைக் கண்டு, 'அனிதா... உன்னை நேத்து பார்க்கவே முடியலை. அத்தனை பிஸியா இருந்தே' என்றார் மகாதேவன்.

'அனி... நீ கைகுலுக்கினதெல்லாம் யாருன்னு ஞாபகம் இருக்கோ? கிரிக்கெட் ப்ளேயர்ஸ் எத்தனை பேர் வந்தா தெரியுமா? அப்புறம், கோடம்பாக்கமே திரண்டு வந்திருந்ததுப்பா...' என்றான் ஜிம்பு.

'நேர்ல பார்க்கறதுக்கு ஒருத்தியும் நன்னாவே இல்லை.' என்றாள் சுகந்தி.

பல் தேய்க்கும்போது கண்ணைச் சுழற்றிக்கொண்டு வந்தது அனிதாவுக்கு. கசப்பாக அமிலமாக வாயிலெடுத்து, நெற்றியைத் தொட்டுப் பார்த்துக்கொண்டபோது, ஜுரம் இருப்பதை உணர்ந்தாள். பல் தேய்த்து நேராகப் போய் போர்த்திக்கொண்டு படுத்து, 'இன்னும் கொஞ்சம் தூங்கறேம்மா' என்றாள் அனிதா.

'உன் இஷ்டம்... நீதானே இந்தாத்து ராணி!'

டெலிபோன் அவள் தூக்கத்தில் ஒலித்தது. கமலம் இருட்டுக்குள் வந்து ஜன்னலைத் திறந்து, 'அனி... அவர் கூப்டறார்மா' என்றாள் மெதுவாக.

'யாரு?'

'அவர்தான்... வைரு'

'தூங்கறானு சொல்றதுதானேம்மா.'

'சொன்னேன். ஏதோ முக்கியமான விஷயமாம்!'

அனிதா மிகுந்த பிரயத்தனத்துடன் எழுந்து சென்று போனை எடுத்தாள்.

'ஹாய் ஸ்வீட் ஹார்ட்... காலைல ஒரு ஜோக் சொல்லட்டுமா?'

'எனக்கு உடம்பு சரியில்லை... என்ன விஷயம் சொல்லுங்கோ?'

'உனக்கு அவசரமா பாஸ்போர்ட் வாங்கணும். அதுக்கான ஃபார்ம் அனுப்பறேன். கையெழுத்து போட்டு அனுப்பிரு, என்ன?'

'எதுக்கு பாஸ்போர்ட்டு?'

'எதுக்கா? ஹனிமூன் எங்க போறோம்னு நெனைச்சே?'

'எங்க?'

'லண்டன் ஒரு வாரம், ஸ்விட்சர்லாண்டு, அமெரிக்கா, ஜப்பான் எல்லாம் ஒரு வாரம்!'

'அப்படியா?'

'என்னது... சந்தோஷமே இல்லை குரல்ல!'

'எனக்கு உடம்பு சரியில்லை வைரவன்! என்ன விஷயம்னு சொல்லுங்கோ...'

'இன்னொரு தடவை சொல்லு அதே மாதிரி! வைரவன்! முதல் முறையா பேர் சொல்லிக் கூப்பிட்டிருக்கே. இதுக்கே ட்ரீட் கொடுக்கணும் அனி... சரி... நான் அப்புறம் உன்னோட பேசறேன். இப்ப வெளிநாட்டு கால் ஒண்ணு எனக்காகக் காத்திட்டிருக்கு...' என்றான்.

போனை வைத்ததும் 'என்னவாம்?' என்று கமலம் கேட்டாள்.

'பாஸ்போர்ட்டுக்கு அப்ளிகேஷன் போடணுமாம்மா!'

'ஹனிமூனுக்கு வெளிநாடு போறாப்பலயா அம்மா...!' என்றான் ஜிம் (வைரவன் கூப்பிடும் புது பெயர்).

ஜிம்பு மேல் எரிச்சலாக வந்தது. எதையாவது அவன்மேல் எறிய வேண்டும்போல இருந்தது-

அறைக்குப் போனதும் அனிதாவுக்கு ஜுரம் அதிகமாகி எண்ணங் களிலும் உஷ்ணம் ஏற்பட்டது. 'எல்லாருமே சுயநலவாதிகள்.'

'எல்லாருமே எப்படி மாறிப் போய்விடுகிறார்கள்? அதிகப் பணம் என்பது என்னை எப்படி மாற்றப் போகிறது?' என்று மதுவிடம் கேட்டாள் அனிதா.

'நீ மாறமாட்டே. அப்படியே பழைய அனிதாவாத்தான் இருப்பே. பார்த்துக்கிட்டே இரு!'

'இல்லை மது. எனக்கு பயமாகவே இருக்கு!'

'நான் உன்னைத் தூரத்திலிருந்து பாத்துக்கிட்டே இருந்தேன். நேத்திக்கு ரொம்ப அன்ஈஸியா இருந்தே. எல்லாரும் பேசிக்கிட் டாங்க... 'இந்தப் பொண்ணு வைரவனுக்கு எப்படிப் பொருந் தும்'ங்கற மாதிரி. அதுக்கு நான், 'அந்தப் பொண்ணை பத்தி உங்களுக்குத் தெரியாது, வைரவனை ஒரு மாசத்துக்குள்ள சாப்ட்டுரும்'னு சொன்னேன்.'

'போடி' என்றாள் வெறுப்பாக.

நெற்றியைத் தொட்டுப் பார்த்து, 'நல்லா ஜுரம் அடிக்குது. ஜலதோஷம் புடிச்சிருக்கு. ஸ்டிஃபா ஒரு ப்ராந்தி அடிச்சா சரியா போய்ரும்' என்றாள் மது.

'அதுதான் பாக்கி.'

வைரவன் கொடுத்த நாய்க்குட்டி வாலைச் சின்னதாக ஆட்டிக் கொண்டு படுக்கை மேல் குதித்து அவளருகில் வந்து சுகமாக உட்கார்ந்து கொண்டது.

'இது வேறு!'

மது அதை எடுத்து 'என்ன பேர் வெச்சிருக்கே?' என்றாள்.

'இன்னும் பேர் வைக்கலை.'

'வைருன்னு வை... வைரு... வைரு...ரூ!'

'சும்மாரு, அம்மா காதில கேட்டா கொன்னுடுவா என்னை.'

‘நீ வளர்க்காட்டி போ... நான் எடுத்துட்டுப் போறேன் இதை... என்னிக்குக் கல்யாணம் தெரியுமா?’

‘தெரியாது.’

‘எனக்குத் தெரியும். ஏப்ரல் பதினெட்டு. எனக்கு ரிஷப்ஷன் கமிட்டி, ப்ரஸ், வீடியோ இவையெல்லாம் பொறுப்பு கொடுத்திருக்கு சீத்து.’

‘சீத்து யாரு?’

‘அதான் சீதள்.’

‘எங்கயாவது ஓடிப் போய்டலாமானு தோணுது.’

‘உன்னைப் போல பைத்தியம் கிடையாது அனி. சந்தோஷம் பிச்சுக்கிட்டு உன்னைத் தேடிக்கிட்டு வருது. அதை அப்படியே எடுத்துக் கட்டிக்காம வெறுப்படிக்கிறே பாரு. என்ன குறை உனக்கு? அனி... ஒரு ஆளு பணக்காரனோ, ஏழையோ, எப்படி வேணும்னாலும் இருக்கட்டும். ஒரு ஆளு உன்னை இத்தனை ஃபீலிங்கோட இத்தனை தீவிரமா காதல் பண்றான்னா அதுவே ரொம்ப பெரிய விஷயமில்லையா... பெரிய அதிர்ஷ்ட மில்லையா?’

‘இதுதான் காதலா?’

‘மை காட்... வேற என்ன?’

‘எனக்கு எல்லாமே செயற்கையா இருக்கு மது... போஸ்டர் ஒட்டறது, போன் பண்றது, பத்து நிமிஷத்துக்கு ஒரு முறை லவ் யூ... லவ் யூன்னு சொல்றது... எல்லாமே...’

‘பின்ன காதல்னா உன் ‘கல்வி’ல என்ன சொல்லு?’

‘அது என்னவோ... ஆனா ஒண்ணு மட்டும் நிச்சயம்...’

‘என்ன?’

‘நான் இன்னும் காதல் பண்ணலை... யாரையும்... எதையும்! அதனால அது என்னன்னு தெரியலை.’

‘காதல்ங்கறதும் உயிரினங்களோட அத்தியாவசியத் தேவைகள்ல ஒண்ணுன்னு படிச்சேன். அது இல்லைன்னா ஆம்பளைங்கள்லாம்

முதல் இரவோட வேற பொண்ணு பார்க்கப் போயிருவாங்களாம். பெண்ணுக்கு ஆதிகாலத்திலிருந்து வீட்டு வேலையும் பார்த்துக்கிட்டு குழந்தைங்களையும் பார்த்துக்க ரெண்டு கை பத்தலை. அதனால காதல்னு ஒண்ணை உண்டு பண்ணி புருஷனை விசுவாசமா அஞ்சு வருசமாவது அந்தண்டை இந்தண்டை நகராம அதாவது குழந்தை சுதந்தரமா பிரிஞ்சு போற வரைக்குமாவது வளைச்சுப் போடறதுக்கு - இயற்கை கண்டு பிடிச்ச ட்ரிக் காதல்னு டைம் பத்திரிகைல போட்டிருந்தான்.'

'அதான் இத்தனை கவிதை எழுதறாங்களாக்கும்!'

அப்போது பாஸ்போர்ட் மனுவுக்குக் காகிதங்கள் வந்தன. அனிதா கையெழுத்து போட்டபோது, 'சுரேஷைப் பார்த்தேன்.' என்றாள் மது.

'நானும் பார்த்தேன். வைரவன் அறிமுகப்படுத்தினார்.'

'அந்தாளு ரொம்ப வருத்தப்பட்டான். உங்கிட்ட வந்து மன்னிப்பு கேக்கணும்னான். அவனை நீ தப்பா நினைக்கக்கூடாதுன்னு சொல்லச் சொன்னான்' என்றாள் மது.

'அப்படியா... எனக்கு அதில ஆச்சரியமே இல்லை... எங்கப் பாவே மாறிட்டார். சுரேஷ் மார்றதுக்கு என்ன?' என்றாள் அனிதா.

18

அனிதா கனவு கண்டாள். கையில் குழந்தை இருப்பதாகவும்... அதைப் பாம்பு கடித்து பல் பட்டிருப்பதாகவும்... யாரோ, 'அதை தூங்கவிடாமல் பார்த்துக் கொள்' என்று சொல்லச் சொல்ல... அது தூங்கித் தூங்கி வழிவதாகவும் கண்டு, சட்டென்று விழித்துக் கொண்டாள்.

ஒருகணம் எங்கே இருக்கிறோம் என்று தடுமாற்றமாக இருந்தது. 'ஹாஸ்டலா... வீடா?'

ஹாஸ்டல்தான். மதுவின் அறை.

அவளிடம் அந்த அபத்தமான கனவைச் சொல்லி, 'மது, இந்தக் கனவுக்கு என்ன அர்த்தம்?' என்றாள்.

'ஒரு அர்த்தமும் இல்லை. ராத்திரி பாத்ரூம் போகாம படுத்து இருப்பே. பாத்ரூம் போக எழுப்பத்தான் கனவு வந்திருக்கும்...' என்று சொல்லிவிட்டு, தலையணையைக் கட்டிக்கொண்டு, 'சல்மான் கான் எப்படி இருக்கார் பாரு!' என்று ஒரு சினிமா பத்திரிகையைப் பார்த்து பெருமூச்சு விட்டாள் மது.

'உன்னோட அதிர்ஷ்டம் எனக்கும் கொஞ்சம் ஒட்டிக்கிச்சு அனி... நான் வைரவன் கம்பெனியில சேலைக்குச் சேரப் போறேன். கல்யாணத்தை மட்டும் வேண்டாம்னு சொல்லிராதே என்ன?' என்றாள் மது.

அனிதா, பாடப் புத்தகத்தை எடுத்துப் படித்தாள்.

'அனி... உனக்கு எதுக்கு இனிமே படிப்பு? வைரவன் கைல சொன்னா டிகிரி சர்ட்டிபிகேட்டைச் சுருட்டி உன் கைல கொண்டு வந்து கொடுத்துருவாரு, பரீட்சைகூடத் தேவையில்லாம!'

'மது... உனக்குப் பிடிக்கறதா?'

'எது?'

'இந்த மாதிரி எந்த முயற்சியும் இல்லாம எல்லாம் கிடைக்கிறது. எதையாவது அடையணும்னா கொஞ்சமாவது பாடுபட வேண்டாமா?'

'பாடுபட வேண்டியவங்க பாடுபடணும். நீ இப்ப அந்த வகையைச் சேர்ந்தவ இல்லையே!'

'என்ன மது...இப்படி மாறிட்ட?'

'மாறலை... என் நேச்சரே அப்படித்தான். குறுக்கு வழி கிடைச்சா வுடமாட்டேன்' என்றாள் மது.

'எதுவுமே உனக்குப் புனிதம் இல்லையா?'

'புனிதம்னா...?' மது கேட்க.

'ஃபர்கெட் இட்' என்று சொல்லிவிட்டு பென்சில்களைச் சேகரித்து, புத்தகத்தை மூடிவிட்டு 'என்னை வீட்ல கொண்டு விட்டுரு. அங்க போனா எனக்கு மூச்சு முட்டுது. என்ன செய்யறது... போய்த்தான் ஆகணும்!' என்றாள் அனிதா.

'என்ன பிரச்னை வீட்டுல?' -மது கேட்க.

'எல்லாரும் வைரவன் ரசிகர் மன்ற மெம்பர்ங்க' என்றாள் அனிதா.

'நீ?'

'எனக்கு அந்த ஆளை சைஸ் பண்ண முடியலை' என்று அனிதா சொல்ல,

'கல்யாணம் ஆனதும் நிறைய சான்ஸ் கெடைக்கும்... சைஸ் பண்ணிக்க என்ன... நான் கடைக்குப் போகணும்... கல்யாணத்துக்கு டிரெஸ் எடுக்கணும்... சீதள் வரச் சொல்லிருக்கு!' என்ற மது, கண்ணாடியில் பார்த்துக்கொண்டு, 'செலவோடு செலவா

ப்ளாஸ்டிக் சர்ஜரி பண்ணிக்கலாமான்னு பார்க்கிறேன். மூக்கு சரியில்லை எனக்கு' என்றாள்.

'உன் மூக்குதான் மது, உன் முகத்திலேயே அழகான விஷயம்!'

'கேலி பண்றியா' என்று அனிதாவின் முதுகில் குத்தினாள் மது.

மதியம் வீட்டுக்குப் போனபோது, 'என்ன இது... வீடு தினம் தினம் மார்றது! இந்தக் கட்டில் எல்லாம் எதுக்கு?' என்றாள் அனிதா.

'அப்பா தரைல படுத்துக்கறதைப் பார்த்து வைரவனுக்குப் பொறுக்கலை. 'வைரவனோட மாமனார் தரைல படுத்துக்கற தாவது... என்ன அநியாயம்'னு கேட்கறாரு...' என்றாள் கமலம்.

'கல்யாணக் கடுதாசி வந்துருத்து... பார்க்கறயா? நம்ம பக்கத் துக்கு மட்டும் சம்பிரதாயப்படி ஆயிரம் காப்பி போட்டிருக் கோம்' என்றபடி பத்திரிகையை கமலம் நீட்டினாள்.

வெளியே ரோஸ் கலரும் உள்ளே மஞ்சளுமாக இருந்த அந்தக் காகிதத்தை அசுவாரஸ்யமாகப் பார்த்தாள் அனிதா. ஜிம்புவின் பெயர் கூட இருந்தது.

'எப்போது ரத்து செய்ய முடியும்? இப்போதும் லேட் இல்லை.'

'அம்மா... இந்தக் கல்யாணம் எனக்கு வேண்டாம்.'

'ஏன் அனி...'

'எனக்கு என்னவோ இஷ்டமில்லை.'

'எதுனாலே... காரணம் சொல்லு.'

'எல்லாத்துக்கும் காரணம் இருந்தாகணுமா? எனக்கு இஷ்டமில்லை...'

'இப்ப வந்து சொல்றியே! அத்தனை பெரிசா நிச்சயதார்த்தம் எல்லாம் நடந்தப்புறம்.'

'அதனால் என்ன? அதுக்கு ஆன செலவைக் கொடுத்துடறதா சொல்லலாம்மா!'

அனிதாவுக்கே சிரிப்பாக வந்தது.

'என்னடி உனக்குள்ள சிரிச்சுக்கறே? அப்பா ஸூட் போடறதைப் பார்த்தா?'

'ஆமா...'

'எல்லாம் ட்ரையல் பார்த்து தெச்சு வந்தாச்சு. கல்யாணத் தன்னிக்கு அவாளுக்குச் சமானமா நாம இருக்க வேண்டாமா?'

'அவாளுக்குச் சமானமா நாம ஆகவே முடியாதும்மா.'

'ரேமண்ட்ஸிலிருந்து ஒஸ்தி துணி அனி' என்றான் ஜிம்பு.

'உனக்கு?'

'எனக்கும்தான்.'

'வளையல் செட்டு அனுப்பியிருக்கா பாரு. போட்டுண்டா முழுங்கை வரைக்கும் வரும். ஒவ்வொரு வளையிலயும் ஒரோரு கல் வெச்சிருக்கு. அதோட ஒவ்வொண்ணுலயும் குட்டியா ஒரு தங்கச் சங்கிலி தொங்கறது. இப்ப அதான் பேஷனாம்!'

வாசலில் கார் கதவு மூடும் சத்தம், அப்பா உள்ள வந்தார்... 'ஸ்ஸ்... என்ன வெயில்... ஏ.ஸி. போடு. அனி... நீ வந்திருக் கியா?' என்று அவளைப் பார்த்து முகமலர்ந்தார்.

அனிதா பேசாமல் தன் அறைக்குச் செல்ல, 'இடம் போறாதுன்னு விசுவநாதராவை காலி பண்ணச் சொல்லிவிட்டார் வைரவன். அவர் எங்கிட்ட அழாக்குறையா சொல்றார். 'கல்யாணத்துக்கு யார் வந்தாலும் தங்கறதுக்கு இடவசதி பண்றேன்... என்னை மட்டும் விரட்டிராதீங்கோ'ன்னு!'

'நீங்க என்ன சொன்னேள்? மாமிகூட என்னை வந்து கெஞ் சினா...' என்றாள் கமலம்.

'போனாப்போறது... ஆனா, பர்மணண்டா வேண்டாம். மூணு மாசத்தில் காலி பண்ணச் சொல்லிட்டேன். நமக்கு இடம் போறாது' என்று மகாதேவன் சொன்னார்.

'பில்டிங்... இந்த பில்டிங்கே நம்முதா?' என்றாள் அனிதா.

'ஆமாம் பைத்தியமே... தெரியலையா? இப்பல்லாம் நாம் ஹவுஸ் ஓனர். கொடுக்கிற தெய்வம் கூரையைப் பிச்சுண்டு கொடுக்கும். இவ பொறந்தப்பவே 'ஜாதகத்தில லட்சுமி

கடாட்சம் ஏராளமா இருக்கு'னு ஜோஸ்யன் சொன்னான். நான் இத்தனை பெரிசா இருக்கும்னு எண்ணிக்கூடப் பார்க்கலை.'

அனிதா இந்த சம்பாஷணைகளைக் கேட்டுக்கொண்டு அறையைச் சுற்றும் முற்றும் பார்த்தாள். வெளிநாட்டுப் பெட்டிகள், வார்டுரோபுகள், சக்கரம் வைத்த பெட்டிகள், மேக்கப் செட் என்று அந்த அறையிலேயே அஞ்சு லட்சம் மதிப்புள்ள பொருட்கள் இறைந்து கிடந்தன.

ஜன்னலுக்கு வெளியே ஏரோப்ளேன் இரைச்சலாகப் பறந்து சென்றுகொண்டிருந்தது. போன் இடைவிடாமல் அடித்துக் கொண்டிருக்க, அதை ஜிம்பு எடுத்து 'அனி... உனக்குத்தான்! எம்.டி. கூப்பிடறார்' என்றான்.

'நம்பரை வாங்கி வெச்சுக்கோ. திரும்ப போன் பண்றதாச் சொல்லு.'

'வைரவன் பி.ஏ... அனி' என்று அதட்டினான் ஜிம்பு.

'யாராயிருந்தா என்ன?' என்றாள் அனிதா.

அனைவரும் அவளைச் சற்றே கவலையுடன் பார்த்தார்கள். குறிப்பாக அப்பாவின் முகத்தில் கவலையுடன் லேசான குற்ற உணர்ச்சியும் இருந்ததாகப்பட்டது.

எத்திராஜ் காலேஜ் எதிரே இருந்த மகத்தான இரண்டு பெரிய மண்டபங்களில் அனிதாவின் கல்யாணம் நடந்தது. ஆர்க் வெளிச்சத்தில் ஒரு டி.வி. ஸ்டூடியோவே அங்கு இயங்கிக் கொண்டிருந்தது. டெல்லி மந்திரி கல்யாணத்துக்காக ஸ்பெஷல் ப்ளேனில் வந்திருந்தார். வைரவனின் வெளிநாட்டு கம்பெனி வெள்ளைக்காரர்கள் அனைவரும், போட்ட மாலையைக் கழற்றாமல் காம் கார்டர்களில் அந்த விநோதக் கல்யாணத்தைப் பதிவு செய்தார்கள். சினிமா நட்சத்திரங்கள் வியர்வையிலும் வைரத்திலும் ஜொலித்தார்கள். கல்யாணம் சம்பிரதாயமாகவே நடந்தது. வைரவன் சட்டையைக் கழற்றாமல், கோட்டுக்கு மேல் அவனுக்குப் பூணுல் போடப்பட்டது. அவர்கள்கூட ஒரு காலத்தில் பூணுல் போடுகிறவர்கள்தானாம். மாலை மாற்றிக் கொண்டார்கள். 'காசி யாத்திரை, நலங்கு, கிலங்கு எல்லாம் வேண்டாம்' என்று இருவருமே சொல்லிவிட... அக்னி வலம்

இருந்தது. அப்பா மடி இருந்தது. வைரவனின் பட்டுத் தலைப் பாகையில் வைரம் பதிந்திருந்தது.

தாலி கட்டும்போது வைரவன் அவளை மையிட்ட கண்கொட்டா மல் பார்த்துக்கொண்டிருந்தான். 'உன்னை அடைஞ்சுட்டேன் பார்த்தியா!' என்று சொன்னது அந்த லேசான புன்னகை.

'என்ன நடக்கப் போகிறது? யார் இவன்? எதற்காக என்னை இந்தத் துரிதகதியில் வரித்தான்? யார் இந்த சமகாலப் ப்ருத்விராஜன்? நான் ராஜகுமாரி இல்லையே... எதற்காக என்னைப் புயல் வேகத்தில் வந்து வாரி அள்ளிக்கொண்டு போகிறான்?'

மதுதான் அருகில் இருந்த அவளுக்குத் தெரிந்த முகம். அப்பா, அம்மா, ஜிம்பு, சீதா, சுகந்தி, அவள் கணவர்... யாரையும் - அவள் மனுஷர்கள் யாரையும் - காணவில்லை!'

கல்யாணம் முடிந்து சாப்பிடச் செல்ல இரண்டு மணியாகிவிட் டது. சாஸ்திரிகள்கூடப் புதுசா வைர மோதிரம் போட்டிருந்தார்.

'சாஸ்திரப்படி அவர் இலையில இருக்கறதை நீ சாப்பிடணும்மா! எடுத்துப் போட்டுக்கோம்மா. கொஞ்சம் எச்சில் சேரணும்' என்றார் சாஸ்திரிகள்.

வைரவன் பாதி கடித்த தின்பண்டத்தை அவள் இலையில் வைத்து சாப்பிடு என்றான்.

'எனக்குப் பிடிக்கலை' என்றாள் அனிதா.

'சாப்பிடு... சாஸ்திரம்... அய்யர் சொல்றார் இல்லையா!' என்றான் வைரவன்.

உதட்டோரத்தில் வைத்து கடிக்கிறது போலப்பண்ணி மறுபடி வைத்துவிட்டாள்.

வைரவன் சிரித்துக் கொண்டு, அதை - அவள் வாயைத் திறக்க வைத்து அடைத்தான். 'பொண்டாட்டி நீ... சொன்ன பேச்சு கேட்டாகணும்.'

அன்றிரவு இருவரும் ஐந்து நட்சத்திர ஓட்டலின் ப்ரைடல் ஹனிமூன் ஸுட்டுக்குச் சென்றனர். ஒரு வீடு அளவுக்குப் பெரிசாக இருந்தது. சித்திர வேலைப்பாடுகள் கொண்ட

மரத்திரையின் பின்னே ஏக்கர் படுக்கையில் கனவு ஸீன் போல ரோசா நிற வலை பாதி திறந்திருந்தது. வைரவன் வெள்ளையை விட வெள்ளையாக டஃபேட்டா சில்க் ஜிப்பாவும் பைஜாமாவும் அணிந்து கையில் புத்தகம் வைத்திருந்தான். படுக்கையருகே உறுத்தாமல் பாட்டு கேட்டது. டி.வி. திரையில் நடன மௌனங்கள் சஞ்சலமாக சலனித்துக் கொண்டிருக்க, கண்ணாடிக்கு வெளியே நிசப்த கார்கள் வரிசை தெரிந்தது. சோடியம் விளக்குகள் நகரம் முழுவதும் தெளித்திருக்க, வைரவன் வெள்ளிக் கத்தியை எடுத்து 'ஆப்பிள் சாப்பிடறியா?' என்றான் அனிதா விடம்.

'வேண்டாம்.'

'உக்காரு' என்றான்.

விளிம்பில் உட்கார்ந்தாள்.

'ஏதாவது பேசு.'

மௌனமாக இருந்தாள்.

'நீ பேசலைன்னா நான் பேசறேன். உன்னை எதுக்காக கல்யாணம் பண்ணிக்கிட்டேன், சொல்லட்டுமா?'

19

அனிதாவை - புதுசாகக் கிடைத்த பொருளைப் போல் பார்த்து, அவள் முகத்தின் எல்லா பாகங்களிலும் தன் பார்வையை ஓட்டினான் வைரவன்.

'சின்ன வயசில ஒருமுறை நான் அப்பா, அம்மாவோட கடைக்குப் போயிருந்தேன். பிளாட்பாரத்தில் ஒரு பொம்மை வித்துக்கிட்டு இருந்தான். சின்னதா செலுலாய்டு பொம்பளை... கண்ணுக்குத் தெரியாத முடி கட்டி, தய்யா தக்கான்னு தானா குதிக்கும். அதை வாங்கணும்னு சொன்னேன்... அப்பா கூடாதுன் னுட்டாரு. 'இந்த மாதிரி அடாசு பொம்மையெல்லாம் வீட்டுல சேரக்கூடாது, பொம்மைக்காரன் பீடி குடிக்கிறான்... ஒரே அழுக்கு... வேற பொம்மை வாங்கித் தரேன்... நூறு ரூபாய்க்கு, இருநூறு ரூபாய்க்கு...'ன்னு சொல்லி மறுத்துட்டாரு. நான் மாட்டேன்னு அங்கேயே உக்காந்துக்கிட்டேன். 'அந்தப் பொம்மை வாங்கிக் கொடுத்தாதான் நகருவேன்'னு சொல்லிட் டேன். அப்பா, 'இவனை இங்கேயே விட்டுட்டுப் போயிர லாம்'னாரு. அம்மா பேச முடியாம தவிக்கிறாங்க. அப்பா, 'வா போகலாம்'னு என்னை விட்டுட்டுப் போயிட்டாரு. 'அவனா வீட்டுக்கு வரட்டும். அப்படி என்ன பிடிவாதம்?'னு கோபமா சொன்னாரு. நான் ராத்திரி பன்னிரண்டு மணி வரைக்கும் அங்கேயே உக்காந்துக்கிட்டு இருந்தேன். அழலை... பேசலை... அப்படியே குத்துக்கல்லாட்டம் உக்காந்துக்கிட்டு இருந்தேன். கடைசில அப்பா திரும்ப வந்து தூங்கிட்டு இருந்த கடைக்காரனை எழுப்பி அந்தப் பொம்மையை எடுத்துக் கொடுத்தப்புறம்தான் நகர்ந்தேன்.

'அந்த மாதிரி எதையாவது அடையணும்னு நான் நினைச்சுட்டேன்னா அடைஞ்சே தீரணும் எனக்கு... உன்னைப் பார்த்தவுடனே 'இவதான் எனக்கு'ன்னு அந்தக் கணத்துலேயே தீர்மானிச்சுட்டேன், பின்னணில எத்தனை ரிசர்ச் பண்ணினேன்! நீ எங்க பிறந்தே... எந்தெந்த ஸ்கூல்ல படிச்சே... எத்தனை மார்க் வாங்கினே... உன் தோழி மது... அவளோட ஹாஸ்டல் ரூம் நம்பர், உனக்கு பிடிச்ச கலர், எல்லாம் தெரியும்...'

'அந்தப் பொம்மை என்ன ஆச்சு?' அனிதா ஆவலோடு கேட்டாள்.

'எந்தப் பொம்மை?'

'நீங்க பிடிவாதம் பிடிச்சு வாங்கினீங்களே... அது என்ன ஆச்சு?'

'அதை எடுத்து ஒருமுறைகூட விளையாடலை. எனக்கு அடையறதிலதான் அதிக ஆர்வம்' என்ற வைரவன் அவள் முகத்தைக் கவனித்து - அந்தக் கேள்வி கேட்டதன் காரணத்தை உணர்ந்து சட்டென்று, 'உன்னை அதுக்கு கம்பேர் பண்றதா நெனைச்சுக் காதே... என் பிடிவாதத்துக்கு உதாரணமா சொன்னேன். அம்மாவைக் கேளு. எத்தனையோ சொல்வாங்க. கமான் லெட்ஸ் மேக் லவ்!' என்றான்.

அந்த வார்த்தைகளின் எதிர்பாராத தாக்குதலின் தொடர்ச்சியாக, வைரவன் அவள் அருகே உட்கார்ந்து, அவள் கையைப் பற்றி தன் மேல் படர வைத்துக்கொண்டு, கிட்டத்தில் அவளை இழுத்து முத்தம் கொடுக்க, அனிதா தன்னைப் பிடுங்கிக்கொண்டாள்.

'ஏன்... பிடிக்கலையா?' என்று வைரவன் கேட்டான்.

'எனக்கு உடம்பு சரியில்லை!'

'டாக்டரைக் கூப்பிடட்டுமா?' என்று போனை எடுத்தான்.

'வேண்டாம்.'

'உடம்பு சரியில்லைன்னா என்ன ப்ராப்ளம்னு உடனே சொல்லிரணும்... உடனே கவனிச்சுக்கணும்' என்றான் வைரவன்.

சற்று நேரத்தில் 'ஸாரி! நான் காட்டான் போல அணுகறேன் இல்லையா? இப்படிக் கூடாது... எங்கே... உன் கைய காட்டு! மருதாணி சிவப்பை மட்டும் பார்க்கறேன்.'

'மெகந்தி.'

'நான்தான் வரவமைச்சுப் போடவெச்சேன். நல்லாயிருக்கு இல்லை? அனிதா... என் ஃப்ரெண்டு ஒருத்தன் இருந்தான் கல்ஃப்ல! கோடியா சம்பாதிச்சான். ஒருமுறை கன்னிமரா ஓட்டல்லே தங்கறப்ப, லவுஞ்சில ஒரு பெண்ணைப் பார்த்து எங்கிட்ட காட்டினான். 'இதை பத்தி என்ன நினைக்கிறே?'ன் னான். கறுப்பா வத்தக் குச்சி மாதிரி இருந்துச்சு அந்தப் பொண்ணு. 'உலகத்தில நான் பார்த்த பெண்கள்லேயே அழகான பொண்ணு இவதான்'னு அவன் சொன்னான். எனக்கு அப்ப புரியலை... இப்ப புரியுது.'

'எதுக்குச் சொல்றேன்னா... சில பேருக்குச் சில முகங்கள் க்ளிக் ஆயிரும். 'தி ரைட் கர்ள்'னு சொல்வாங்க. உன் முகத்தை நான் சின்ன வயசிலருந்து தேடிக்கிட்டு வந்திருக்கேன். ரொம்ப ரொம்ப கிளியரா இருந்து வந்திருக்கு உன் முகம் - என் மனசில! எப்பவாவது எங்கயாவது இந்த முகம் என் கனவில் வந்திருக்கு. எத்தனையோ தடவை வந்திருக்கு. 'ஒரு நாள் இந்த முகத்தை சந்திக்கத்தான் போறேன்'னு டைரில எழுதி வெச்சிருக்கேன், காட்டறேன், அந்த முகம்தான் நீ! என்ன... பேச மாட்டியா... ஸ்மோக் பண்ணட்டுமா?'

'எனக்கு சிகரெட் புகை பிடிக்காது...' என்றவள், 'இவ்வளவு சொல்றீங்களே... என்னை, இந்தக் கல்யாணத்துக்கு இஷ்ட மான்னு கேட்டீங்களா?' என்றாள்.

'கேக்கலையா?' என்றான், பற்ற வைத்த சிகரெட்டைக் குற்றுயி ராய் அணைத்துவிட்டு.

'கேக்கலை... எனக்கு மூச்சு விடக்கூட அவகாசம் கொடுக்கலை.'

'இப்ப கேக்கறேன்... உனக்கு இந்தக் கல்யாணத்துல இஷ்டமா?'

'இப்பக் கேட்டு என்ன பிரயோஜனம்?'

'என்னை எதுவும் ஜட்ஜ் பண்ணாதே. இன்னிக்கு என்ன தேதி... பதினெட்டு! அடுத்த மாதம் பதினெட்டாம் தேதி சொல்லு.'

'அதுக்குள்ள என்ன?'

'என்னை முழுசா தெரிஞ்சுக்க அவகாசம்... ஒரு நிமிஷம்' என்று படுக்கை அருகே இருந்த போனை எடுத்து, 'இது என்ன... ஸீரோ டயலா?' என்றான்.

‘எனக்குத் தெரியாது.’

எண்களை ஒத்தினான்.

‘யாதவ்! இண்டெக்ஸ் விழுந்ததா?’ என்று போனில் பேசத் தொடங்கினான்.

அனிதா தன் வளையல்களை ஆராய்ந்துகொண்டிருந்தாள்.

‘............’

‘எத்தனை?’

‘............’

‘சொன்னேன்... பார்த்தியா?’ என்று தங்கப் பேனாவால், ஓட்டல் காகிதத்தில் எழுதிக்கொண்டான் வைரவன்.

அப்போது, ‘ஏ.வி.’ என்று சாக்லெட் கோடு போட்ட கேக்கை ஓட்டல் சிப்பந்தி உள்ளே கொண்டு வைத்துவிட்டு, ‘சார்... ஷாம்பேன் பாட்டிலை நான் திறக்கட்டுமா சார்?’ என்று கேட்டான். சின்னக் குழந்தை போல் போர்த்தப்பட்டு ஐஸ் பாக்கெட்டில் இருந்த அந்தப் பச்சை பாட்டிலை அழகாகத் துடைத்து அவனிடம் காட்டினான், கிளவுஸ் அணிந்த சீக்கிய இளைஞன்.

வைரவன் ஆராய்ந்துவிட்டு ‘சரி... திற’ என்று கட்டளையிட, வெள்ளி கார்க் ஸ்க்ரூவால் அதன் மூடியைத் திறக்க, ஷாம்பேன் உற்சாகமாகப் பொங்கி வழிந்தது. நெட்டையான காம்பு வைத்து நின்ற கண்ணாடிக் கிண்ணங்களில் அந்தத் துல்லிய திரவத்தைச் சாய்த்துவிட்டு சிப்பந்தி சப்தமில்லாமல் நழுவினான்.

வைரவன் ஒரு கோப்பையை எடுத்துக் கொண்டு மற்றதை அனிதா கையில் கொடுத்தான்.

‘இது என்ன?’ என்றாள் அனிதா.

‘ஷாம்பேன்’ - வைரவன் சொல்ல.

‘ஷாம்பேன்னா ஆல்கஹாலா?’ என்றாள்.

‘சும்மா சொல்லாதே... இது தெரியாதா உனக்கு?’

‘தெரியாது.’

'உன் ஃப்ரெண்ட் மது சொல்லலையா?'

'அவ ஜின் சாப்பிடுவா.'

'ஜின்னைவிட இது மைல்டு.'

'நான் சாப்பிட்டதே இல்லை' என்றாள்.

'ஒண்ணும் பண்ணாது.'

அவள் கையை உயர்த்தி உதட்டருகில் கோப்பையைக் கொண்டு போய், 'கமான்... ஸிப்' என்றான், வைரவன்.

அதை ஒரு முறை சுவைத்துவிட்டு 'கசக்கறது!' என்றாள் அனிதா. அதை அப்படியே வைத்துவிட்டாள்.

போன் ஒலிக்க, எடுத்து கேட்டு, 'தயாள்... இனிமே டிஸ்டர்ப் பண்ணாதே. நான் இப்ப என் ஹனிமூன்ல இருக்கேன் தெரியு மில்லை... டாமிட்' என்றான்.

அனிதா தன் கைப்பையிலிருந்து மாற்றுப் புடைவை எடுத்துக் கொண்டு பாத்ரூமுக்குப் போனாள். எதிரே கண்ணாடியில் மறுபடி தெரிந்த அனிதாவைக் கொஞ்ச நேரம் பார்த்தாள். டவலில் அனிதா என்று எம்ப்ராய்டரியில் போட்டிருந்தது. மற்றதில் வைரவன் என்று. 'காசு கொடுத்தால் என்னவெல் லாம்... என்னவெல்லாம் கிடைக்கிறது! மை காட்... நான் எத்தனை அதிர்ஷ்டசாலி' தன் உடையைக் களைந்து மாற்றிக் கொள்ளும்போது, பின்னால் சப்தம் கேட்டுத் திடுக்கிட்டாள் அனிதா. கண்ணாடி வழியாக அவளை வைரவன் தரிசித்தான்.

'என்னது... பாத்ரூமுக்குள்ள, இங்கல்லாம் ஏன் வந்தீங்க?' என்றாள் பதற்றத்துடன்.

'ஏன்... உரிமையில்லையா அனிதா? நமக்குக் கல்யாணம் ஆயிடுச்சு... தெரியுமில்லை? பாரு... தாலியைப் பாரு... பாரு.' என்று அவள் தாலியை ரவிக்கையிலிருந்து உருவிக் கண்ணாடி யில் காட்டி, அப்படியே தோளில் அவளை முகத்தால் அழுத்தி, திருப்பி, முகத்தாலேயே உடல் முழுவதும் சரிந்து, காலைப் பற்றிக் கொண்டு பாதங்களை முத்தமிட்டான். அவளை பாத்ரூ மின் தரையில் வீழ்த்தினான். 'அனிதா... அனிதா! அவளைப் போல இருக்க! அவதான் நீ!' என்றான்.

எழுந்து அவளைத் தூக்கினான். 'பரவால்ல...கொஞ்சம் கனமாகத்தான் இருக்கே' என்று அவளைப் படுக்கையில் வைத்து விரலால் அவள் வடிவத்தை நிரடினான்.

அனிதாவுக்கு மூச்சு முட்டியது.

'அனிதா... இதுதான் முதல் தடவையா?'

'இது என்ன கேள்வி' என்று நினைத்தவள், கொஞ்சம் மௌனத் துக்குப் பிறகு 'நீங்க?' என்று கேட்டாள்.

'கஷ்டமா இருந்தா சொல்லு.'

மாஸ்டர் ஸ்விட்சைத் தட்ட, அறையில் இருட்டு விரவ, டி.வி. பிம்பங்கள் அவர்கள் உடல்களின் விளிம்புகளை மழுப்பின.

பின்னிரவில் அவர்கள் மறுபடி விழித்துக்கொண்டார்கள்.

அனிதா காலையில் எழுந்தபோது வைரவன் 'குட் மார்னிங்' என்றான்.

'குளிச்சாச்சா நீங்க?'

சுத்தமாகக் குளித்து தலைவாரி பத்து நிமிஷத்துக்கு முன்தான் பிறந்தவன் போல இருந்தான்.

'குளிச்சாச்சு... நான் இப்ப ஒரு மணி நேரம் ஆபீஸ் போய்வரேன். படுத்துக்கிட்டு இரு.. வந்துர்றேன்!' என்றான்.

'இல்லை, நான் ஆத்துக்கு... வீட்டுக்குப் போறேன்!'

'எங்கே... சாந்தோம் போறயா?'

'இல்லை... எங்க் அப்பா அம்மாவைப் பார்க்கப் போகிறேன்' என்றாள் அனிதா.

'உங்கப்பாவெல்லாம் சாந்தோம் வீட்லதான் இருக்காங்க!' வைரவன் சொல்ல,

'சரி...அங்கேயே போறேன்' என்றாள் அனிதா.

'ஒரு வாரம், அப்புறம் புறப்படறோம். தெரியுமில்லை?'

'எங்கே?'

'ஹனிமூன் தொடர்ச்சி... முதல்ல பாரிஸ் போறோம். அப்புறம் லண்டன். அப்புறம் டோக்கியோ, சான் ஃப்ரான்ஸிஸ்கோ, நியு யார்க்.'

அனிதாவை நோக்கி அருகில் வந்து லேசாக முத்தம் ஒத்திவிட்டு, 'உனக்குப் பொங்கல், வடையெல்லாம் ஆர்டர் பண்ணியிருக்கேன். தின்னுட்டு, ஸாரி சாப்ட்டுட்டு ரிசப்ஷன்ல சொன்னா கார் வந்துரும்... வீட்டுக்குப் போகலாம் என்ன? சரி... எப்படி இருந்தது?'

'என்ன?'

'நேத்திக்கு எப்படி இருந்ததுன்னேன்?'

'ஞாபகமில்லை' என்றாள், நாணத்துடன்.

அவன் சென்றதும், அரைமணியில் குளித்துவிட்டுத் தயார் ஆனாள். ரிசப்ஷனுக்கு வந்தபோது அவளுக்காக இரண்டு பேர் மரியாதையுடன் காத்திருந்தார்கள். வெளியே வந்ததும் கார் கதவை ஒருவன் திறந்துவிட்டான்.

சாந்தோம் வீட்டுக்குச் சென்றபோது அம்மாவை ஆம்புலன்ஸில ஏற்றிக்கொண்டிருந்தார்கள்.

20

ஆம்புலன்ஸில் ஏற்றிக்கொண்டிருந்த அம்மாவை, அனிதா அருகில் சென்று பார்த்தாள். கமலத்தின் காலில் கைக்குட்டை கட்டி ரத்தமாக இருந்தது. பக்கத்தில் வேலைக்காரன் அசட்டுத் தனமாக நின்றுகொண்டிருக்க, 'என்னம்மா ஆச்சு?' என்றாள் அனிதா.

'நாய் புடுங்கிடுத்து...'

'ஏம்ப்பா... நாயைக் கட்டி வைக்கக்கூடாதோ?' வேலைக்காரன் அண்ணாமலையிடம் விசாரித்தாள் அனிதா.

'கடிக்கவே கடிக்காதுங்க... புது மனுசங்கன்னு பயந்துடுச்சு... ஏய் ஜிம்மி, ஏன் அம்மாவைக் கடிச்சே?' அண்ணாமலை அதட்ட, ஜிம்மி வாலை ஆட்டி சந்தோஷத்தைத் தெரிவித்தது.

இடையில் வைரவனின் அம்மா வந்து பார்த்து, 'என்னம்மா ஆச்சு உங்களுக்கு?' என்று விசாரித்தாள்.

'ஊம்... நாய் கடிச்சிருச்சா? அடடா... பல்லு பட்டிருச்சா! ஆனா, பயப்படாதீங்க. உடனே ஃபர்ஸ்ட் எய்ட் பாண்டேஜ் கொடுத்து காட்டரைஸ் பண்ணிருவாங்க. இன்ஜெக்ஷன் ஏதும் தேவை யில்லை. வீட்டு நாய் அது கடிக்காது...'

அருகே இருந்த குற்றவாளி நாய் அவளைக் கண்டதும் வாலை வேகமாக ஆட்ட, வைரவன் அம்மா அதன் வாயில் தன் புஜத்தைக் கொடுத்துக் கவ்வ வைத்தாள்.

'பார்த்தீங்களா... கடிக்கவே கடிக்காது. ரேபிஸ் இன்ஜெக்ஷன் எல்லாம் போட்டாச்சு. பாதுகாப்பாத்தான் இருக்கு. அண்ணாமலை, யாரு நாயை அவுத்துவிட்டது?' - கேட்டாள் வைரவனின் அம்மா.

'தேவராஜுங்க...'

'அவனை உடனே என்னை வந்து பார்க்கச் சொல்லு...'

கமலம் வண்டியில் ஏறிக்கொண்டிருக்கிறபோது, மகாதேவன் 'என்ன வலிக்கிறதோ ரொம்ப?' என்று விசாரித்தார்.

அனிதா, 'என்னம்மா... ரொம்ப வலிக்கிறதா?' என்றாள்.

'ஏம்மா அனிதா... உன் புருஷன்கிட்ட சொல்லி, வேத்து மனுஷா வந்தா நாயைக் கட்டிப்போட்டு வச்சுக்க சொல்லு! இனிமே நான் இந்த வீட்டுப் பக்கமே வரமாட்டேம்மா. சகுனமே சரியா யில்லை...' என்றாள் கமலம்.

'ஏம்மா அப்படிச் சொல்றே?' என்ற அனிதாவின் கண்களில் நீர் நிரம்பியது.

வைரவனின் தாய் அவளைச் சமாதானப்படுத்த, 'ஒண்ணு மில்லை... லேசா பல் பட்டிருக்கு... கவலைப்படாதீங்க இதுக்கெல்லாம்...' என்று சொல்லிச் சிரித்தாள்.

அவர்கள் அதை அவ்வளவு லைட்டாக எடுத்துக்கொள்வது அனிதாவுக்கு உறுத்தியது.

'பக்கத்திலேயே ஆஸ்பிட்டல் இருக்கு... எங்க ட்ரஸ்டைச் சேர்ந்த ஆஸ்பத்திரிதான்! உடனே கவனிச்சுருவாங்க. அனிதா, எதுக்கு இதுக்குப்போய் கண்ணீர்? பெண்ணே... தப்பு நடந்து போச்சு, மன்னிச்சுக்குங்கம்மா... கமலம்தானே உங்க பேரு? மன்னிச்சுக்குங்க... உடனே இந்த ஆளை - நீங்க இருக்கறப்ப நாயைக் கட்டிப் போடாத இந்த ஆளை - வேலையைவிட்டு நீக்கிரலாம்...'

'எப்படிம்மா இந்த மாதிரி ஆச்சு?' -அனிதா கேட்க.

'நீ ஹனிமூனுக்கு ஓட்டலுக்குப் போயிட்டியா? சம்பந்தி விருந்துன்னு ஒரு சம்பிரதாயம் இருக்கு பாரு... அதுக்காக இங்க விசாரிக்கிறதுக்கு வந்திருந்தோம்! அவா, 'இங்கே ஒரு வாரம்

தங்கிடுங்கோ - அவுட்ஹவுஸ் காலியாத்தானே இருக்கு'ன்னு வருந்தி வருந்திச் சொன்னாளேன்னு, ஒரு நாள் இருக்கலாம்னு தோணித்து. வசதியாத்தான் இருந்தது. தோட்டமும், துரவுமா இருக்கேன்னு கார்த்தால சித்த காலாற நடக்கக் கிளம்பினேன் பாரு... அப்படியே ராட்சஸன் மாதிரி இந்த நாய் உறுமிண்டு வந்து கொத்தா ஆடு சதையைக் கவ்விடுத்து...' சொன்னாள் கமலம்.

வைரவனின் அம்மா சிரித்தாள்.

'உங்களுக்கு வேணா சிரிப்பா இருக்கலாம் சம்பந்தியம்மா! எனக்குச் சப்தநாடியும் ஒடுங்கிப் போயிடுச்சு. உங்க பேர் என்ன?' என்று கமலம் கேட்க.

'சரோஜா...' என்றாள் வைரவனின் அம்மா.

'நான் அப்படியே நம்ம வீட்டுக்குப் போயிடறேன்மா அனிதா... மாப்பிளையையும் அழைச்சிண்டு வா... இந்த இடம் எனக்குச் சரிப்பட்டு வராது...' கமலம் சொல்ல,

'என்னம்மா சின்ன நாய்க்கடிக்கா இப்படிப் பயப்படறீங்க? உங்களுக்குன்னு வீடே தயார் பண்ணி வெச்சிருக்கோம்...' என்றாள் சரோஜா.

'இல்லேம்மா... பழக்கமில்லை... இந்தச் சுற்றுப்புறமெல்லாம்!' என்று கமலம் கோபமின்றித்தான் சொன்னாள். இருந்தும் குரலில் விரக்தியும் ஏமாற்றமும் இருந்தது.

மகாதேவன், 'அப்புறம் பார்க்கலாம்மா...' என்று அனிதாவிடம் சொல்லப் போனபோது, அருகிலேயே மற்றொரு கார் வந்து நிற்க... சரோஜா அதில் ஏறிக்கொண்டு, 'அனிதா... நான் உன்னை மத்தியானம் சந்திக்கிறேன்மா...ரூமைப் பார்த்துக்க முதல்ல... எனக்கு ஒரு மீட்டிங் இருக்குது...' என்று சொல்லிவிட்டுப் புறப்பட்டுச் சென்றாள்.

தோட்டத்தில் அனிதா தனிமையாக நின்று கொண்டிருக்க, அந்த நாய் வாலை ஆட்டிக்கொண்டே அவளை முகர்ந்து பார்த்தது.

அதை அண்ணாமலை கட்டிப் பிடித்து, 'எப்படிரா கடிச்சே?' என்று விசாரித்துக்கொண்டிருந்தான்.

அந்த மிகப் பெரிய வீட்டில் நிசப்தமாக இருந்தது. ஒரு வேலைக் காரப் பெண் வந்து, 'உங்க ரூம் மாடியில் இருக்குதும்மா...' என்று சொன்னாள்.

தேக்கு மர மாடிப்படிகளில் பாலீஷ் மின்னியது. தலைப்பாகை யும், நீண்ட கோட்டும், கடிகாரச் சங்கலியுமாக ஒரு தாத்தா ஏறக்குறைய மாடிப்படி உயரத்துக்குப் படமாக நின்றார்.

அறையில் 'வெல்கம் டு அனிதா' என்று கண்ணாடியில் எழுதியிருந்தது. ட்ரஸ்ஸிங் டேபிள் அருகில் மேல்நாட்டு அழகு சாதனங்கள் காத்திருந்தன. பாத்ரூம் இணைப்பு இருந்தது. சுத்தமாக டைல்ஸ் போட்டு துவாலைத் துண்டும், பிளாஸ்டிக் கர்ட்டன்களுமாக நவ நாகரிகமான பாத்ரூம்!

அலமாரியில் புத்தகங்கள்... ஆங்கிலம், தமிழ் இரண்டிலும் எல்லாப் பத்திரிகைகளும் இருந்தன. டெலிபோன் இருந்தது. டி.வி. இருந்தது. அதன் ரிமோட் கண்ட்ரோல் பிளாஸ்டிக் உறை யில் இருந்தது. எல்லாமே பத்து நிமிஷம் முன்தான் வாங்கினது போல் புத்தம் புதுசு!

அனிதா படுக்கையில் உட்கார்ந்தாள். மெத்தென்று எதிர்த்தது. எதிரே ப்ளோ-அப் செய்து மாட்டப்பட்டிருந்த படத்தில் அனிதாவே காட்சியளித்துக் கொண்டிருந்தாள்.

அறைக்குள் நுழைந்த வேலைக்காரப் பெண், 'ஏதாவது வேணுங் களாம்மா? என் பேரு வேணி. உங்களுக்கே எப்பவும் சேவகம் பண்ண வெச்சிருக்காங்க... பெல் பண்ணா வருவேன்...' என்றாள். வேணிக்கு பதினைந்து வயசு இருக்கலாம். 'ராத்திரி அன்புக்கரசி வருவாங்க...அப்புறம் ரேணுகா...' என்றாள்.

'யாரும் வேண்டாம் போ...' என்று அவளை அனுப்பிவிட்டு, போனை எடுத்து வீட்டு நம்பரைச் சுற்றினாள். ஜிம்புதான் பேசினான்.

'ஜிம்பு... அம்மாவுக்கு எப்படி இருக்கு?'

'ஒண்ணுமில்லை... ஒரு டெட்டானஸ் இன்ஜெக்ஷன் மட்டும் போட்டு அனுப்பிச்சுட்டா, அம்மாவோட பேசறியா?'

'குடு...' என்றாள் அனிதா.

கொஞ்ச நேரம் ஆனபின் ஜிம்புவே லைனில் வந்து, 'அம்மா... கொஞ்சம் ரெஸ்ட் எடுத்துண்டிருக்கா... அப்புறம் பேச றேன்னா...' என்றான். அனிதா போனை வைத்த மறுநொடி போன் மீண்டும் அடித்தது.

'டார்லிங் அனிதா... எத்தனை நேரமா போன் பண்றேன் தெரி யுமா? யார்கூடப் பேசிட்டிருந்தே?' - வைரவன் குரல்.

'அம்மாவை நாய் கடிச்சிடுச்சு...' என்றாள் அனிதா.

'என்னது... எங்க?' வைரவன் கேட்க.

'உங்க வீட்லதான்...' என்றாள்.

'நம்ம வீட்டுலன்னு சொல்லு... யார் அப்படி அஜாக்கிரதையா இருந்தது? நான் இதை முதல்ல கவனிச்சுக்கறேன். உங்கம்மா இப்ப அங்க இருக்காங்களா?'

'பயந்துண்டு வீட்டுக்குப் போயிட்டா...'

'அப்படியா... ஆபீஸ்லருந்து வர்றப்ப விசாரிக்கிறேன்! சரி... சாயங்காலம் ஜிம்கானாவில் பார்ட்டி இருக்குது, ஆறு மணிக்கு ரெடியா இரு... வந்துர்றேன், ரூம் புடிச்சிருக்கா?'

'ம்...'

'அப்பா வீட்டுலதான் இருப்பாங்க. ஒருமுறை அவரைப் பார்த்துரு. இல்லேன்னா, லஞ்ச்சுக்கு அவர் கூடச் சேர்ந்துரு... சந்தோஷப்படுவார்...' என்றான் வைரவன்.

'சரி...'

'எது வேணும்னாலும் கேளு... வேலைக்காரங்க இருக்காங்க. சீக்கிரம் பார்ட்டியை முடிச்சுட்டு நேத்திக்கு சமாசாரத்தைத் தொடரலாம்.'

'சரி...'

போனை வைத்ததும் அந்த இடத்தின் அமைதியைக் கவனித்தாள். எப்போதாவது ஒரு மத்தியானப் பறவையின் குரல் கேட்கிறது. ஒரு தனிமையான அணில்... ட்ராபிக் சத்தங்கள்...நெட்டிலிங்க மரங்கள்... மழுப்பின டி.வியை இயக்கிப் பார்த்தாள். எல்லா

சானல்களிலும் நிகழ்ச்சிகள் இருந்தன. பி.பி.ஸி, ஸ்டார், எம்.டி.வி, சி.என்.என்... மேலும் ஒரு சானலில் தமிழ்ப்படம் ஒன்று ஓடிக்கொண்டிருந்தது.

'ஒரு காலத்தில் அப்பாவிடமும் அம்மாவிடமும் பர்மிஷன் வாங்கிக் கொண்டு அரைமணி அனுமதிக்கப்பட்டு ஒலியும் ஒளியும், அதுவும் கறுப்பு வெள்ளை டி.வி.யில் பார்ப்பதற்குப் பக்கத்து வீட்டுக்குப் போக எத்தனை கெடுபிடிகள்!' அப்படி வளர்த்தவர்கள் எப்படி இந்தக் கல்யாணத்துக்கு அத்தனை சுலபமாகச் சம்மதித்தார்கள்?'

போன் வேறுவிதமாக ஒலித்தபோது இண்டர்காம் ஒன்று இருப்பதைக் கவனித்தாள் அனிதா. தயக்கத்துடன் அதை எடுத்துக் கேட்க...'

'அனிதா... நான் லட்சுமணன் பேசறேன்...'

வைரவனின் அப்பா!

'எப்ப வந்த நீ?'

'இப்பத்தான்...' அனிதா சொன்னாள்.

'என்கூட சாப்பிட வர்றியா? காத்திருக்கவா?' லட்சுமணன் கேட்க.

'எனக்கு இப்பப் பசியில்லை... நான் வேணா வந்து உங்களுக்கு சர்வ் பண்ணட்டுமா' என்றாள் அனிதா.

'சேச்சே... எங்க வீட்டு மருமக அதையெல்லாம் செய்ய வேண்டாம். ஏகப்பட்ட வேலைக்காரங்க இருக்காங்க... தண்டச் சோத்து தடிராமனுங்க! பரவாயில்லை... மற்றொரு முறை பார்க்கலாம். நான்கூட இப்ப அவசரத்தில் இருக்கேன். வெல் கம் டு யூ... எப்பவாவது உன்கிட்ட பேசணும், இந்த வீட்டைப் பற்றி... அதில் உள்ள சனங்களைப் பற்றி நீ தெரிஞ்சுக்க வேண்டியது அவசியம்! அதுக்காக, ஆறு மணிக்கு நீ வந்தா...'

'ஆறு மணிக்கு இவர் ஏதோ பார்ட்டின்னு சொன்னார்...'

'அப்ப காலையில சந்திக்கலாம்... நாளைக்கு பிரேக்ஃபாஸ்ட்ல சந்திக்கலாம்... என்ன?'

'சரிங்க.'

'சரி அப்பா'ன்னு சொன்னா சந்தோஷமாக இருக்கும்...' என்றார் லட்சுமணன்.

போனை வைத்ததும் அறையை விட்டு வெளியே வந்து, மொட்டை மாடியிலிருந்து கீழே பார்த்தாள் அனிதா. இடதுபுறம் நாய்ப்பண்ணையே இருந்தது. வலதுபுறத்தில் அவுட்ஹவுஸ், வேலைக்காரர்கள் வீடுகள், தென்னந்தோப்பு, கடல், சர்ச் மணி... தூரத்தில் கானல் நடனம். அனிதாஇறங்கி வந்தாள்.

மரப்படிகளைக் கடந்து இடது பக்கத்தில் தாராளமான டைனிங் அறையில் ஒரு மேஜையில் தனியாக லட்சுமணன் சாப்பிட்டுக் கொண்டிருந்தார். அனிதாவைக் கண்டதும் எழுந்து, 'வா...வா...' என்றார்.

அனிதா நின்றுகொண்டிருந்தாள்.

'உட்காரு... ஃபார்மாலிட்டியெல்லாம் வேண்டாம், எப்படி இருக்கு வீடு?' - லட்சுமணன் கேட்டார்.

'ரொம்பப் பெரிய வீடு...' -அனிதா சொல்ல.

'வீடு பழகிடும்...தனிமை பழகறதுக்குக் கொஞ்ச நாளாகும். வைரு ஆபீஸ் போனான்னா ராத்திரிதான் வருவான். உன்னோட அப்பா, அம்மா எல்லாரையும் கூட்டி வந்து வெச்சுக்க...' என்றார்.

'அவங்க வரமாட்டாங்க. அம்மாவை நாய் கடிச்சுடுத்து...' அனிதா சொல்ல.

'என்னது... எப்படி ஆச்சு? அண்ணாமலை... வாசு...' என்று கம்பீரமான குரலில் கூப்பிட்டார்.

'எந்த நாய் அது?'

வாசு வர, 'எந்த நாய் கடிச்சுச்சாம்?' என்று கேட்டார்.

'நம்ம ஜிம்மிங்க...' வாசு பவ்யமாய்ச் சொன்னான்.

'எப்படிக் கடிக்கலாம்? கடிக்கக்கூடாதே அது... ஹூம்...'

'என்னவோ ஆயிருச்சுங்க...'

லட்சுமணன், தான் சாப்பிட்டதும், 'ஐ'ம் ஸாரி டியர்... இது எப்படி ஏற்பட்டுச்சு? வருத்தப்படறேன். இனிமே அந்த மாதிரி

நடக்காது...' என்று சொல்லிவிட்டுத் துல்லியமான வெள்ளைத் துணியால் உதட்டோரத்தைத் துடைத்துக்கொண்டு, தன் சட்டைக்குள் துழாவிப் பொத்தானைத் திறந்து, அதனுள் கைவிட்டு எதையோ திருகிக் கொண்டார்.

வாசு! துப்பாக்கியைத் தோட்டா போட்டுக் கொண்டா' என்றார்.

அவர் போனபோதும், வெளியே அந்த அமைதியில் ஏதோ விபரீதம் இருப்பதும் அனிதாவுக்கு மெய்சிலிர்ப்பில் தெரிந்தது. துப்பாக்கி வெடிச் சத்தமும் கொஞ்ச நேரம் நாய் ஓலமிடுவது கேட்டன.

21

அனிதா வெலவெலத்துப் போய்விட்டாள். லட்சுமணன் உள்ளே வந்தபோது அவர் கையில் துப்பாக்கி இருந்தது.

'எதுக்குப் பயப்படற? நாய், மனுசனைக் கடிக்க ஆரம்பிச்சுருச்சுன்னா அதுக்கு உடம்பு சரியில்லைன்னு அர்த்தம். என்னதான் பாதுகாப்பா வெச்சிருந்தாலும் எப்பவாவது வெளிநாய் சகவாசம் வந்திருது. அதனால ரேபிஸ் அபாயம் ஏற்படுது... கடிக்கிற நாயை உடனே கொன்னுடறதுதான் ஆரோக்கியம்.'

மாடிப்படியில் தடதடவென்று அபி, 'ஜிம்மி...ஜிம்மி.' என்று அலறிக்கொண்டு இறங்கி வந்தாள்.

'க்ராண்பா... எதுக்காக ஜிம்மிய கொன்னீங்க?' என்று அவர் மார்பில் குத்தினாள்.

'பாரு அபி...அதுக்குப் பைத்தியம் பிடிச்சிருச்சு' என்றார் லட்சுமணன்.

அபிக்குப் பின்னால் வேலைக்காரப் பெண், 'அபிம்மா... அபிம்மா...' என்று ஓட, வெளியே அபி விசித்து விசித்து அழும் சப்தம் கேட்டது-

'சரியாப் போய்டும்' என்ற லட்சுமணன் அறைக்குச் செல்லுமுன் 'கென்னல் கிளப்புக்கு போன் போட்டு இதே போல இன்னொரு அல்சேஷன் குட்டி வாங்கி வந்துரு சோமு' என்றார்.

அனிதாவுக்குக் கை நடுங்கியது. போகும்போது அபி அவளைப் பார்த்த பார்வையில் நெருப்பு இருந்தது. வெறி வந்த அம்மன் போலத் தோன்றினாள் அந்தச் சிறுமி.

அறைக்கு வந்தபோது, அனிதாவுக்கு என்ன செய்வது என்று தெரியவில்லை. இத்தனை பெரிய வீட்டில் இத்தனை அமைதி பயமுறுத்தியது. எல்லோரும் எங்கே?

'அன்று அத்தனை பேரைப் பார்த்தோமே... எல்லோரும் அவரவர் மௌனங்களில் ஆழந்திருக்கிறார்களா! எங்கே போனார்கள்?'

கொஞ்ச நேரத்தில் வைரவனின் அக்கா வந்து, 'நானு சிவகாமி! வைரவனோட பெரியக்கா' என்று அறிமுகப்படுத்திக்கொண்டு, நாற்காலி அருகே உட்கார்ந்து அனிதாவின் நகையை ஆராய்ந்தாள்.

'உங்க வீட்டில போட்டதா இது?' என்றாள். வைரவனின் சாயல் சிவகாமியிடம் அதிகம் இல்லை. நிறைய நகை அணிந்திருந்தாள். புடைவை பகட்டாக இருந்தது.

சின்னப் பெண் போல ட்ரஸ் பண்ணிக்கொண்டிருந்தாள். மை தீட்டிக் குருவி வால் எல்லாம் வைத்திருந்தாள்... ஜாக்கெட் பாதாளத்தில் சரிந்திருந்தது, மார்பெலும்பு தெரிந்தது.

மேல்நாட்டுப் பரிமள வாசனையையும் மீறியது அவள் வியர்வை நெடி.

'நாயை உங்கப்பா கொன்னுட்டாரு' என்றாள் அனிதா.

'ஆமாம்... நாய்க்கு வெறி புடிச்சிருச்சில்லை... என்னதான் இன்ஜெக்ஷன் கொடுத்து சுத்தமா வெச்சுக்கிட்டாலும் தெருவுக்கு ஓடிருது' - சிவகாமி சொல்ல.

'அபி ரொம்ப அழுதாள். நானும் உங்கப்பா அந்த நாயைக் கொன்னுடுவார்னு எதிர்பார்க்கலை... தெரிஞ்சிருந்தால் சொல்லியிருக்க மாட்டேன்' என்றாள் அனிதா.

'அப்பா அப்படித்தான். ஒண்ணு பிடிக்கலைன்னா உடனே அதை நீக்கிடுவார்' என்று அனிதாவை முழுசாகப் பார்த்து, 'பயப் படாதே... உன்னை அவருக்கு ரொம்ப புடிச்சுப் போயிருச்சு... நேத்து ராத்திரி சொன்னார்... 'வைருக்கு இந்தப் பெண் கெடைச்சது பெரிய அதிர்ஷ்டம்'னு' என்றாள் சிவகாமி.

'நீங்க இங்கயேதான் இருக்கீங்களா?' அனிதா கேட்டாள்.

'ஆமாம்.'

‘எனக்கு இந்த வீட்டுல யார் யார் இருக்காங்கன்னே தெரியலை... உங்க வீட்டுக்காரர்தானா... தாமு தாமுன்னு.’

‘இல்லை...அது மதியக்கா வீட்டுக்காரரு. என் வீட்டுக்காரர் இங்க இல்லை.’

‘அப்படியா!’

‘ரெண்டாம் கல்யாணம் கட்டிக்கிட்டுக் கோவைல இருக்காரு. கேஸ் போட்டிருக்கோம்’ என்ற சிவகாமி தொடர்ந்து, ‘எல்லாத்தையும் ஒரே நாள்ல கேக்காதே... எங்க குடும்பத்தைப் பத்தி முழுக்கத் தெரிஞ்சிக்க ஒரு வருஷம் ஆகும். உன் சந்தோஷத்தைக் கெடுத்துக்காதே... என்ஜாய்... இந்த வீட்டுல எல்லாருக்கும் பணம் இருக்கு. பணம் பிரச்னையே இல்லை... ஷாப்பிங் போறேன்... வர்றியா?’ என்றாள்.

‘இல்லை...அப்புறம் வரேன்’ என்றாள் அனிதா.

‘தாமுகிட்ட கொஞ்சம் ஜாக்கிரதையாவே இருந்துக்க’ என்று சொல்லிவிட்டு சிவகாமி சென்றாள்.

மாலை வைரவன் வந்து, அவசரமாக அனிதாவிடம் ‘இன்னுமா டிரஸ் பண்ணிக்கலை?’ என்றான்.

‘எங்க போகணும்?’

‘நாசமாப் போச்சு! பார்ட்டினு சொன்னேனில்லை... புதுசா கம்பெனி தொடங்கறோம்’ என்று வைரவன் சொல்ல,

‘நான் அம்மாவைப் பார்க்கணும்’ என்றாள் அனிதா.

‘வர்றப்பதான் பார்த்துட்டு வரேன், உங்க அம்மா இப்ப நல்லா யிருக்காங்க. நீட்டா, காட்டரைஸ் பண்ணிட்டு ப்ளாஸ்திரி ஒட்டி இன்ஜெக்ஷன் போட்டாச்சு. ரெண்டு நாள்ல சரியா போயிரும்... வா. பளிச்சுன்னு எதாவது மார்டன் டிரஸ் பண்ணிக்கிட்டு வா. மது அன்னிக்குப் போட்டுகிட்டு வந்தாளே - அது என்ன... காக்ராவா-தாக்ராவா... அதுபோல ஏதாவது போட்டுக்கிட்டு வா... இல்லைன்னா க்ளப்ல உள்ள விட மாட்டாங்க’ என்ற வைரவன், அனிதாவின் முகம் மாறுவதைக் கவனித்து ‘சும்மா வெளையாட்டுக்குச் சொன்னேன். கிளப்பே அப்பாவுதுதான். நீ வெள்ளைப் புடைவையில போனாக்கூட உள்ள விடுவாங்க.

கவலைப்படாதே. உங்கிட்ட தமாஷாவே பேச முடியாது போலிருக்கே. போன் ஒர்க் பண்ணுதா? தத்கால் முறையிலே அவசர கனெக்ஷனுக்கு முப்பதாயிரம் கொடுத்து உனக்குன்னு நம்பர் வாங்கி வெச்சிருக்கேன். இங்க ஒரு ஃபாக்ஸ் மெஷின் வெச்சுர்றேன். தினப்படி உனக்கு ஆபீஸ்லருந்து நான் லெட்டர் எழுத...'

'உங்கப்பா அந்த நாயைச் சுட்டுட்டார்' என்றாள் அனிதா.

'ஆமாம், கேள்விப்பட்டேன்! சில வேளைங்கள்ல இந்த மாதிரி கிறுக்குத்தனமா ஏதாவது செய்யும்! வயசாயிடுச்சில்ல... அதான்! அம்மா வந்தப்புறம் இருக்கு. பயப்படாதே... உன்னை ஒண்ணும் செய்துட மாட்டாரு.' - வைரவன் பேசிக்கொண்டே கடிதங்களைப் படித்துக்கொண்டிருந்தான்.

'ஆபீஸுக்கு ஒரு முறை கூட்டிட்டுப் போறேன்...' என்றான்.

'நான் வந்திருக்கேன்...மது கூட' அனிதா சொன்னாள்.

'அது ராதாகிருஷ்ணன் சாலை ப்ராஞ்சு! ஹெட் ஆபீஸ் சோழா பக்கத்தில் இருக்குது... அங்கதான் அப்பா வந்து உக்காருவாரு... நம்மகிட்ட எத்தனை கம்பெனி இருக்கு தெரியுமா? பதினெட்டு. இன்னிக்குப் புதுசா ஒண்ணு அறிவிக்கப்போறோம். பேரு என்னன்னு தெரியுமா?'

அனிதா தெரியாது என்பதுபோலத் தலையாட்டினாள்.

'அனிதா ஸின்தட்டிக்ஸ்'னு உம்பேர்ல! முதல் ஒரு லட்சம் 'கன்வர்ட்டபிள் டிபன்ச்சர்ஸ்' இஷ்யூ பண்ணி ஷேர் வெளிய விடறோம். எல்லாம் தங்கம் மாதிரி! ஜப்பான்காரனோட கொலாபரேஷன்னு அறிவிச்ச ஒரு மணி நேரத்தில ஓவர் ஸப்ஸ்க்ரைப் ஆயிரும்.'

'நீங்க சொல்றது எதுவும் புரியலை' என்றாள் அனிதா.

'புரியாட்டி ஒண்ணும் தட்டுக்கெடலை' என்றபடி முதுகில் முத்தமிட்டான்.

'அனிதா அதிக நேரமில்லை... சின்னதா ஒரு செஷன் போடலாமா!' என்றான், கண்களில் குறும்புடன்!

'புரியலை' -அனிதா.

அப்படியே அனிதாவின் இடுப்பில் அணைத்துப் படுக்கையில் வீழ்த்தினான். அவள் முகத்தில் முகத்தை அழுத்தி முத்தமிட்ட போது உதட்டுக்குள் ரத்தம் கசியும் அளவுக்கு அத்தனை வேகம் இருந்தது.

'தாடி குத்தறது.'

'ஓ... இன்னிக்கு ஷேவ் பண்ணிக்கலையா?' என்று எழுந்தான். அனிதா தன் கலைந்த உடைகளைச் சரி செய்து கொண்டாள்.

'நீ என் அம்மாவைச் சந்திக்கலை இன்னும்' என்றான் வைரவன்.

'பார்த்தேனே காலைல.'

'சரோஜாம்மா எனக்குச் சித்தி. அப்பா ரெண்டாம் கல்யாணம் பண்ணிக்கிட்டாரு. என் அம்மா இறந்துட்டாங்க. போட்டோ காட்டறேன்... கொஞ்சம் அதிர்ச்சியா இருக்கும்' என்றபடி அறையை ஒட்டியிருந்த மற்றொரு அறைக்கு அனிதாவை அழைத்துச் சென்றான்.

கீழே வினைல் பரவி இரும்பு பீரோக்கள் வரிசையாக வைத்தி ருந்த அந்த அறையில் மாலை போட்டு ஒரு படம் வைக்கப் பட்டிருந்தது. படத்தை எடுத்துத் தூசி தட்டி ஜன்னலைத் திறந்து, வெளிச்சத்தில் அதைக் காட்டினான்.

'பார்த்த முகமா தெரியுது இல்லையா? இதுதான் எங்கம்மா...' என்றான் வைரவன்.

அனிதா 'அப்படியா!' என்றாள்.

'சரியா பாரு... யார் மாதிரி இருக்கு?'

'தெரியலை...' என்றாள்.

'ம்... வந்து... உன் முகம்! அனிதா உனக்குத் தெரியலையா? என்ன ஒரு சிமிலாரிட்டி - அதிசயமா... ஒரு பொது ஒற்றுமை - அதே தாடை, கன்னம், கண்ணு...'

கிளப்பில் வைரவனைப் பலர் சூழ்ந்துகொள்ள அனிதா தனியாக நின்றுகொண்டிருந்தபோது, 'ஐம் தாமு... என்னை அந்தக் கூட்டத்தில் பார்த்திருப்பியே... ஞாபகம் இருக்கா? நான் மதியக்காவுடைய ஹஸ்பண்டு...' என்று தன்னை அறிமுகம் செய்துகொண்டான் தாமு.

‘சொன்னாங்க...’ என்றாள் அனிதா.

‘யாரு?’

‘சிவகாமிக்கா...’ என்றாள்.

‘எதுவும் சிலாக்கியமாச் சொல்லியிருக்க மாட்டாளே? ‘தாமு கிட்ட சாக்கிரதையா இரு’ன்னுதானே சொல்லியிருப்பா... நம்ம வீட்டைப் பத்தி என்ன நெனைக்கிறே?’

‘எதுவும் புரியலை...’

‘மூலவரு பேசிட்டாரா?’ - தாமு கேட்க.

‘மூலவர்னா?!’ அனிதா கேட்டாள்.

‘அதான்... லட்சுமணன், மூலவர் இவரு... வைரவன்... உற்சவரு... மற்ற எல்லாரும் இந்தக் குடும்பத்துல குட்டி தெய்வங்க... மூலவர் காலைல நாயைச் சுட்டுட்டாராமே... நல்ல வேளை கோபத்துல அண்ணாமலையைச் சுடாம இருந்தாரே! ஏதாவது சாப்பிடறியா... ஜின்... ஏதாவது?’ என்றான்.

‘வேண்டாம்...’ என்றாள் அனிதா.

வைரவன் தூரத்தில் தீவிரமாகப் பேசிக்கொண்டிருக்கும்போது, அனிதாவை நோக்கிக் கையைக் காட்டினான். அவர்கள் இருவரும் அருகில் வர, ‘என்ன தாமு மாமா... என் பொண்டாட்டிக்கிட்ட என்ன உபதேசம்?’ என்றான்.

‘ஜின் சாப்பிட மாட்டாங்களாம்...’

‘சாப்டும்... சாப்டும்... இப்பதானே நம்மகூட சேர்ந்திருக்குது. அனிதா... இது நவீன். நம்ம ட்ராவல் ப்ளான் எல்லாம் இவன் தான் பார்த்துக்கறான். காமன்வெல்த் விசாவில் ஏதோ கோளாறு போல இருக்கு. அதுக்காக நம்ம ஹனிமூன் ட்ரிப்பை ஒரு வாரத்துக்குத் தள்ளிப்போட வேண்டியிருக்கு. அதோட நம்ம கம்பெனிக்கு டெலிகேஷன் வருது கொரியாலேர்ந்து! மெப்ஸ்ல ஒரு நவீனமான ஃபாக்டரி வெக்கறோமில்லை... உம்பேர்ல...’ என்றான் வைரவன்.

அனிதா அந்தப் பாஷையின் பல வார்த்தைப் பிரயோகங்கள் புரியாமல், மையமாகப் புன்னகைத்துக் கொண்டிருந்தாள். பல

பேர் வந்து போக, அவளைத் தயக்கமில்லாமல் கை குலுக்க, கை சோர்ந்து வலிக்க ஆரம்பித்தது.

‘உன் ஒய்ஃப் கை ரொம்ப மென்மையா இருக்குது. மத்ததெல்லா மும் அப்படித்தானா?’ என்ற ஒருவர் போதையில் வைரவனைக் கேட்க, வைரவன் சிரிப்பால் சமாளித்துக் கொண்டே அனிதா வைப் பார்த்தான். ‘கண்டுக்காதே’ என்பது போல் கண்ணால் சொன்னான்.

யார் முக்கியம், யார் முக்கியமில்லை என்று பாகுபடுத்த முடியாமல் தவித்தாள் அனிதா.

‘எப்போடா கிளம்புவோம்னு ஆயிடுத்து...’ என்றாள், திரும்ப காரில் போகும்போது!’

‘அம்மாவைப் பார்த்துட்டுப் போகலாமா?’ என்றாள்.

‘நாளைக்குப் பார்த்துக்கலாம். இன்னிக்கு நான் கொஞ்சம் டயர்டா இருக்கேன்...’ என்றான் வைரவன்.

‘எனக்கு அம்மாவைப் பார்க்கணும்போல இருக்கு...’ - அனிதா சொல்ல.

‘அம்மா இஸ் ஆல்ரைட் அனிதா! நான்தான் சாயங்காலம் பார்த்துட்டு வந்தேனே... இந்நேரம் அவங்கள தூக்கத்திலிருந்து எழுப்பணும்கறியா...போன்ல பேசிக்கலாமே?’

‘நான் அம்மாவைப் பார்க்கணும்.’

‘பாரு... புதுப் பொண்டாட்டியா இருக்கியேன்னு பார்க்கறேன். எனக்கு இந்தப் பிடிவாதம் உதவாது தெரியுமா?’

‘நான் கொஞ்ச நாள் அங்க இருந்துட்டு அம்மாவுக்குச் சரியானப் புறம் வரேன்’ என்றாள் அனிதா.

‘அனிதா... நமக்குக் கல்யாணமாகி ஒரு வாரம்கூட ஆகலை தெரியுமா?’ என்றான் வைரவன்.

22

மறுநாள் காலை முதன் முறையாக வைரவனின் அறைக்குள் நுழைந்தாள். கண்ணாடி மேஜைமேல் அனிதாவின் போட்டோ, ப்ரேம் போட்டு வைத்திருந்தது. அலமாரியில் பிஸினஸ் புத்தகங்கள் நிறைந்திருந்தன. குட்டியா ஒரு ஃபேக்ஸ் மெஷினும், லாப்-டாப் என்ற அடக்கமான கம்ப்யூட்டரும் இருந்தன. பேனா, பென்சில்கள் அனைத்தும் தயாராகக் காத்திருந்தன. பேப்பர் கட்டர் இருந்தது. அலமாரியைத் திறந்தபோது வைரவன் சட்டென்று உள்ளே வந்து 'என்ன நோண்டறே?' என்றான்.

'நீங்க ஆபீஸ் போகலையா?' - அனிதா கேட்க.

'ஆபீஸ் போய்ட்டேன்னு நினைச்சு அலமாரியை நோண்டறீங்களா?' என்றான் வைரவன்.

'நீங்க ரெகுலரா குடிப்பீங்களா?'

'எப்பவாவது டென்ஷன் அதிகமா இருந்தா கொஞ்சூண்டு குடிப்பேன்!'

அலமாரியில் மேல்நாட்டு பாட்டில்கள் நிறைந்திருந்ததைப் பார்த்து, 'கொஞ்சமான்னா எதுக்கு இத்தனை பாட்டில்?' என்றாள் அனிதா.

'வேலைல டென்ஷன் அதிகம். நான் எடுக்கற ஒரு டெஸிஷன்ல கோடி ரூபா லாபம் வரும்... கோடி ரூபா நஷ்டம் வரும். அதனால சில வேலைகளில் ரிலாக்ஸ் பண்றதுக்காக ஒரே ஒரு ஸ்மால் அடிச்சுட்டு, சௌராஸ்யா, குலாம் அலி காஸெட்

எல்லாம் போட்டுக் கொஞ்சம் கேப்பேன். என்ன நீ, இத்தனை விசாரிக்க ஆரம்பிச்சுட்ட, இத்தனை சீக்கிரமா?'

'வேற என்ன பழக்கம் இருக்கு உங்ககிட்ட?'

'வேற என்னன்னா? ஆபீஸ்ல சிகரெட் பத்த வைப்பேன்... மேலாக. இன்ஹேல் பண்ண மாட்டேன். வீட்டில் குடிச்சா அண்ணாச்சிக்கு பிடிக்காது. அது எதுவும் தீவிரமா பழக்க மில்லை...'

'நேரா என்னைப் பார்த்துச் சொல்லுங்க. வேற ஏதாவது...?'

'வேற ஏதாவதுன்னா?'

'என்னை நேராகப் பார்த்துச் சொல்லுங்க. கல்யாணத்துக்கு முன்னாடி பெண்கள் சகவாசம் இருந்திருக்கான்னு?'

அவன் முகம் சற்று இறுகியது. 'இப்ப அது தெரியறதினால எப்படி நம்ம லைஃப் மாறப் போறது, சொல்லு?'

'இல்லை தெரிஞ்சு வெச்சுக்கலாம்னுதான்-'

'சொல்லிரட்டுமா-சொல்லிரட்டுமா?'

'சொல்லுங்க!'

'இல்லை...' என்றான் புன்னகையுடன். 'எத்தனையோ வெளிநாட்டுக்குப் போறப்ப ஷோவெல்லாம் பார்த்திருக்கேன். ஃப்ளோர் ஷோ, ஸ்ட்ரிப் டீஸ் எல்லாம் போயிருக்கேன். லைவ் செக்ஸ் பார்த்திருக்கேன். எல்லாம் பார்த்ததோட சரி. ஆனா, என்னைப் பொருத்தவரையில் எல்லாம் சினிமாப் படம் பார்க்கற மாதிரிதான்! நண்பர்கள் கூட்டிட்டுப் போவாங்க. அதோட வெட்டிருவேன்... காரணம் என்ன தெரியுமா?' அவளை நேராகப் பார்த்துச் சொன்னான். 'பயம்!'

அவன் சிகரெட் பற்ற வைத்தான்.

ஜன்னலைத் திறந்து, 'வீட்டில் சிகரெட் குடிக்கமாட்டேன்னு சொன்னீங்களே?' என்றாள் அனிதா.

'அண்ணாச்சி கொடைக்கானல் போயிருக்காரு... அம்மா கூட!' கையால் புகையை விரட்டிக்கொண்டு, கால் இன்ச்சுக்கு மேல் புகைக்காமல் அணைத்துவிட்டான்.

'அனிதா! நாம புதுசா வாழ்க்கையைத் தொடங்கறதனால நமக்குள்ள எதுவும் பாசாங்கு வேண்டாம்... பொய் வேண் டாம்னுதான் இதெல்லாம் சொல்லிடறேன். அதை எடுத்துக் கறதுக்கு உண்டான பக்குவம் உனக்கு வேணும். நான் இருக்கறது பணம் பண்ற பிஸினஸ்ல... அதில் இருக்கிற முரண்பாடுகள், சிக்கல்கள் எல்லாத்துக்கும் விலையாத்தான் இந்தப் பழக்கங்கள்! ஆல்கஹால் இத்தனை வெச்சிருக்கேனே... எப்பவாவதுதான் எடுத்துப்பேன்... பயப்படாத, இது பழக்கமாய்டாது... என்ன சொல்ற?'

'எனக்கு இதெல்லாம் நெனைச்சுப் பார்க்கக்கூட முடியாது. எங்க வீட்டுல ரேடியோல சினிமாப் பாட்டு கேட்டாலே திட்டு வாங்க...'

'அப்படி ஒண்ணும் உங்க வீட்டுல கல்யாணத்துக்கு அப்ஜெக்ட் பண்ணலையே!'

'எல்லாரையும் விலைக்கு வாங்கிட்டீங்க!'

'அப்படியெல்லாம் சொல்லாதே. உன் நல்லதுக்குத்தான் சம்மதிச்சிருக்காரு உங்கப்பா! அவருக்குத் தாராள மனசு, நல்ல மனசு!'

'கொஞ்சநாள் நான் அம்மாவோட இருந்துட்டு வரேன்...'

'மறுபடி ஆரம்பிச்சுட்டியா நீ.'

'இங்க ரொம்ப லோன்லியா இருக்கு.'

'உன் ப்ரெண்ட் மதுவை நீ கூட்டி வெச்சுக்க!'

'நான் போகணும்!'

'பாரு...' அவன் அருகில் வந்தான். 'உனக்குப் பிடிவாதம்னா எனக்கும் பிடிவாதம் உண்டு. நீ இங்கதான் இருக்கணும். இதுதான் உன் வீடு இனிமே! ஒரு ஐடியா... உங்க அப்பா அம்மாவையும் கூப்பிடு. கொடைக்கானலில் எங்க பங்களா இருக்குது... ஸாரி, நம்ம பங்களா! ஒரு வாரம் போயிட்டு வாங்க! மேல்நாடு போறதுதான் போஸ்ட்போன் ஆயிருச்சே!' என்றான் வைரவன்.

'கேட்டுப் பார்க்கறேன், அவங்க வருவாங்களானு தெரியாது...'

'கேக்கற முறைல கேட்டா வருவாங்க...' அவளை ஆயாசத் துடன் பார்த்தான்.

'கார் அனுப்ப வேண்டாம். நம்ம வீட்டில எத்தனை கார் இருக்கு தெரியுமா. மொத்தம் பதினெட்டு. அதுல எதை வேணா எடுத்துட்டுப் போலாம். போய்ட்டு சாயங்காலத்துக்குள்ள வந்துரு. நாம ஆரம்பிச்ச பாடத்தைத் தொடரவேண்டாமா?' என்றான் வைரவன்.

அனிதாவுக்கு வெட்கமாகவும் அருவருப்பாகவும் இருந்தது.

'எப்பா... உங்களுக்கு வேற சப்ஜெக்ட் கெடையாதா?'

'இருக்கு. ஹவாலா மார்க்கெட்!' என்று அவளை அணைத்து கழுத்தில் முத்தம் கொடுக்கும்போது கை விஷமம் செய்தது. அவளைப் பின்புறத்தில் தட்டிவிட்டு அவன் புறப்பட்டபின், அனிதா அந்த அறையை விட்டு வெளியே வந்து தோட்டத்துக்குச் சென்றாள். பெயர் தெரியாத பறவைகளின் குரல்கள் கேட்டன. அவுட்ஹவுஸ் பக்கம் நடந்தாள். வேணி என்கிற பெண் துணி துவைத்துக்கொண்டிருந்தாள். கலர் கலராக புடைவைகளும் ஸ்கர்ட்டுகளும் பரவியிருக்க, காய்ந்த துணிகளை இஸ்திரி போடுவதற்கு ஒருவன் காத்திருந்தான். அவனுடன் சிரித்துப் பேசிக்கொண்டிருந்த வேணி, அனிதாவைப் பார்த்ததும் பதற்றப் பட்டு, 'அம்மா... நீங்க இங்க... இதுக்கெல்லாம்...' என்று திணறினாள்.

'வரக்கூடாதா?'

'இல்லீங்க... பெரிய ஐயா பாத்தா கோவிப்பாரு.'

'இது என்ன தர்மசங்கடம்? நான் வீட்டுப் பின்பக்கம் வந்தா பெரியய்யா எதுக்கு கோவிக்கணும்?'

'பெரியய்யா கொடைக்கானல் போயாச்சு...' என்றான் இஸ்திரி போடுபவன்.

'அம்மா! என் பேரு துரைங்க...நேத்திக்கு அநியாயமா நாயைக் கொன்னுட்டாருங்க. நல்ல விசுவாசமுள்ள நாய்ங்க!'

'நான் ஏதும் சொல்லலைப்பா... எங்கம்மா காலைக் கடிச்சிதுன்னு சொன்னேன்... அவ்வளவுதான்...'

‘என்னமோ போறாத காலம்... செயினை அவிழ்த்து விட்டிருந் தாங்க. பெரியம்மாவைப் பார்த்ததும் லேசா தாங்க வெறுமனே கவ்விருச்சுங்க...’

‘கவ்வலை... நல்லா பல்லு பட்டுருச்சு’ என்றாள் வேணி, அனிதாவின் கட்சியை எடுத்துக்கொண்டு.

‘வேணி! உனக்கு எத்தனை சம்பளம்?’

‘சம்பளம்னு முந்நூறு ரூபாய்தாங்க. ஆனா, வீடு கொடுத்திருக் காங்க. ஸ்கூலுக்குப் போக உடுப்புங்க எல்லாமே நம்ம வீட்டு துங்க...’

‘சின்ன புள்ளையிலிருந்து இது இங்கதான் இருக்குது!’ துரை சொன்னான்.

‘என்ன படிக்கிறே?’ - அனிதா கேட்க,

‘எட்டு... ரெண்டு முறை ஃபெயிலாயிட்டேங்க!’ என்றாள் வேணி.

‘எங்கங்க... சினிமா பாட்டு உசிருங்க. படிப்பு எங்க வரும்?’

‘வேணி, உன் பாடப் புஸ்தகத்தையெல்லாம் எடுத்துக்கிட்டு வா!’

‘எப்பங்க?’ என்றாள், அச்சத்துடன், ஆச்சரியத்துடன்!

‘மத்தியானம்! இந்த வீட்டுல எனக்கு போர் அடிச்சுப் போச்சு...’

‘அபி அம்மாகூட வெளையாடுங்க... சிதாராவைக் கூப்பிட்டுக் கிருங்க!’

‘சிதாரா யாரு?’

‘வைரவன் ஐயோவாட அக்கா மகளுங்க!’

‘அவங்க இங்க இருக்காங்களா?’

‘ஆமா... ஆனா. கல்யாணத்துக்கு வரலை. அவங்களுக்குத் தான்...’ என்று ஆரம்பித்த வேணி, பாதியில் நிறுத்திக் கொண்டாள்.

‘ஏய், சும்மாரு வாயை வெச்சிக்கிட்டு!’ என்று அதட்டினான் துரை.

‘அவங்க எங்க இருக்காங்க?’

‘ப்ளூ அவுஸ்லங்க!’

‘இந்த காம்பௌண்டுல எத்தனை வீடுங்க இருக்குது?’

‘மொத்தம் பத்துங்க. இன்னும் மூணு கட்டிக்கிட்டிருக்காங்க.’

‘மொத்தம் எத்தனை பேருங்க மகன், மகள்?’ என்று அனிதா கேட்க...

வேணி அவளை ஆச்சரியத்துடன் பார்த்து, ‘உங்களுக்குத் தெரியாதா?’ என்றாள்.

‘நிஜமாவே தெரியாது!’

‘முதல் சம்சாரத்துக்கு மூணுங்க. வைரவன் ஐயாதாங்க ஒரே மகன். அப்புறம் சிவகாமியம்மா, மதியம்மா... மதிம்மாவுடைய மகள் தான் சிதாரா. சிவகாமியம்மாவோட மகள் அபி. ரெண்டாவது சம்சாரம் சரோஜாம்மா, அவங்களுக்கு ரெண்டு பொட்டைப் புள்ளைங்க... லவ்டேல்ல படிக்கிறாங்க. கல்யாணத்துக்கு வந்திருந்தாங்களே... பார்க்கலை? சரோஜாம்மாவோட தம்பிங்க ரெண்டு பேர் இருக்காங்க... அவங்களுக்குக் கல்யாணமாயிடுச்சு...’

‘சிவகாமியம்மா புருஷன் எங்கே?’

‘அவரு பிரிஞ்சு போயிட்டாருன்னு பேசிக்கிறாங்க... நான் பார்த்த தில்லை. தாமு ஐயாதான்கூட இருக்கிறாங்க!’

‘சிதாராங்கறது?’

‘அது வெளிநாட்டுல படிக்குது... கல்யாணத்துக்கு வரல. இப்பத் தான் வந்திருக்காங்க!’

அனிதாவுக்கு லெமன் ஜூஸ் கொண்டு வந்து கொடுத்துவிட்டு வேலைக்காரன், ‘உங்களைத் தேடிக்கிட்டிருக்காங்க. வைரவன் ஐயா போன்ல கூப்பிடறாரு...’ என்றான்.

உள்ளே சென்றபோது, போன் ரிஸீவர் மேஜைமேல் வைக்கப் பட்டிருந்தது. அதை எடுத்துக் கேட்டபோது, இணைப்பு விட்டுப் போயிருந்தது. ‘ஹாய்’ என்று குரல் கேட்டு அனிதா திரும்பிப் பார்த்தபோது, ஒரு இளம் பெண் பொம்மை பனியன் போட்டுக் கொண்டு தலைமுடியை அலைய விட்டுக்கொண்டு வந்தாள். கையில் ஒரு சாம்பல் நிற பூனைக்குட்டி வைத்திருந்தாள். அவள் நடந்து வரும்போது பனியன் மட்டும்தான் போட்டிருக்கிறாள் என்பது தெளிவாயிற்று.

'ஐ'ம் சிதாரா! யு மஸ்ட் பி அனிதா... கல்யாணத்துக்கு வர முடியலை... நான் ஸ்டேட்ஸ்ல இருந்தேன்!' என்றாள். 'வைரு ஒன்னைப் பத்தி ரொம்ப ரொம்பச் சொல்லிச்சு... ஆனா..' பாதியில் நிறுத்தி 'ஃபர்கெட் இட். எப்படி இருக்கு... நீ நல்லா இருக்கே இல்லே... இங்கே எல்லாம் பிடிச்சிருக்கில்ல!' என்றாள்.

'ம்' என்றாள் அனிதா பதிலுக்கு.

'ஏதாவது வேணுமா?'

'வேண்டாம்!'

'வைரு என்னைத்தான் கல்யாணம் செய்துக்கறதா இருந்தது. வெயிட் பண்றேன்னு நான் சொன்னேன். அதுக்குள்ள உன்னைப் பார்த்துட்டான். மனசு மாறிட்டான். அதனால என்ன இப்போ? வாழ்க்கைல இதெல்லாம் சகஜம்...' என்றாள்.

'சிதாரா!' என்று உள்ளேயிருந்து அதட்டலாகக் குரல் கேட்க, 'மம்மி கூப்பிடறாங்க. நான் போறேன். வைரு இஸ் எ க்ரேட்... க்ரேட் லவர்... ஒரு தடவை எங்க வீட்டுக்கு வா... போட்டோ எல்லாம் காட்டறேன்!' என்று அனிதாவின் அருகில் வந்து கண்ணடித்துவிட்டுப் போனாள் சிதாரா. அமெரிக்காவுக்கே உரிய கோலோன் வாசனை அடித்தது.

அனிதா குழப்பத்துடன் அறைக்குச் சென்று, தன் கதவைச் சாத்திக் கொண்டு உடைகளைக் களைந்துவிட்டு, பாத்ரூம் தொட்டியில் தண்ணீர் நிரப்பிக்கொண்டு, அதில் மிதந்தாள்.

ஆயிரத்தெட்டு ஷாம்புகளும், கண்டிஷனர்களும், லோஷன் களும், வாசனைப் பொடிகளுமாக, குளிப்பதையே ஒரு வாழ்நாள் கலையாக்கும் அளவுக்குத் திரவியங்கள் இருந்தன. அவற்றைத் தேய்த்துக்கொண்டு அனிதா லேசாகப் பாட ஆரம்பிக்க, கதவு மெள்ளத் திறந்தது!

23

அனிதா தன் அறை பாத்ரூம் தொட்டியில் தண்ணீரில் மிதந்து கொண்டிருந்தபோது, அறைக் கதவு மெள்ளத் திறந்தது, கதவு திறந்ததும் அனிதா திடுக்கிட்டுத் தன் டவலை வேகமாக உடம்பில் சுற்றிக்கொள்வதற்குள், சிதாரா அவளை நிறையப் பார்த்துவிட்டாள்.

'என்ன இது... ரொம்ப மோசம்' என்றாள் அனிதா.

சிதாரா சகஜமாகச் சிரித்து, 'என் சோப்பை எடுத்துக்க வந்தேன். கதவு திறந்திருந்தது... அதுக்குத்தான் ப்ளாஸ்டிக் கர்ட்டன் எல்லாம் இருக்கு பாரு... இதை யூஸ் பண்ணத் தெரியுமா?' என்றாள்.

'கதவைச் சாத்திக்கிட்டுத்தானே வந்தேன்' என்றாள் அனிதா.

'இந்த வீட்டுல எல்லா பாத்ரூமுக்கும் ரெண்டு கதவு. ஒரு தடவை வைரு என்னை முழுசா அரைமணி குளிக்கறதைப் பார்த்திருக் கான்...' என்றவள், 'இதெல்லாம் சகஜம்... ஆஃப்டர் ஆல் உடம்புதானே' என்று சிதாரா சொல்ல, அனிதா எச்சில் விழுங்கிக்கொண்டாள்.

'வைரவனுக்கு 'மாலர்'னு ஒரு செண்ட் ரொம்பப் பிடிக்கும். அதைப் போட்டுக்க... நல்லா காதல் பண்ணுவான். ஸீ யு' என்று புறப்பட்டாள்.

அனிதா சொட்டச் சொட்டக் காத்திருந்து, மேலே குளிக்கத் தைரியமில்லாமல் தொட்டியிலிருந்து இறங்கிவந்து பாத்ரூமின் அமைப்பை ஆராய்ந்தாள். இரண்டு கதவுகள் இருந்தன.

புடைவை உடுத்திக்கொண்டு காரை அழைத்தபோது பிற்பகல் மணி பனிரண்டரை ஆகியிருக்க, அம்மாவைப் பார்க்கவேண்டும் போல இருந்தது. 'கால் காயம் ஆறியிருக்குமா... மேலும் இன்ஜெக்ஷன் போட்டுக்கொள்ள வேண்டுமா' என்று கவலை யாக இருந்தது. புறப்படும்போது போன் அடித்தது.

'அனிதா, நான் மது... எங்கேருந்து பேசறேன் சொல்லு...'

'தெரியலை. நீயே சொல்லு.'

'உங்க கம்பெனியிலருந்துதான்.'

'அப்படியா!'

'வைரவன் எனக்கு பர்மனண்டா வேலை போட்டுக் கொடுத்துட் டார். நான் எதுக்கு மேல படிக்கணும்? அனி... எப்படி இருக்கு?'

'எது எப்படி இருக்கு?'

'கல்யாண வாழ்க்கை.'

'இப்பத்தானே இரண்டு வாரம் ஆயிருக்கு.'

'போதாதா... ஒரு வாரத்திலேயே டிவோர்ஸ் பண்ணவங்கள்லாம் இருக்காங்க.'

அனிதா மௌனமாக இருந்தாள்.

'சே... அபத்தமா பேசறேன். வைரவன் மேஜைமேல் அழகான உன் போட்டோவைப் பார்த்தேன். உன்னைத் தெய்வமா பூஜிக்கிறாரு. உங்களுக்கு மொத்தம் பதினெட்டு கம்பெனி! எனக்கு இங்க பி.ஆர்.டிபார்ட்மெண்ட்ல வேலை! என்னா கம்ப்யூட்டர்... என்னா டேட்டாபேஸ்... வைரவன் தி கிரேட்' என்றாள் மது. தொடர்ந்து 'இன்னிக்கு மத்தியானம் லஞ்சுக்கு எங்க ஸ்டாஃப் அத்தனை பேரையும் கூப்பிட்டிருக்காரு... ஜப்பான்காரங்ககூட' என்றாள்.

'அப்படியா...சந்தோஷம்.'

'அனி... நீ ஏன் ஆபீஸே வரமாட்டேங்கறே?'

'முதல்ல வீடு பழகட்டும்' என்றாள் அனிதா.

'அப்புறம்... என்ன?'

‘மது... நான் அம்மாவைப் பார்க்கக் கிளம்பிண்டிருக்கேன்.’

‘அம்மாவைன்னா உங்கம்மாவையா?’

‘ஆமாம்.’

‘அவங்கள்லாம் காஞ்சிபுரம் போயிருக்காங்களே, நான்தானே ட்ரிப் அரேஞ்சு பண்ணேன்’ - மது சொல்ல ‘எதுக்கு?’ என்று வியந்தாள் அனிதா.

‘கோயில் பார்க்கறதுக்கு! இப்ப உங்க வீட்டுல யாரும் இல்லை!’

‘எங்கிட்ட சொல்லவே இல்லையே. அம்மாவுக்குக் கால் சரியாப் போய்டுத்தா?’ - அனிதா கேட்டாள்.

‘கால்ல என்ன?’

‘நாய் கடிச்சுது.’

‘அதைப்பத்தி எதும் சொல்லலை... சரியாகி இருக்கணும் அனி. ரொம்பத் தனிமையா இருக்கா உனக்கு?’

‘ஆமா.’

‘ஒரு மாறுதலுக்கு ஆபீஸுக்கு வாயேன்!’

போனால்தான் என்ன என்று தோன்றியது அனிதாவுக்கு.

‘எல்லோரும் என்னை ஒதுக்கி விட்டார்களா என்ன... என்னிடம் காஞ்சிபுரம் போவதைச் சொல்லவே இல்லையே?’

வைரவனை முதலில் சந்தித்த ஆபீஸ் இல்லை அது. ஹெட் ஆபீஸ் சோழா பக்கத்தில் இருந்தது. மதுதான் அனிதாவை வரவேற்றாள். கறுப்பு வெள்ளைக் கோடு போட்ட ப்ளவுஸ் அணிந்து நீல நிற ஸ்கர்ட் போட்டுக் கொண்டு உதட்டில் லிப்ஸ்டிக் எல்லாம் தீட்டிக்கொண்டு இருந்தாள்.

‘மது... நீ வேற மாதிரி இருக்கே.’

‘நல்லால்லையா?’

‘நல்லாத்தான் இருக்கு. ஆனா.’

‘ஆபீஸுக்கு இதுமாதிரி ஸூட் போட்டுக்கணும். கோட்டை ரூம்ல கழற்றி வெச்சிருக்கேன்’ என்று கூந்தலைப் பின் தள்ளினாள்.

‘தலையைக்கூட வெட்டிட்ட’ - அனிதா சொல்ல.

‘வைரவன்தான் வெட்டச் சொன்னார். கொஞ்சம் இரு. ஃப்ரீயா இருக்காரான்னு பார்க்கறேன்’ என்று அருகே இருந்த போனில் எண்களை ஒத்திவிட்டு ரகசியம் போசுவதுபோல் கேட்டாள்.

‘ஜப்பான்காரங்க வந்திருக்காங்க. டிஸ்கஷன் நடக்குது வா!’

ஐந்தாவது மாடியில் இருந்த வைரவனின் ஆபீஸ் அறையில் கண்ணாடியருகே மலர் ஜாடிகள் வைத்திருந்தன. எதிரே புன்னகையுடன் அனிதாவின் புகைப்படம் இருந்தது. மது அவளிடம் ஏராளமான பத்திரிகைகளைக் கொடுத்துவிட்டு, ‘கொஞ்சம் இரு... நான் அந்த லஞ்சுக்கு டேபிள் ரிசர்வ் பண்ணணும், இதோ வந்துர்றேன்’ என்று சொல்லிச் சென்றாள்.

அனிதா அந்த அழகான விஸ்தாரமான அறையைக் கவனித்தாள். யாரோ ஒரு ஆள் வந்து காபி கொண்டு வைத்துவிட்டு, ‘சுகர் போடலாமா?’ என்ற கேட்டுவிட்டு இரண்டு கட்டி போட்டு விட்டுச் சென்றான். ‘ப்ரைவேட்’ என்று எழுதியிருந்த அறையைப் பார்த்தாள் அனிதா.

‘யாருக்கு ப்ரைவேட்... உள்ளே ஜப்பான்காரர்கள் இருப்பார் களோ?’ தயங்கினாள்.

‘அவர்கள்தான் கான்ஃபரன்ஸில் இருக்கிறார்களாமே’ என்று மெள்ள அந்தக் கதவைத் திறந்து பார்த்தாள். திறக்கவில்லை. கைவிட்டபோது தானாக எதிர்ப்பக்கம் திறந்துகொண்டது. உள்ளே வைரவன் கண்ணாடி முன் நிற்க, சீதள் அவனுக்கு கோட்டு அணிவித்துக் கொண்டிருந்தாள். கைக்குட்டையைப் போதிய அளவு தெரிய அமைத்துக் கொடுத்தாள்.

‘தாங்க்ஸ் சீதள்’ என்று அவள் கன்னத்தில் ஒரு முத்தமிட்டு, அவள் முதுகுப் பக்கமாக அவளைச் சுற்றி வளைத்துத் தன் அருகில் கொண்டுவந்து ஒருமுறை மார்பைப் பிடித்துவிட்டபோது அனிதாவைப் பார்த்தான்.

‘ஹாய் அனி. நீ இங்க வந்திருக்கிறதா யாரும் சொல்லலையே.’

சீதள் இயல்பாக, ‘வேற எதாவது... மிஸ்டர் வைரவன்’ என்றாள்.

‘தட்ஸ் ஆல்.’

அவள் சென்றதும், அனிதாவை நேராகப் பார்த்து, 'அனி... நான் இப்ப ஜப்பான்காரங்களோட கான்ஃபரன்ஸ் போகணும். ஸூட் மாத்திக்க வந்தேன்' என்றான்.

'பார்த்தேன்' என்றாள் அனிதா.

அவன் ஆபீஸ் அறை உத்தமமாக இருந்தது. ஃப்ரேம் போட்டு அவள் படம் சிரித்துக்கொண்டிருக்க, நிஜ அனிதாதான் சிரிக்க வில்லை. குழப்பமாக இருந்தது. 'இது என்ன உறவு? மார்பைத் தொடும் உறவு - இதெல்லாம் ஆபீஸ்ல உண்டா என்ன...'

'என்ன யோசிக்கிறே?'

'ஒண்ணுமில்லை.'

'இட்ஸ் நத்திங்... சும்மா போட்டுக் குழப்பிக்காதே! விநோதமான கதவுகளையெல்லாம் திறக்காதே... இருக்கியா? எனக்கு ரெண்டு மணி நேரம் ஆகும்' - வைரவன் கேட்க,

'இல்லை... நான் போறேன்' என்றாள் அனிதா.

'குழப்பிக்காதே... சொதப்பாதே... நான் வரவரைக்கும் டி.வி. பார்த்துக்கிட்டு இரு. எல்லாத்துக்கும் ரொம்ப சாதாரணமான காரணம் இருக்கு.'

'சிதாராவைப் பார்த்தேன்' - அனிதா சொல்ல.

'ஓ மை காட்... அவ என்ன சொன்னா?' - வைரவன் கேட்டான்.

'உங்களைப் பத்திப் பேசிக்கிட்டு இருந்தோம்.'

'என்ன சொன்னா?'

'அவளை நீங்க கல்யாணம் பண்ணிக்க இருந்ததா...'

'லுக் அனி...' - வைரவன் ஏதோ சொல்ல ஆரம்பிக்க, அதற்குள் பஸ்ஸர் ஒலிக்க, கதவு திறந்து இரண்டு ஜப்பானியர்கள் நுழைந்தனர்.

'மிஸ்டர் ஸாக்கமோட்டோ, மிஸ்டர் யரோதா, இது என் மனைவி' என்று அனிதாவை அறிமுகப்படுத்தினான் வைரவன்.

அந்த ஜப்பானியர்கள், இருக்கிற கண்ணையும் சின்னது பண்ணிக் கொண்டு இடுப்பு வரை குனிந்து நிமிர்ந்து, 'வெரி ப்ரீஸ்டு' என்று மஞ்சளாகச் சிரித்தார்கள்.

'அப்புறம் பேசலாம் என்ன' என்று அனிதாவிடம் சொல்லிவிட்டு அவர்களுடன் அடுத்த அறைக்குச் சென்றான். அவன் கண்களில் கவலை தெரிந்தது.

அனிதா வெளியே நுழைந்தபோது, சீதள் அறைக்குள் நோட்டுப் புத்தகத்துடன் நுழைந்துகொண்டிருந்தாள். அனிதாவை, 'ஒன்றுமே நடக்கவில்லை' போல சகஜமாகப் பார்த்துப் புன்னகைத்தாள்.

'எங்கே போவது?'

வாசலில் வகைக்கு ஒன்றாக அனிதாவுக்கு கார்கள் காத்திருந்தன. சீருடையில் டிரைவர் அவளுக்காகக் கதவைத் திறந்துவைத்தான். பெருமூச்சுபோல கார் கிளம்பி போலீஸ்காரரின் அருகில் நாமத் திருப்பத்துக்கு நிற்கும்போது டிரைவர் அவளிடம், 'சிதாரா அம்மா இந்தக் கவரை உங்ககிட்ட கொடுக்கச் சொன்னாங்க... எங்க போகணும்மா!' என்றான்.

'எங்க வீட்டுல அவங்கள்லாம் காஞ்சிபுரம் போயிருக்காங்க இல்லையா?'

'ஆமாம்மா. காலைல போயிருப்பாங்க.'

'அங்க போங்க.'

'அவங்க இந்நேரம் புறப்பட்டிருப்பாங்க.'

'காஞ்சிபுரம் போங்க.' என்றாள்.

'சரிங்க... ஒரு நிமிஷம்' என்று காரை சாலையோரத்தில் நிறுத்தினான்.

'ஆபீஸ் போய் வெளியூர் டியூட்டிக்கு பர்மிஷன் கேட்டுக்கிட்டு வந்துர்றேன்.'

'கேட்டுக்கிட்டு வாங்க' என்றாள் அனிதா. சிதாரா கொடுத்திருந்த அந்த நீலநிற கவரைப் பிரித்தாள். 'அனிதாவுக்கு அன்புடன்' என்று சிதாரா அதில் எழுதியிருந்தாள். 'இவை இனி எனக்குத் தேவையில்லை' என்ற கால் கடிதம் மடிக்கப்பட்டு அதனிடையில் வண்ண வண்ண போட்டோக்கள். சிதாராவும், வைரவனும் பல்வேறு போஸ்களில், பல்வேறு ஸ்தலங்களில், அவற்றில் சில வேறு அந்தரங்கமாகவே இருந்தன. என்ன இடம் என்று தெரியவில்லை. வெளிநாடாக இருக்கலாம்... பெங்களூராக இருக்க

லாம். கோவாவாக இருக்கலாம்... பீச்சாங்கரையில் சிதாராவின் முதுகை வைரவன் தேய்த்துக் கொண்டிருந்ததும்... அவளை இரு கைகளாலும் தூக்கிக் கொண்டு சமுத்திரத்தில் ஓடுவதும்... 'You have mairried a great lover! Best of luck' என்று சிதாரா எழுதியிருந்தாள்.

சற்று நேரத்தில் கார் டிரைவர் திரும்பி வந்து, 'அய்யா சொன்னாருங்க. இப்ப போகவேண்டாம்... மீட்டிங் முடிஞ்சு ரெண்டு மணில வந்துருவாராம், அவரும் வர்றதாச் சொன்னாங்க. இப்ப வீட்டுல காத்திருக்கும்படியாச் சொன்னாங்க.

'டிரைவர்... காஞ்சிபுரம் போங்க' என்றாள்.

'அம்மா... நான் போறதில தயக்கம் இல்லைம்மா. கார்ல பெட்ரோல் இருக்குது... ரெண்டு மணில போயிரலாம். ஆனா, அனுமதி இல்லாமல் போனா என் வேலை போயிரும்மா... ஒரு நிமிஷம்கூட விடமாட்டாங்க. அண்ணாமலைக்கு ஆன கதி எனக்கும் ஆயிரும்மா' என்றான்.

அனிதாவுக்கு இப்போது காரணமில்லாத கோபம் வந்து 'உன் கிட்ட பத்து ரூபா இருக்கா?' என்றாள்.

'இருக்கும்மா... அம்பது ரூபாயே இருக்கும்மா...' சட்டென்று அதைப் பிடுங்கிக்கொண்டு காரைத் திறந்தாள். எதிர்வந்த பஸ்ஸில் ஏறிக் கொண்டாள். அந்த பஸ் ராதாகிருஷ்ணன் சாலையில் சென்று பீச் பக்கம் இடதுபுறம் திரும்பியது. சட்டென்று இறங்கினாள். சில சிறுவர்கள் ஆடிக்கொண்டிருந்தார்கள். மெள்ள நடந்தாள். சற்று தூரத்தில் கார் அவளைப் பின் தொடர்ந்தது. நேராக ஐஸ் அவுஸ் வரை நடந்தாள்.

'வினோதமான கதவுகளையெல்லாம் திறக்காதே!'

தாகம் எடுத்தது. குளிர்பானங்கள் விற்று கொண்டிருந்த பெட்டிக் கடையில் சென்று ஒரு லைம் எடுத்துக் குடித்தாள். டிரைவர் கை கட்டிக்கொண்டு பானட்டின் மேல் தொப்பியை வைத்துக் காத்திருந்தான்.

ஒரு ஆட்டோ ரிக்ஷாவை நிறுத்தி அதில் ஏறிக்கொண்டாள்.

'எங்கம்மா போகணும்?'

'பின்னால அந்தக் கார் வருதில்லை, ஆட்டோக்காரரே. அதிலிருந்து தப்பிக்கணும்.'

24

அனிதாவிடம் ஆட்டோ ரிக்ஷாக்காரர், 'ஏம்மா அந்தாளு பேஜார் பண்றானாம்மா? பேட்டை பக்கம் கூட்டிட்டுப் போய் கீச்சுரலாமா?' என்றார்.

'இல்லைப்பா... அது எங்க கார்தான். எங்க டிரைவர்தான்...' என்றாள் அனிதா.

'டிரைவர் வெச்சிக்கிட்டு, கப்பல் கணக்கா கார் வெச்சுக்கிட்டு இந்த ரங்கசாமி ஆட்டோல வர்றியா? என்னம்மா நீ... சமூக சேவையா, ஏழைப் பங்காளியா இல்லை - பைத்தியமா?' என்று ஆச்சரியமாகக் கேட்டார் ஆட்டோக்காரர்.

'அதெல்லாம் ஏதும் இல்லை... நீ போறியா?'

ஆட்டோ வேகமாகச் சென்றது. திடீர் என்று யு டர்ன் அடித்து எதிர்ப்பக்கம் சென்று சந்துக்குள் மறைந்து, ஐஸ் அவுஸ் பக்கம் புகுந்து திருவல்லிக்கேணியில் வெளிப்பட்டபோது பின்னால் வந்த காரைக் காணவில்லை. ஐம்பது ரூபாயில் பாக்கி இருந்த பணத்திலிருந்து ஆட்டோ சார்ஜ் கொடுத்தாள்.

'தாங்க்ஸ்ப்பா...' என்று சொல்லி, ஆட்டோவிலிருந்து இறங்கிக் கொண்டாள் அனிதா.

'திரும்ப ஏதாவது சவாரி போகணும்னா வாங்கம்மா... இங்கதான் ஸ்டாண்டுலதாம்மா கெடப்பேன். இது நம்ம பேட்டை... எவனாவது தகறால் பண்ணான்னா சொல்லு... கீச்சுரலாம்...'

'வேண்டாம்பா...' என்று அனிதா சொல்ல, அவள் பின்னால்...

‘தொர்சாமி...போறா பார்றா சீமாட்டி... ப்ளெசர் காரை வுட்டுட்டு, நம்ம ஆட்டோல வருது! என்னா சனங்கப்பா...’ என்று அலுத்துக்கொண்டார் ஆட்டோக்காரர்.

அது திருவல்லிக்கேணி என்று அனிதாவுக்குத் தெரியும். ஒரு தடவை இங்கே வந்திருக்கிறாள்... சீதாராமனின் அறைக்கு! இந்த வழியாகத்தான் போனதாக ஞாபகம். இப்போது அங்கே போய்ப் பார்க்கலாமா என்றே தோன்றியது.

இந்தி சினிமா விட்டு, கண்களில் கலக்கத்துடன் முந்நூறு பேர் வெளியே உதிர்ந்துகொண்டிருந்தார்கள். பர்தா பெண்கள் அதிகம் இருந்தார்கள். பச்சை பெயிண்ட் அடித்த மசூதி தொழுகைக்குக் கூப்பிட்டது. புறாக்கள் பறந்தன. எத்தனை வண்டிகள்! கார்களும், பஸ்களும், ஆட்டோக்களும் எந்த நியதிக்கும் கட்டுப்படாமல், கிடைத்த இடத்தில் புகுந்து முன்னேறிக் கொண்டிருக்க... அவளுக்கு ஒரு அச்சாபீஸ் ஞாபகம் இருந்தது. அதன் எதிரில் இருந்த சந்தில் மெஸ் இருந்தது. அதனருகில் புறாக் கூண்டுகளாகப் பிரம்மச்சாரிகளுக்கென்றே கட்டப்பட்ட நிறைய வீடுகள்.

சீதாராமனின் ஜிலுஜிலு சைக்கிள் மாடிக்கு வந்திருந்தது. சீதாராமன், பாங்க் பரிட்சைக்காக மும்முரமாகப் படித்துக் கொண்டு இருந்தான். அனிதாவைப் பார்த்ததும் முதலில் நம்ப முடியாமல்...

‘அனி, நீயா?’ என்றான்.

‘ஆமாம் சீதா...’

‘மாப்பிள்ளை வந்திருக்காரா?’

‘இல்லை...’ என்றாள் அனிதா.

‘நீ மாத்திரம் கார்ல வந்திருக்கியா? நீங்க ரெண்டு பேரும் வெளிநாடு போயிருக்கறதான்னா சொன்னா! வா, வா... உக்காரு!’

ஸ்டூலைப் போட்டுச் செய்தித்தாள்களை ஒழுங்குபடுத்துகையில் சீதாவின் கைகள் நடுங்கின.

அறை சுத்தமாக இருந்தது. அலமாரிப் பலகைகளுக்கு நியூஸ் பேப்பர் படுக்கை போட்டு, புத்தகங்களை ஒழுங்காக அடுக்கி இருந்தான். அதன்மேல் சுவரில் சங்கராச்சாரியார் படம்,

மூகாம்பிகை படம், இவற்றுடன் ரேடியோமேல், அனிதாவும் வைரவனும் கல்யாணத்தில் எடுத்துக்கொண்ட போட்டோ. ஓரத்தில் சீதா நின்றுகொண்டிருந்தான்.

‘என்ன விஷயம்... கார்ல வந்தியா?’ - சீதா கேட்டான்.

‘ஆட்டோவில் வந்தேன்...’

‘ஆட்டோலயா? உன் புருஷன் வீட்டுல பத்து கார் இருக்கு!’

‘எதுவும் பிடிக்கலை சீதா’ என்றாள் அனிதா.

‘கல்யாணமான பத்தே நாள்லயா? உங்களுக்கு எப்ப கல்யாணம் ஆச்சு?’

‘என்னவோ லோன்லியா இருந்தது.’

‘உங்க ஆத்துல எல்லாரும் காஞ்சிபுரம் போயிருக்கா. நானும் போறதா இருந்தது. ஜிம்பு போயிருக்கான். அவனுக்கு உங்க கம்பெனில வேலையாய்டுத்து தெரியுமோ?’

‘தெரியும் சீதா... உனக்கும் வேலை கொடுக்கலையா.’

‘கொடுக்கறதா சொன்னார் வைரவன் சார்! நான்தான் உடனடியா எதுவும் பதில் சொல்லலை! இப்போ இருக்கற கனரா பாங்க் லேயே கொஞ்ச நாள் இருந்து பார்த்துட்டு, பாங்க் பரீட்சை பாஸ் பண்ணலைன்னா அவர் ஆபீஸ்ல சேர்ந்துரலாம்னு! என்ன சாப்பிடறே?’

‘கொஞ்சம் தண்ணி கொடுத்தாப் போதும்...’

சீதாராமன் அனிதாவை நேராகப் பார்த்து, ‘என்னவோ மனசில வெச்சுண்டு இருக்கே... சொல்லு அனி...’

அனிதாவின் கண்களில் நீர் மளமளவென்று உதிர, சீதாவுக்குத் தர்மசங்கடமாக இருந்தது, அவளைத் தொடத் தயங்கினான்.

‘என்ன அனிதா... எதுக்காக அழறே? உலகத்திலேயே சந்தோஷ மான பொண்ணு நீதானே இருக்கணும்? உனக்கு என்ன குறை இந்தக் கல்யாணத்தில? என்ன... மாப்பிள்ளை நம்ம ஜாதி இல்லைங்கிறதைத் தவிர வேற என்ன குறை?’

‘குறையே இல்லை சீதா... அதான் குறை...’ என்றாள் அனிதா.

'நீ என்னவோ பிலாசபி பேசறே! நீ இங்க வந்திருக்கிறது உன் புருஷன் வீட்டுக்குத் தெரியுமோல்லியோ?' - சீதா கேட்க,

'தெரியாது...' என்றாள் அனிதா.

'போன் பண்ணி, கார் அனுப்பச் சொல்லவா?'

'இல்லை சீதா... வேண்டாம்!'

'அனிதா, நீ ஒரு மாதிரி வித்தியாசமா நடந்துக்கறே... உனக்கு உடம்பு சரியில்லையா? தலைவலி ஏதாவதா... ஏன் ஒரு மாதிரி சோகையா இருக்கே?'

'தெரியலை சீதா... நான் சந்தோஷமாகவே இல்லை...'

'பீச்சுக்குப் போகலாம்... வரயா?' - சீதா கேட்க.

'சரி...' என்றாள் அனிதா.

'சரி... கொஞ்சம் இரு. மல்லிகான்னு ஒரு பொண்ணு என்னைத் தேடிண்டு வருவா. இண்டர்நேஷனல் பாங்கிங் பத்தி நோட்ஸ் கொடுக்க வருவா. டபிள் எண்ட்ரி சிஸ்டத்தைப் பத்தி ஒரு அருமையான புஸ்தகம் வெச்சிருக்கா' என்றான்.

சீதா, அருகே இருந்த ஸ்டவ்வில் டீ போட்டுக் கொடுத்தான்.

சுத்தமான கப்பில் டீ அருமையாக இருந்தது. மசாலா போட்ட முந்திரிப் பருப்பு பாக்கெட்டைத் திறந்து ஒரு மெலமின் தட்டில் வைத்து, 'இதுதான் என்னால் கொடுக்க முடியும்... சபரி மாதிரி!' என்றான் சீதா.

அனிதா அதை முழுவதும் சாப்பிட்டாள்.

'உனக்கு ரொம்பப் பசி போல இருக்கு, உனக்கு அதான் ப்ராப்ளம். வைரவன் வீட்டுச் சமையல் சரிப்படலையா? மெஸ்ல சாப்பிட லாம் வரயா... வத்தக் குழம்பும் வறுவலுமா?'

'அந்த வீட்டை விட்டு வெளியே வந்தப்புறம்தான் பசிக்கிறது!' என்றாள் அனிதா.

அப்போது மல்லிகா என்று அந்தப் பெண் உள்ளே வந்து, 'சீதா...' என்ற செல்லமாக அழைத்தாள். பஞ்சாபி ட்ரஸ் போட்டுக்

கொண்டு, மெல்லிய உதடுகளுடன், கழுத்தில் நகை ஏதும் இல்லாமல் யுவதி.

'அனிதா... இதான் மல்லிகா, என் கொலீக்! பாங்க்ல ரெண்டு பேரும் பரிட்சை எழுதறோம்...' - சீதா அறிமுகப்படுத்தினான்.

'நீங்க... தி ஃபேமஸ் அனிதாதானே?' என்று அனிதாவிடம் கேட்டாள் மல்லிகா.

'ஆமாம்...'

'சீ உங்களைப் பத்தி நிறையச் சொல்லியிருக்காரு. உங்களைக் கல்யாணம் பண்ணிக்கிற ஆர்வத்தில்தான் பாங்க் பரீட்சை எழுதத் தீர்மானிச்சதாகூட..'

'மல்ஸ் சும்மாரு...' என்று அதட்டினான் சீதா.

'நீங்கதான் அனிதா அவசரப்பட்டுட்டிங்க...' என்ற மல்லிகா.

'சீதா... அது என்ன முந்திரிப்பருப்பு? எனக்குத் தெரியாம ஒளிச்சு வெச்சிருக்கே? திஸ் இஸ் டூ பேட்!' என்றாள்.

அவர்கள் இருவரும் பாங்கிங் பரீட்சை பற்றிப் பேசிக் கொண்டிருக்க, அனிதா ஆர்வத்துடன் பார்த்தாள். ஒரு ஆணுக்கும் பெண்ணுக்கும் சரீர நோக்கமில்லாத மற்றொரு சிநேகிதமும் இருக்க முடியும் என்பது சந்தோஷமாக இருந்தது.

'மல்லிக்கு ரொம்ப ஆசை, ஒரு நாள் ஐ.ஏ.எஸ். பரீட்சை எழுதணும்பா... ஒரு நாள் அமெரிக்கா போகணும்பா...ஒரு நாள்...'

'சீ மாதிரி ஒரு தயிர்வடையைக் கல்யாணம் பண்ணிக்கிட்டு மூணு பொண் பெத்துக்கணும்னுகூட ஆசைப்படுவேன்! பேர்கூட வெச்சுட்டேன்... ஸ்வேதா, ப்ரீதா, கீதா!' என்றாள் மல்லிகா.

'அனிதா... உங்களுக்குக் கல்யாணம் ஆகி எத்தனை மாசமாச்சு?' - மல்லிகா கேட்க,

'பதினஞ்சு நாள்...' என்றாள் அனிதா.

'கல்யாண வாழ்க்கை எப்படி இருக்கு? கல்யாணம் ஆனப்புறம் எப்படி? அந்த ஃபீலிங் எப்படி - ஏழாவது சொர்க்கம்னு இங்கிலீஷ்ல சொல்றாளே அது மாதிரியா?' என்று கேட்டாள் மல்லிகா.

'அனிதா யுரோப்புக்குப் போகப்போறா' என்று சீதா பேச்சை மாற்றினான்.

'எங்கெல்லாம் போகப் போறீங்க?' - மல்லிகா கேட்டாள்.

'தெரியல்ல... அவர்தான் ப்ளான் பண்ணியிருக்கார்' என்றாள் அனிதா.

'வைரவனைப் பத்தி சீ அப்படி சிலாகிச்சுச் சொன்னார், ரொம்ப பெரிய ஆளாம்... நான் கல்யாணத்துக்கு வந்திருக்கலாம். இன்விடேஷன்தான் கெடைக்கலை' மல்லிகா சொல்ல,

'அனிதா பீச்சுக்குப் போகலாம்னு சொன்னா' என்றான் சீதா.

'பீச்சுக்கா! அனிதா ஒண்ணு செய்யுங்களேன்... எங்க வீட்டுக்கு வாங்களேன்... என் பிரதரை நீங்க அவசியம் சந்திக்கணும்!'

'ஆமாம்... பயங்கர அரட்டை அவன்...' - சீதா சொன்னான்.

'சரி, வரேன்' என்றாள் அனிதா.

போய்த்தான் பார்க்கலாமே என்றிருந்தாலும், உள்ளுக்குள்ளே வைரவனிடம் சொல்லிக்கொண்டு வரவில்லையே என்று பயம் அனிதாவுக்கு இருந்தது. 'என்ன... வைரவன் வீட்டுக்கு வரவே ராத்திரி ஒன்பதரை ஆகும்?' தனக்குத்தானே சமாதானப்படுத்திக் கொண்டாள் அனிதா.

மல்லிகாவின் வீடு அருகில்தான் இருந்தது.

சைக்கிள் ரிக்ஷா வைத்துக்கொண்டு போனார்கள். துளசிங்கப் பெருமாள் கோயில் தெருவில் இருந்தது. ஒன்றுடன் ஒன்று ஒட்டிய வீட்டு வாசலில் டைலரிங் க்ளாஸ் இருந்தது. வாய்ப் பாட்டு கேட்டது. சென்னை வானொலி நிலையத்தில் விரும்பிக் கேட்ட டி.எம்.எஸ். பாட்டுக்கள் ஒலித்தன.

மல்லிகாவின் சகோதரன், மல்லிகாவின் ஆண் வேஷம் போல இருந்தான். வேஷ்டியும், கழுத்தில் சங்கிலியுமாக, தலையை சுத்தமாக க்ராப் வெட்டி, கையில் 'ஜீனியஸ்' என்கிற புத்தகம் வைத்திருந்தான்.

இவர்களைக் கண்டதும் 'வாங்க, வாங்க' என்றான் ரொம்ப நாள் சிநேகிதம் போல. அனிதாவிடம், 'உங்க ஹஸ்பண்டு

போட்டாவை பிஸினஸ் இண்டியாவில் அடிக்கடி பார்க்கறேன். உங்களைத்தான் பார்த்ததில்லை. நீங்க ரொம்ப அழகா இருக்கீங்க. ஏதோ ஒரு தேவதைக் கதையில் வர்ற கல்யாணம் போல பேசிக்கிறாங்க... உங்க கல்யாணத்தைப் பத்தி!' என்று ஒரு ஆங்கிலப் பத்திரிகையை எடுத்து, அதன் கடைசிப் பக்கத்தைக் காட்டினான்.

'உங்க கல்யாணத்தைப் பத்தி வந்திருக்கு... படியுங்க' என்றான்.

'அய்யா... நீ கொஞ்சம் சும்மா இருக்கியா?' என்றாள் மல்லிகா.

'என் பேர் விஸ்வநாதன்! விசுன்னு கூப்ட்டா எனக்குப் பிடிக்காது' என்றான்.

'விச்சுன்னுதான் கூப்பிடணும்' என்று மல்லிகா கிண்டலடிக்க.

அவள் தலையில் மொத்தினான். 'இவ பேரு மல்லிக் காபி! கொத்தமல்லில காபி இருக்கும் பாருங்க. ரிக்ஷாகாரங்கள்லாம் சாப்பிடுவாங்க. அதான் இவ' என்றான்

பிறகு, 'ஸாரி, உங்களை நிக்கவெச்சே பேசிக்கிட்டிருக்கேன்... உக்காருங்க' என்றான்.

'இந்த கிதார் யாருது?' - அனிதா கேட்க,

'அய்யோ கேட்டுட்டியா? அறுத்துருவான்! அரைகுறையா வாசிக்கத் தெரியும். போட்டு உடைப்பான்' என்றாள் மல்லிகா.

'இந்த ஞானசூன்யத்துக்கு க்ரெடிட், டெபிட் விட்டா ஏதும் தெரியாது. இவளுக்கு எங்கயாவது கல்யாணம் ஆகுமா சொல்லுங்கோ. போய் யாரையாவது காதல் பண்ணேன்னு தினம் அடிச்சுக்கிறேன்' என்றான் விஸ்வநாதன்.

'அதுக்குள்ள இவளுக்குக் கல்யாணம் பண்ணாதீங்க, நல்லா படிக்கட்டும்' என்றாள் அனிதா.

'கை குடுங்க அனிதா' மல்லிகா கை நீட்டினாள்.

'மல்ஸ் சும்மா சொல்றா... விசு ரொம்ப நல்லா கிதார் வாசிப்பான். என்ன... மாதா மாதம் வாசிக்கிற வாத்தியத்தை மாத்திக்கிட்டே இருப்பான்! ஸ்திர புத்தி கிடையாது. இந்த மாசம் என்ன விசு சின்தஸைஸரா?' சீதா கேட்டான்.

'இல்லை கிதார்...'

பிகு பண்ணாமல் கிதாரில் ஹம்சத்வனி என்று அவன் சொன்ன ராகத்தை விசு வாசித்துக் காட்டினான். இனிமையாக இருந்தது.

'டென்ஷனைக் குறைச்சுட்டு கமகங்கள் கொண்டு வரலாம்னு இருக்கேன் வீணை மாதிரி! சீதா... நான் புதுசா ஒரு ராகம் கண்டுபிடிச்சிருக்கேன் தெரியுமா? கொஞ்சம் கொஞ்சம் சந்திரகோன்ஸ் மாதிரி இருக்கும்... பரவாயில்லை... வாசிக் கட்டுமா?' விசு கேட்க.

'வாசிச்சுத் தொலை' என்றாள் மல்லிகா.

விசு வாசிக்கத் தொடங்க வாசலில் போலீஸ் ஜீப் வந்து நின்றது.

25

'அட... நம்மைத் தேடிண்டு போலீஸ் வந்திருக்கு' என்றான் மல்லிகாவின் அண்ணன் விஸ்வநாதன். அனிதாவுக்கு திக் கென்றது.

அந்தப் போலீஸ் இன்ஸ்பெக்டர் தன் தொப்பியைச் சரி பண்ணிக் கொண்டு உள்ளே வர, 'வாங்க...வாங்க... காபி சாப்பிடறீங் களா?' என்றான் விஸ்வநாதன். மல்லிகா சற்று பயந்து போனாள்.

சீதாராமன் அனிதாவைப் பார்த்து, 'உன்னைத்தான் தேடிண்டு வந்திருக்கணும். என்ன இது... போலீஸுக்கு எல்லாம் சொல்லிண்டு?' என்றான்.

'இங்க அனிதா யாரு?' - இன்ஸ்பெக்டர் கேட்டார்.

'நான்தான்' என்றாள் அனிதா.

'என்னம்மா இது... உங்களை உங்க வீட்டுல தேடிக்கிட்டு இருக்காங்க. சொல்லாம இங்க வந்துட்டிங்க' என்றார் அவர். 'சரி... சரி... வாங்க... உங்க ஹஸ்பண்ட் வைரவன் அநாவசியமா கமிஷனர்வரைக்கும் போய்விட்டார்' என்றார்.

கான்ஸ்டபிளை விளித்து, 'இந்தம்மா இங்க இருக்கறதா வயர்லஸ் ரேடியோல சொல்லிடுப்பா' என்றார் இன்ஸ்பெக்டர். பிறகு உள்ளே வந்து பார்த்து சற்று ஆசுவாசப்படுத்திக் கொண்டு, 'ஏம்மா... நீங்க எத்தனை மணிக்கு வீட்டை விட்டுக் காணாம போனீங்க? ஏதாவது லெட்டர் கிட்டர் எழுதி வெச்சீங்களா?' என்று விசாரித்தார்.

'நான் காணாமப் போகலை. சும்மா வெளியே போனேன்' என்றாள் அனிதா.

'எப்ப?'

'மத்தியானம் ரெண்டு மணி இருக்கும்.'

'நாலு மணி நேரத்தில் இந்தப் பாடா? அட ராமா! உங்க ஹஸ்பண்ட் பெரிய ஆளுதான். ஆனா, இந்த மாதிரி நாலு மணி நேரம் காணாமப்போனதுக்கெல்லாம் கமிஷனர் கிட்ட சொன்னா நடக்காது. சொல்லுங்கம்மா... நான் அங்க ஒரு மர்டர் கேஸை விட்டுட்டு ஓடி வந்தேன். ஏம்மா... ஏதாவது வீட்டுல தகராறா?'

'சேச்சே... அதெல்லாம் இல்லை' என்றான் சீதாராமன்.

வயர்லெஸ் ரேடியோவில் தகவல் சொல்லச் சென்றிருந்த கான்ஸ்டபிள் திரும்ப வந்து, 'அவங்க வராங்களாம்... அது வரைக்கும் இங்கியே இருக்கச் சொன்னாங்க' என்றார்.

'அப்ப நான் வரேன்மா... உங்க ஹஸ்பண்ட்கிட்ட சொல்லுங்க' என்றார்.

'உங்களையும் இருக்கச் சொன்னாருங்க' என்றார் கான்ஸ்டபிள், அவரைப் பயத்துடன் பார்த்துக்கொண்டு.

அனிதாவுக்குப் பிரமிப்பாக இருந்தது.

விஸ்வநாதன், 'இன்ஸ்பெக்டர்... எப்படி நீங்க...'

'இங்க வந்தேன்னு கேக்கறீங்களா? இந்தம்மாவோட உறவுக் காரங்க அத்தனை பேர் வீட்டிலயும் விசாரிக்கச் சொன்னாங்க. இங்க சீதாராமன்னு ஒருத்தர் ரூமுக்கு வந்தபோது சைக்கிள் ரிக்ஷாவில போனதா சொன்னாங்க. ஸ்டாண்டுல விசாரிச்சதில, ரிக்ஷாக்காரர் இங்க கொண்டுவிட்டதா சொன்னாரு. அவரையும் இட்டாந்தோம். பேஜாருங்க இந்தப் பணம் படைச்சவங்க பண்ற கூத்து' என்றார்.

அனிதா தலையைத் தாழ்த்திக்கொண்டாள். 'ஸாரி...'

வாசலில் கார் வந்து நிற்க, வைரவன் இறங்கிவந்து, 'அனிதா... என்ன டியர்... உனக்கு ஒண்ணுமில்லையே?'

இன்ஸ்பெக்டர், வைரவனுக்கு சலாம் போட்டுவிட்டு 'நான் போகலாமா சார்?' என்றார்.

'தாங்க் யூ இன்ஸ்பெக்டர்... நான் கமிஷனருக்கு போன் பண்ணிச் சொல்லிடறேன்.... உங்க பேர் என்ன?'

'புருஷோத்தம்' என்றார்.

'இந்தப் பேரைக் கட்டாயம் ஞாபகம் வெச்சுக்கறேன். ஏதாவது ட்ரான்ஸ்ஃபர், கீன்ஸ்பர் வேணும்னா என்னை வந்து பாருங்க... இது என் கார்டு' என்று தன் விசிட்டிங் கார்டைக் கொடுத்தான்.

இன்ஸ்பெக்டர், 'நைஸ் மீட்டிங் யூ மிஸ்டர் வைரவன். உங்களைப் பத்தி நிறைய கேள்விப்பட்டிருக்கேன்... வேற ஏதாவது சர்வீஸ்?'

'தேவையில்லை... நீங்க போகலாம்.'

அவர் போனதும் முகம் இறுகி, 'சீதாராமன்... என்ன இது... எனக்கு ஒரு போன் போட்டிருக்கக்கூடாதா? எல்லாருமா சேர்ந்து சதி பண்றீங்க. நான் இவளை எங்கெல்லாம் தேடறது... இந்த மாதிரி சந்துல... இந்த மாதிரி வீட்டில...' சுற்று முற்றும் பார்த்தான்.

அப்போதுதான் விஸ்வநாதனைக் கவனித்தான்.

விஸ்வநாதன், 'ஹலோ... என் பேர் விசு... சீதாவுடைய ஃப்ரெண்டு' என்று அவன் நீட்டிய கையைக் குலுக்காமல், 'வா அனிதா... போகலாம்' என்றான் வைரவன்.

'நான் அனிதாவைக் கேட்டேன் மாப்பிள்ளை... போன் பண்ண லாமான்னுட்டு! அவதான் வேண்டாம்னா!' சீதா சொன்னான்.

'இனிமே இங்க வந்தாள்னா உடனே தகவல் சொல்லிருங்க. இந்த மாதிரி லொள்ளு பண்ணாதீங்க, என்ன?' என்றான் வைரவன்.

'அனிதா... வா... அனிதா...கம்... நான் மீட்டிங்கை விட்டுட்டு வந்திருக்கேன்.' என்றான்.

அனிதா அவர்கள் இருவரையும் பார்த்தபோது, மல்லிகாவின் கண்களில் அனுதாபம் இருந்தது.

விஸ்வநாதன், 'நைஸ் மீட்டிங் யூ அனிதா... வர வெள்ளிக் கிழமை மியூஸிக் அகாடமியில எங்க க்ரூப்போட இசை நிகழ்ச்சி ஒண்ணு இருக்கு, இன்விடேஷன் கொண்டு தரேன்' என்றான்.

'வர வெள்ளிக்கிழமை நாங்க ஜப்பான்ல இருப்போம்' என்றான் வைரவன்.

அனிதா 'ஆமாம்' என்பது போல் தலையை ஆட்டினாள். அவளுக்கு நெஞ்சை அடைத்தது. துக்கமாக இருந்தது. மூன்று மணி நேரம் கூடத் தனக்குச் சுதந்தரம் இல்லை என்பது அவளுக்கு அதிர்ச்சியாக இருந்தது.

கார் கதவின் கறுப்புக் கண்ணாடியை உயர்த்தி, சென்னைக் காட்சிகளை மறைத்து, 'சேச்சே... இங்கல்லாம் வந்துக்கிட்டு... என்ன ஆச்சு உனக்கு?' வைரவன் கேட்டான்.

அனிதா மௌனமாக இருந்தாள்.

'யார் அந்த விசு?'

'...'

'பேசமாட்டியா? கோவமா?'

'...'

'எதுக்காகக் கோவம்னு சொல்லலாமா?'

மௌனம்.

'பாரு அனிதா... நீ கார்லருந்து டபாய்ச்சு, ஆட்டோல ஏறிக்கிட்டு மாயமா மறைஞ்சுபோனதைக் கேட்டதும் எனக்கு பேஜாரா யிருச்சு. உன் மனசில என்ன வெச்சுக்கிட்டு இருக்கே அனிதா... ஆர் யு நாட் ஹாப்பி?'

அனிதா மௌனமாகவே இருந்தாள். 'இன்னும் இரண்டு நாளைக்கு வைரவனுடன் பேசவேண்டாம்' என்று தோன்றியது.

'பாரு... உன் பதிலுக்காக வெய்ட் பண்ணிக்கிட்டு இருக்க எனக்கு நேரமில்லை. ஜப்பான்காரங்க காத்திருக்காங்க. ஆனா, இதை மட்டும் தெரிஞ்சிக்க... என்னை விட்டு எங்கயும் போயிட முடியாது. உலகத்தில எந்த மூலையிலும் எனக்கு ஆளுங்க

இருக்காங்க. தொளசிங்கப் பெருமாள் கோயில் தெருவிலிருந்து டாஸ்மேனியா வரைக்கும்... தெரியுமா?'

அனிதா ஜன்னல் கதவை இறக்கிக்கொண்டு வெளியே பார்த்தாள்.

'பேசமாட்டியா?'

'...'

'யார் அந்த விசு...சொல்லு?'

மௌனம்.

'சொல்லாட்டி என்ன... நான் கண்டுபிடிச்சுக்கறேன்' ...ஹாஸ்ய மில்லாமல் சிரித்தான். 'என்ன ஒரு சிறுபிள்ளைத்தனமா ஆட்டோ வில் எல்லாம் ஏறிட்டு, வீட்டில பதினெட்டு கார் இருக்குது!' என்றான்.

'என்ன கோவம்? சிதாரா கழுதை ஏதாவது சொல்லிச்சா?' - வைரவன் கேட்க.

'போட்டோ காமிச்சா' என்றாள் அனிதா முதன்முறையாக.

'ஓ... அதுவா விசயம்...' என்று அனிதாவின் கையைப் பற்றி, 'நான் வந்து அப்புறம் எல்லாத்தையும் விவரமா சொல்றேன். இப்ப வீட்டுக்குப் போ... என்ன... வேணும்னா உங்க அப்பாம்மா கூட இருந்துட்டு வரியா... காஞ்சிபுரத்திலிருந்து வந்திருப் பாங்க.'

ஆபீஸ் வந்துவிட, 'என்னவோ செய்யி... ஆனா இந்தப் பைத்தியக்கார வேலை செய்யாதே. மெட்ராஸ் போலீஸே நம்ம கைல இருக்குது... தெரியுமில்லை...' என்று சொல்லிவிட்டு இறங்கி கார் கதவைச் சாத்தும்போது முதன் முதலாக அவனால் சமாளிக்க முடியாத ஒரு பிரச்னையைச் சந்தித்த குழப்பம் வைரவன் முகத்தில் இருந்தது.

'டிரைவர், வீட்டுக்குப் போயிரு' என்றான்.

அனிதா, சாந்தோம் வீட்டுக்கு வந்து நேராகத் தன் அறைக்குப் போகாமல், வேலைக்காரங்களுக்கு வரிசையாகக் கட்டப்பட் டிருந்த வீடுகளுக்குச் சென்றாள். வேணி சின்னக் கண்ணாடியில் தலைவாரி பவுடர் போட்டுக் கொண்டி இருந்தாள்.

‘அம்மா நீங்களா...’ என்று திடுக்கிட்டாள்.

‘வேணி... உன் பாடப் புஸ்தகம் கேட்டேனே?’

வேணியுடன் துணி துவைக்கும் கல்லில் உட்கார்ந்து அவளுக்குத் தமிழ்ப்பாடம் சொல்லிக் கொடுத்தாள்.

‘வியங்கோள் வினைமுற்று... அப்படின்னா என்ன?’

‘இதெல்லாம் எங்களுக்கு எதுக்குமா?’ என்று வேணி கேட்டாள். பாடப் புத்தகத்தை மூடி வைத்துவிட்டு, ‘அம்மா நீங்க சினிமா பார்க்கறதுண்டா?’ என்றாள்.

‘எப்பவாவது... எங்கப்பா அழைச்சிக்கிட்டு போனா...’

‘அபிகூட காஸெட்ல படம் எல்லாம் போடுவாங்கம்மா. சில படம் பார்த்திருக்கேன். முத்தம் கொடுக்கறதும்! ரவிக்கையை உருவறதும்... அது என்னம்மா - ஆங்கிலத்தில அப்படிப் படம் எடுக்கறாங்க... சென்ஸார் கெடையாதா? ம்... என்ன சொல் லுங்க... திருவெளையாடல் மாதிரி டாப்பான படம் கெடையா தும்மா. எட்டு வாட்டி பார்த்திருக்கேன் காமெடிக்கே...’

கொஞ்ச நேரம் பொறுத்து, ‘அம்மா நீங்க வீட்டுக்குப் போகலை யா?’

‘எந்த வீடு?’

‘உங்களைத் தேடுவாங்கம்மா.’

முழுவதும் இருட்டும்வரை அங்கேதான் அனிதா உட்கார்ந்திருந் தாள். பிறகு வேணி சமைக்கவேண்டும் என்பதால், அனிதா அந்த இடத்தைவிட்டு நகர்ந்து, பெரிய வீட்டுக்குள் நுழைந்து மெள்ளத் தன் அறைக்கு வந்தாள்.

அறையில் இறைந்திருந்த புடைவைகள் எல்லாம் ஒழுங்காக மடித்து வைக்கப்பட்டு இஸ்திரி போடப்பட்டு இருந்தன. மேஜை மேல் மாலைப் பத்திரிகைகள் இருந்தன. ‘வைரவனின் ஜப்பானிய விஜயம்’ என்று கொட்டை எழுத்தில் ஒலித்தது. ‘மாலைக்குரல்’ வைரவனின் பத்திரிகை! அதை எடுத்துப் பார்த்தாள் அனிதா. அதில், ‘அனிதா ஸின்தெடிக்ஸ் என்னும் முழுவதும் ஏற்றுமதி நிறுவனத்தில் ஜப்பானிய நிறுவனம் முந்நூறு கோடி முதலீடு செய்ய இருக்கிறது’ - என்றிருந்தது.

அனிதா, அதில் இருந்த வைரவனின் போட்டோவைப் பார்த்தாள். ஜப்பானியருடன் வைரவன் கை குலுக்கிக் கொண்டிருக்க, அவன் சிரிப்பில் ஆயாசம் இருந்தது.

அனிதா தன் வீட்டுக்குப் போன் பண்ணியபோது அவள் வீட்டினர் காஞ்சிபுரத்திலிருந்து வரவில்லை என்று தெரிந்தது. டெலிபோன் வைத்ததும் மணி அடித்தது.

'ஹலோ...'

'அனிதா?' - டெலிபோன் குரல் கேட்டது.

'அனிதா ஸ்பீக்கிங்.'

'ஹாய்... கண்டுபிடிச்சுட்டேன் பார்த்தீங்களா! என் ஃப்ரெண்டு பி அண்டு டி-ல இருக்கான். அன்லிஸ்டட் நம்பரெல்லாம் அவனுக்கு அத்துப்படி. வைரவன் பேர்ல இருந்த பழைய நம்பரையெல்லாம் ட்ரை பண்ணி... சமீபத்தில் வாங்கின புது நம்பரை...'

'நீங்க யாரு?'

'நான்தான் விசு. சாயங்காலம் எங்க வீட்டுக்கு நீங்க வந்து டிராமா நடந்துதே?'

'ஓ... ஹலோ...'

'நீங்க கான்ஸர்ட்டுக்கு வந்தே ஆகணும்... உங்க ஹஸ்பண்டையும் கூட்டிண்டு வரலாம்.

'ட்ரை பண்றேன். வெச்சுரவா?'

'என்ன பயப்படுறீங்க? எங்கிட்ட பேசவே பயம்னா எப்படி எங்க வீட்டுக்கு வந்தீங்க?'

'எப்படியோ.'

'அனிதா... உங்களைச் சாயங்காலம் பார்த்தபோது, ரொம்ப வருத்தமா இருந்தாப்பல, கண்ல சோகம் இருந்தது. இத்தனை சீக்கிரம் இப்படி நீங்க ஆகக்கூடாது.'

'இத்தனை சீக்கிரம்னா?'

'கல்யாணம் ஆகி இத்தனை சீக்கிரம்! நான் உங்களை ஒருத்தர் கிட்ட அழைச்சுட்டுப் போறேன், எப்ப ஃப்ரீயா இருப்பீங்க?'

அவள் பதில் சொல்வதற்குள், வைரவன் அறைக்குள் நுழைய, 'பை... அப்புறம் பேசலாம்' என்று போனை வைக்கப்போக...

வைரவன் அந்த போனை உடனே வாங்கி, 'யார் பேசறது?' என்றான்.

'நான்தான் விசு. அனிதாகூட பேசிட்டு இருந்தேன்.' என்றான்.

'விசு, கெட் லாஸ்ட்!' என்று போனை வைத்து விட்டு அனிதாவை நேராகப் பார்த்தான் வைரவன், 'கமான்... இப்ப நாம பேசலாம்.'

26

வைரவன் பார்வையில் உண்மையைத் துழாவும், காரணத்தைக் கண்டுபிடிக்கும் பதற்றம் இருந்தது. அவனுக்குப் புரியவில்லை. 'அனிதா எப்படி வருத்தமாக இருக்கலாம்?' அது எந்தவித தர்க்க வாதத்துக்கும் பொருத்தம் இல்லை. வைரவன் 'சந்தோஷப்படு' என்று ஆணையிட்டபின் சந்தோஷப்படாதவர் களை இதுவரை அவன் சந்தித்ததில்லை.

'அனிதா... பாரு... சில பேருக்கு தனக்குக் கிடைச்சிருக்கிற அதிர்ஷ்டத்தை அடையாளம் கண்டுகொள்ளத் தெரியாது. இந்தியாவிலேயே ரொம்ப லக்கியான பொண்ணு நீ, தெரியுமில்லையா...'

அதற்கு பதிலளிப்பதுபோல வைரவனை ஒரு தடவை நிமிர்ந்து பார்த்தாள் அனிதா.

'உன் பார்வை இல்லைங்குது. அப்படி உனக்கு ஏதாவது குறை இருந்தா வாயைத் திறந்து சொல்லணும். ஆட்டோ புடிச்சு திருவல்லிக்கேணிக்கும் சாந்தோமுக்கும் அலையக்கூடாது. அனிதா... என் மனைவிங்கறதால சமூகத்தில் உனக்கு ஒரு தனி அந்தஸ்து ஏற்பட்டிருக்கு. அதனால சில காரியங்களைத்தான் நீ செய்யலாம். சில காரியங்களை நீ செய்யக்கூடாது. பஸ்ல போகக்கூடாது. திருவல்லிக்கேணில சைடாஜி லேன் மாதிரியான சந்துக்குள்ளல்லாம் நுழையக்கூடாது. சீதாராமனைப் பார்க்கணும்னா கார் அனுப்பிச்சு அவனை வரவழைக்கணும்... நீ போகக்கூடாது... தெரியுமில்லை?'

'ஏன்?' என்றாள் அனிதா.

‘இதுக்கெல்லாம் ‘ஏன்’ கிடையாது. ‘எட்டிக்கெட்’னு சொல்வாங்களே... அதாவது பழகும் முறை. பணக்காரங்களுக்குன்னு எழுதப்படாத விதிங்கள்லாம் இருக்குது. அதைச் சொல்லித்தர முடியாது. இயல்பா வரணும். கொஞ்ச நாள்ல உனக்கே புரிஞ்சு போகும். அனிதா... நான் உன்னை வெளிநாட்டுக்கு ஹனிமூன் கூட்டிட்டுப் போறேன்னு சொல்லி இதுவரை நாம புறப்படாததில உனக்குக் கோபமா?’ - வைரவன் கேட்க.

‘இல்லை.’ என்றாள் அனிதா, உடனே!

‘அதான் உனக்குக் கோபம்! அனிதா, ஜப்பானிய காண்ட்ராக்ட்டுல நான் ரொம்ப பிஸியா இருந்துட்டேன். கணவன்-மனைவிங்கற ரீதியில் இதுவரை பேசவே இல்லை. இன்னிக்குத்தான் அந்த காண்ட்ராக்ட்டை முடிச்சேன். அதனால ஜப்பான் போகப் போறேன். உன்னையும் கூட்டிட்டுத்தான்... பிஸினஸ் கம் ப்ளெஷர் ட்ரிப்... இப்ப சொல் அனிதா... சமாதானம் ஆச்சுதானே?’

‘எனக்கு எங்கேயும் போக வேண்டாம்’ என்றாள் அனிதா.

‘இல்லை அனிதா... உன் மாதிரி மிடில் கிளாஸ் பொண்ணுங்கள்லாம் இப்ப ரொம்ப தைரியமா இருக்காங்க. ஏன் நீ மட்டும் இத்தனை கோழையா இருக்கே?’

‘கோழையில்லை. முட்டாள் நான்!’

‘ஏன் அப்படிச் சொல்றே?’

‘இல்லைன்னா இந்தக் கல்யாணம் வேண்டாம்னு எங்கப்பா அம்மாகிட்ட எதுத்துப் பேசி இருப்பேன்.’

‘இப்ப அதைப் பத்திப் பேசுறது கொஞ்சம் லேட்டு. நீ பயப்பட வேண்டாம். என்னைக் கேக்க வேண்டிய கேள்வி, தர்மசங்கடமான கேள்வியா இருந்தாலும் கேட்டுரு என்னை...!’

அனிதா தன் பையிலிருந்து, சிதாரா கொடுத்த போட்டோக்களை எடுத்துக் காட்டினாள்.

‘இதுதான் பிரச்னையா! சிதாரா பைத்தியம் காட்டிட்டாளா? இது என்ன, ஏதாவது தப்பா இருக்கா?’

‘இந்த மாதிரி போட்டோ நான் காட்டினா?’ - அனிதா கேட்டாள்.

‘நான் கவலைப்பட மாட்டேன்... கல்யாணத்துக்கு முன்னாடி உன்னைப் பற்றிய குற்றப் பத்திரிகைல எனக்கு அக்கறையே இல்லை. நான் அந்த மாதிரி சுத்தினவங்கறதால என் பொண்டாட்டி புனிதமா எனக்கு வந்து சேரணும்னு நான் கட்டாயமா எதிர்பார்க்கக் கூடாது. அதுல அர்த்தமில்லை. இந்தக் காலத்தில் நகரத்தில் இருக்கிற பெண்களில் கல்யாணத்துக்கு முன்னாடி ஏதாவது ஒரு செக்ஸ் அனுபவம் இல்லாத பெண்கள் நூற்றில் பத்துப் பேர்கூட இல்லைன்னு ஒரு சர்வேல படிச்சேன்’ என்று வைரவன் சொல்ல,

‘அந்தப் பத்து பைத்தியங்கள்ல நான் ஒருத்தி’ என்றாள் அனிதா.

‘இதை ஏதோ பெரிய சாதனையா நான் ஒப்புக்க மாட்டேன் அனிதா. நீ என்னை நல்லாப் புரிஞ்சுக்கணும். வாழ்க்கைய ஜாலியா அனுபவிக்கிற ஆள் நான்... அதை உனக்குப் பல முறை சொல்லியாச்சு. உன்னுடைய கடந்த கால வாழ்க்கையில எனக்கு எந்த அக்கறையும் இல்லை. இப்ப அந்தப் பையன் விஸ்வநாதன்... அவன் கான்ஸர்ட்டுக்குக் கூப்பிட்டான். நீ போறதிலே தப்பு ஏதும் இல்லை. அவன்கூட பேசறதிலயும் தப்பில்லை. ஆனா, எனக்குத் துரோகம் செய்தா தப்பு, டென்ஷன் கொடுத்தா தப்பு. எங்க போனாலும் என்கிட்ட சொல்லிட்டுப் போகணும். நீ அந்தப் பதற்றத்தை எனக்குக் கொடுக்காதே. என் பிஸினஸ் அப்படிப்பட்ட பிஸினஸ்... அதை முழுக்கத் தெரியாது உனக்கு. என் குடும்பத்தையும் உனக்கு முழுக்கத் தெரியாது.’

‘ஆமா, எல்லாம் குழப்பம்... யாரு, யாருன்னு’ என்றாள் அனிதா.

‘வேணும்னா ஒரு பட்டியல் போட்டுக் கொடுத்துர்றேன்.’

‘வேண்டாம்... நானே கொஞ்ச கொஞ்சமா தெரிஞ்சுக்கறேன்’ என்றாள் அனிதா.

‘நீதான் இங்கே இளவரசி, தலைவி, ராணி! அனிதா... என்னை மாதிரி சிக்கலான ஆசாமிக்கு தின வாழ்க்கையில பல வேஷங்கள் இருக்குது. பல முகங்கள்... ஜப்பான்காரனோட ஒரு முகம். கவர்ன்மெண்ட் அதிகாரிங்களுக்கு ஒரு முகம். ஸ்டாக் எக்ஸ்சேஞ்சில ஒரு முகம். யூனியன் கூட ஒரு முகம். மைசூர்ல ஒரு அகர்பத்தி ஃபாக்டரி இருக்குது... அங்க குடிசைத் தொழிலாளிகூட ஒரு முகம். அப்பாகூட ஒண்ணு. அம்மாகூட ஒண்ணு... சாயங்காலம் நான் ஒரு இலக்கியக் கூட்டத்தில்

பேசினேன். அங்க ஒரு முகம்... வரவேற்புரை, அறிமுக உரை, தலைமை உரைன்னு எத்தனையோ வேஷங்கள் போட வேண்டி யிருக்கு. இவங்க அத்தனை பேரும் என்னைப் பங்கு போட்டுக் கறாங்க!'

'இன்னிக்கு ஆபீஸ் அறையில் என்னையும் சீதளையும் பார்த்த போது உனக்கு ஷாக்கா இருந்திருக்கும். 'என்னடாது... அத்தனை சகஜமா தொட்டுப் பேசறாளே'ன்னு... அதனால அவகூட படுக்கைல படுத்திருப்பேனோன்னு நினைக்க வேண்டிய அவசியமில்லை. அந்த மாதிரி ஏதாவது எண்ணங்கள் இருந்தா சுலபமா அவளைக் கல்யாணம் பண்ணிக்கிட்டு இருக்க முடியும். ஏன்... உன் ஃப்ரெண்டு மதுகூடத்தான் நேரா என்னை வந்து கேட்டுது! அனிதா... நம்புறியோ, இல்லையோ... நீ ஒருத்திதான் எனக்கு இந்த மேம்போக்கான அத்தனை முகங்களையும் வேஷங்களையும் கடந்த ஒரே ஒரு ஸ்திரமான காதலி.

'நான் வேற யாருக்கும் சொந்தமில்லை. அவங்களுக்கெல்லாம் நான் ஒரு பஸ் ஸ்டாண்டுபோல. அப்பப்ப என் நிழல்ல ஒதுங் கறாங்க... அவ்வளவுதான்! ஆனா... நீ? நான் நிக்கிற பூமி நீதான்' என்றான்.

அனிதா பேசாமல் மௌனமாக, வைரவன் அவள் படுக்கையரு கில் காலடியில் கார்ப்பெட்டில் உட்கார்ந்து கொண்டு அவள் கால்களில் நகத்தை ஆராய்ந்தான். சின்னதாக ஒரு ஸ்காட்ச் ஊற்றிக்கொண்டான்.

'எனக்கு இது பிடிக்கலை' - அனிதா சொன்னாள்.

'எது?'

'குடிக்கறது.'

'எனக்குப் பிடிக்குதே!'

அனிதா முகத்தைத் திருப்பிக்கொள்ள, 'அரை பெக் ஸ்காட்சுக் காக சண்டை போடவேண்டாம்' என்று அதை ஸிங்கில் கொட்டி னான் வைரவன்.

'சிகரெட்டும் பிடிக்கலையா?' வைரவன் கேட்க,

'பிடிக்கலை' என்றாள் அனிதா.

'சரி... உனக்குப் புடிச்சமாதிரி நடந்துக்கறேன்...'

அவன் அவசரத்தில் தன் கோட்டைக் கழற்றும்போது பாஸ்போர்ட், விமான டிக்கெட்டுகள் தரையில் சிதறின. அனிதாவைக் கட்டிலிலிருந்து சரித்து இறக்கினான். டெலிவிஷன் அர்த்தமில்லாமல் ஓடிக்கொண்டிருந்தது. ஸிடி பிளேயரிலிருந்து வயலின் இசை சுத்தமான ஓடை நீர் போல் வடிந்து கொண்டிருந்தது. அனிதாவை முழுவதுமாகப் புரட்டி தன் மார்பின்மேல் வைத்துக்கொண்டான். மெள்ள மெள்ள மிக மெள்ள இடமாற்றங்கள் ஏற்பட்டு அவள் நெஞ்சில் நிரப்பி மூச்சு முட்டினான். அவன் கைகள் எங்கெல்லாம் செல்கின்றன என்று அவளால் தீர்மானமாகச் சொல்ல முடியவில்லை. அனிதாவின் அடிப்படை ஆசைகள் எழுப்பப்பட்டு, அவன் காதுகளைப் பிடித்து முடியை கொத்தாகப் பிடித்து, 'ரொம்ப மோசம் நீ' என்றாள்.

'ஏன்?' என்றான் வைரவன்.

'ரொம்ப கொஞ்சற... போறும்... திகட்டறது' என்றாள் அனிதா.

'இப்பத்தான் வரவேற்புரையே முடிஞ்சிருக்கு. இதுக்கப்புறம் அறிமுக உரை, அதுக்கப்புறம் தலைமை உரை, நன்றியுரை... எத்தனை இருக்கு' வைரவன் சொன்னான்.

அனிதாவுக்கு தன் உடல் முழுவதும் மிதக்க, அந்தத் தருணத்தில் அந்த எச்சரிக்கை குணம் எழ, எதிரே காற்றில் ஆடிய திரையைக் கவனித்தாள்.

'யாரோ பார்க்கறா' என்றாள்.

'பார்க்கட்டும்... என் பொண்டாட்டிய நான்...' வைரவன் சொல்ல,

'வைரு... ப்ளீஸ், ப்ளீஸ்... இங்க வேண்டாம் ப்ளீஸ்...' என்றாள் அனிதா.

'பின்ன எங்க?' வைரவன் கேட்டான்.

'இப்ப வேண்டாம்.'

'பின்ன எப்ப?'

'யாரோ பார்க்கறா...'

'டோண்ட் பி ஸில்லி...'

அந்தத் திரை!

வைரவன் ஆயாசத்துடன், 'நீ தேற மாட்டே' என்று அந்தத் திரையை விலக்கி 'பாரு...' என்றான். அங்கே யாரும் இல்லை.

அப்போது டெலிபோன் ஒலிக்க, அதை எடுத்து வைரவன் பேச ஆரம்பித்தான்.

'ஜோஷிதானே பேசறது?' என்று சொல்லிவிட்டுப் பதற்றத்துடன் எழுந்தான். அவன் முகம் இறுகியது.

'டெலிபோன் இல்லாத ஒரு தீவுக்குப் போகணும்' என்ற அனிதா, வைரவன் தோளைக் கைகளால் மாலையிட்டாள். அவன் கொஞ்சம் ஸ்காட்ச் ஊற்றிக் கொண்டு சிகரெட் பற்ற வைத்தான்.

'இப்பத்தான் வேண்டாம்னு சொன்னேன்' என்று அனிதா அதைப் பிடுங்கியபோது, 'அனிதா... அங்கே ஏதோ முக்கியமான ப்ராப்ளம்' என்றான்.

அனிதா, அவன் தோளில் சுற்றிக்கொண்டு, 'எல்லாம் காலைல பார்த்துக்கலாம்...' என்றாள்.

'கொஞ்சம் இரு' என்று டெலிபோனில் பதின்மூன்று எண்களை ஒத்தினான்.

அனிதா அவன் கவனத்தைக் கலைக்க முற்பட்டபோது, மறுபடி போன் ஒலித்தது.

இன்னொரு போன்... படுக்கையிலிருந்தபடியே அதை எடுத்து 'ஹலோ' என்றான். சட்டென்று எழுந்து உட்கார்ந்தான்... சட்டையை மாட்டிக்கொண்டான்.

'அனிதா... எழுந்திரு. போகலாம்.'

'எங்கே?'

'நம் ஹனிமூன் இப்பவே தொடங்குது. வெளிநாடு போறோம். அஞ்சு நிமிஷத்தில கிளம்பு...'

27

வைரவனும் அனிதாவும் வெளிநாட்டுப் பயணத்துக்காக ராத்திரியில் அவசர அவசரமாகக் கிளம்பினார்கள். அனிதாவுக்கு உடுக்கத் துணி எடுத்துக்கொள்ளக்கூட நேரமில்லை.

'எல்லாம் சிங்கப்பூர்ல வாங்கிக்கலாம்... நீ புறப்படு...' என்றான் வைரவன். பதற்றம் சற்று அதிகமாகவே இருந்தது.

'அப்பா அம்மாகிட்ட சொல்லிட்டுப் புறப்பட வேண்டாமா?'

'அதெல்லாம் அப்புறம் போன் பண்ணிக்கலாம்...' என்றான்.

மீனம்பாக்கம் விமான நிலையம்வரை வைரவனே ஓட்டிக் கொண்டு வந்த காரை, அங்கு டிரைவர் பொறுப்பேற்றுக் கொள்ள... வைரவன் ஆபீஸிலிருந்து மற்றொரு ஆசாமி வந்து நின்றான்.

அவனிடம், 'ஃப்ளைட் சரியான டயத்துல வருதாமா?' என்று கேட்டான் வைரவன்.

'வந்தாச்சு... நீங்க இமிக்ரேஷன் க்ளியரன்ஸ் வாங்கிட்டுப் போன உடனே புறப்பட்டுடும்...'

'இமிக்ரேஷன்ல பிரச்னை இருக்காதே?'

'இருக்காது... ஸ்ரீராம்கிட்ட சொல்லி வெச்சிருக்கேன்...'

அந்தச் சிப்பந்தி, அனிதாவைப் பார்த்து, 'அவங்களையும் கூட்டிட்டுப் போறீங்களா?' என்றான்.

‘ஆமாம்... இங்கே எதுவும் தகராறு வரக்கூடாது... ஜோஷி என்ன சொல்றான்?’ வைரவன்.

‘எதுக்கும் தயாரா இருக்கணும்னான்...’

வைரவன் இரண்டு சிகரெட்டுகளைப் பற்ற வைத்து அணைத்ததை அனிதா கவனித்தாள்.

‘ஏதாவது ப்ராப்ளமா?’ என்றாள்.

‘நத்திங் நத்திங்...ஆபீஸ் விஷயமாப் பேசிட்டு இருக்கோம்...’

‘இப்ப நாம எங்க போறோம்?’

‘இந்த டிக்கெட்டைப் பார்த்துக்கிட்டு இரு...’ என்றான் வைரவன்.

சிங்கப்பூர் ஏர்லைன்ஸின் டிக்கெட் அது. வைரவன் உள்ளே நுழைந்தபோது பல போலீஸ்காரர்கள் அவனுக்கு சலாம் போடுவதைக் கவனித்தாள் அனிதா. ஏர்போர்ட்டில் எல்லோரையும் தெரியும்போல! அவர்கள் இன்முகத்துடன்தான் வைரவனை வரவேற்றார்கள்.

‘வெளிநாட்டில் எத்தனை நாள் வைரவன்?’

‘ஒரு வாரம்... இல்லைன்னா ரெண்டு வாரம் - எல்லாம் இவளைப் பொருத்து.’

‘ஜப்பான்ல பெரிய காண்ட்ராக்டா? பேப்பர்ல போட்டிருக்கான்...’

‘ஆமாம்...’

இமிக்ரேஷன், கஸ்டம்ஸ் என்று பல பகுதிகளைக் கடக்கும் போதுகூட ஆபீஸ் சிப்பந்தி அருகேயே இருந்தான். அவன் பார்வை பலமுறை இங்குமங்கும் அலைவதை அனிதா கவனித்தாள். அவளுக்கு எதுவும் புரியவில்லை. ‘ஏன் இந்த ராத்திரியில் இத்தனை விரைவாக முடிவெடுத்து தேனிலவுக்குப் போக வேண்டும்? பெட்டியில்லாமல் படுக்கையில்லாமல் வெறும் ப்ரீஃப்கேஸுடன் என்ன ஹனிமூன் இது?’

சிங்கப்பூர் ஏர்லைன்ஸின் விமானம் அது. அனிதா பெரிய விமானத்தில் சென்றதில்லை. வைரவனுடைய கம்பெனி

விமானத்தை ஒரு முறை கண்ணில் காட்டியிருக்கிறான். ஃப்ளையிங் கிளப்பின் அருகில்.

தானியங்கும் படிகளில் ஏறி மேலே சென்று பாலம் அமைத்த வாசல் வழி... முதல் வகுப்பு ஸீட்டில் ஏறிக்கொண்டபோது, புன்னகையுடன் வரவேற்ற பணிப்பெண் அவர்களுக்கு முகம் துடைத்துக்கொள்ள வாசனையுடன் கூடிய சூடான ஈரடவல் ஒன்றைக் கொடுத்தாள். ஜூஸ் கொடுத்தாள். அந்தப் பெண் மஞ்சளாக இருந்தாள். வேட்டி போலிருந்த கவுனில் ஒரு கால் தெரிந்தது. இருக்கைகள் விஸ்தாரமாக இருந்தன. ஹெட் போனில் தமிழ் சினிமா பாட்டு கேட்டது.

'எதுக்காக இவ்வளவு அவசரம்?' என்றாள்.

வைரவன் பதில் சொல்லவில்லை. அடிக்கடி பின்னால் பார்த்துக் கொண்டிருந்தான். 'எப்போது கதவுகள் மூடும்?' என்று அடிக்கடி விசாரித்தான். தலைமேலிருந்த டி.வி. பெட்டி பயணிகளை வரவேற்க, ஆக்ஸிஜன் மாஸ்க் பிரயோகம், ஸீட் பெல்ட் அணி வது போன்ற சம்பிரதாயங்களை விளக்கிக் கூற, கதவுகள் மூடப் பட்டு விமானம் பின்னோக்கி இழுக்கப்படத் தொடங்கியதும் தான் வைரவன் மூச்சுவிட்டான்.

'என்னவோ நீங்க என்கிட்டேயிருந்து மறைக்கறீங்க...' என்றாள் அனிதா.

'எல்லாம் ஜப்பான்ல சொல்றேன்...' என்று நெற்றியைக் கைக்குட்டையால் துடைத்துக்கொண்டான் வைரவன்.

அனிதா, சிங்கப்பூர் ஏர்லைன்ஸின் பத்திரிகையைப் பிரித்து வழவழப்பான விளம்பரங்களைப் புரட்டினாள்.

பின்னால் இழுக்கப்பட்ட விமானம் நின்றது. எஞ்சின்கள் தொடங்கப்பட்ட 'டும்' சத்தம் கேட்டது. கொஞ்ச நேரத்தில் அதன் சுருதி அதிகமாகியதும், வைரவன் முழுவதும் சுதாரித்துக் கொண்டு அனிதாவின் கன்னத்தைத் திருப்பி முத்தம் கொடுத்தான்.

'வி மேட் இட்...' என்றான்.

'எனக்குப் புரியவே இல்லை...'

'சொல்றேன் அனிதா... ரொம்பப் பணக்காரனா இருக்கறதாலே எனக்கு எதிரிகள் அதிகம். அவங்கள்லாம் சதி பண்ணி என்னைக்

காட்டிக்கொடுக்க முயற்சி பண்றாங்க. சில வேளை பதுங்கிப் பாய வேண்டியிருக்கு. சில வேளை தலைமறைவாகவும் இருக்க வேண்டிவரும் எனக்கு. நாம எப்படியும் ஜப்பான் போக வேண்டிவருது. இதுதான் தக்க சமயம்னு பார்த்து-'

'என்ன சதி?'

'அது உனக்குச் சொன்னா புரியாது. கிரெடிட் டெஃபிஸிட். செக் டிஸ்கவுண்டிங்... எல்லாம் பாங்கிங் சமாசாரங்கள்...'

'என்ன... இன்ஜின் நின்னுடுத்து?' என்றாள் அனிதா.

'ஆமா...' என்ற வைரவன், ஹோஸ்டஸ்ஸைக் கூப்பிடுவதற்குள் விமான பைலட்டின் குரல், 'திஸ் இஸ் யுவர் கேப்டன் ஸ்பீக்கிங்... அரசாங்கக் காரணங்களுக்காக விமானம் நிறுத்தப்பட்டிருக்கிறது. அரை மணி தாமதம் எதிர்பார்க்கப்படுகிறது...' என்றது.

வைரவன் எழுந்து டாய்லெட்டுக்குப் போனான்.

விமானத்தில் தற்காலிகமாக ஏணி அமைக்கப்பட்டு, ஸஃபாரி ஸூட் அணிந்த இருவர் கையில் ரேடியோவுடன் முதல் வகுப்பு இருக்கைகளை நோக்கி வந்தனர். அனிதாவின் அருகில் வந்து இருவர்... 'மிஸ்டர் வைரவன் எங்கே?' என்று கேட்டார்கள்.

'பாத்ரூம் போயிருக்கிறார்...' அனிதா சொல்ல அவர்கள் காத்திருந்தார்கள்.

'எனிதிங் ராங்?' -அனிதா கேட்டாள்.

அதற்கு அவர்கள் பதில் சொல்லவில்லை. பைலட் அவர்களருகில் வந்து விசாரிக்க - அவர்கள் பாத்ரூம் கதவருகில் சென்று கதவைத் தட்டினார்கள். கொஞ்ச நேரமாகியும் கதவு திறக்காததை உணர்ந்து அந்தக் கதவை அவர்கள் சற்றே பலாத்காரம் பண்ணித் திறந்தபோது அனிதாவின் இதயம் துடித்தது.

வைரவன் வெளிவந்து, 'என்ன இது?' என்றான்.

'மிஸ்டர் வைரவன்... ப்ளீஸ், எங்ககூட வாங்க...' என்றார்கள்.

அனிதாவுக்கு இது ஏதும் புரியவில்லை. 'நீங்களும் வாங்கம்மா...' என்றார் ஓர் அதிகாரி.

அனிதாவுக்குப் பயமாக இருந்தது.

அனிதாவைப் பார்த்து, 'அனிதா பயப்படாதே... ஏதோ கேள்வி கேட்கத்தான் கூப்பிடறாங்க...' என்ற வைரவன், அதிகாரியிடம் 'அவள் போகலாம் இல்லையா?' என்று கேட்டான்.

'இல்லே... அவங்களும் வரவேண்டும்...'

பிளேனை விட்டுப் படி இறங்கி வெளியே வந்ததும், பத்திரிகை போட்டோகிராபர்கள் சூழ்ந்து பளிச் பளிச்சென்று போட்டோ எடுக்க, அந்த இரு அதிகாரிகளும் வைரவனைப் புஜத்தில் பிடித்துத் தரதரவென்று இழுத்துச் செல்ல, ஒரு பெண் போலீஸ் அதிகாரி அனிதாவின் கரத்தைப் பிடித்து அழைத்துச் சென்றாள்.

'ஜென்டில்மென்... இவரை வெறுமனே விசாரணைக்காகத்தான் எங்களுடன் அழைச்சுக்கிட்டுப் போறோம்...' என்றார் அதிகாரி.

'அப்ப... கைது பண்ணலையா?' - பத்திரிகைக்காரர்கள் கேட்க...'

'இன்னும் இல்லை...'

ஒரு நிருபர், அனிதாவுடன் தொடர்ந்துவந்து, 'உங்க கணவர் அரசாங்கத்தை ஏமாற்றிய விஷயம் தெரியுமா?' என்றார்.

அதற்குள் மனித வெள்ளம் அவர்களைச் சூழ்ந்துகொள்ள, அவர்கள் பிரளயத்துடன் ஜீப்பில் திணிக்கப்பட்டனர். வைரவன் முகத்தை அனிதா ஒருமுறை பார்த்தபோது, 'ஐ ம் ஸாரி...' என்றான்.

அனிதாவுக்கு அழுகை வந்தது. வைரவனிடம் அவள் செல்ல அனுமதிக்கப்படவில்லை. போலீஸ் கார் ஒன்றின் பின்பக்கத்தில் அனிதா திணிக்கப்பட்டு, கூட பெண் அதிகாரியும் ஏறிக்கொண் டாள்.

கார் புறப்பட்டபோது பல நிருபர்கள் ஓடிவந்தபடியே அனிதா விடம் கேள்வி கேட்டார்கள்.

'உங்களுக்கு விஷயம் தெரியாதுங்கறீங்களா? அவர் சொத்து முழுவதையும் அட்டாச் பண்ணப் போறாங்களாமே? உங்க கணவர் இதைப் பத்தி உங்ககிட்ட ஏதும் சொல்லலையா?'

கார் வேகம் பிடிக்க, அனிதாவுக்கு எல்லாம் கனா போலத்தான் தோன்றியது. 'இதோ எழுந்துவிடப் போகிறேன் - இந்தக் கெட்ட சொப்பனத்திலிருந்து.'

முன்னால் ஜீப்பில் வைரவன் அழைத்துச் செல்லப்பட்டான்.

'எங்கே போறாங்க?' என்றாள்.

'டைரக்டர் ஆபீஸுக்கு...'

'எனக்கு ஏதும் தெரியாதே?'

'எனக்கும் ஏதும் தெரியாதும்மா... ஏர்போர்ட் ட்யூட்டி எனக்கு... நீங்கதான் அனிதாவா?'

'ஆமாம்...'

'உங்க போட்டோவை மாலைக்குரல் பத்திரிகையில பார்த்தேன் - நல்ல பொருத்தம்னு போட்டிருந்தது. உங்க ஜாதகக் குறிப்பெல்லாம் கூடப் போட்டிருந்தது...'

காரில் உள்ளே இருந்த வயர்லெஸ் ரேடியோ புரியாமல் கரகரப்பாகப் பேசிக்கொண்டிருந்தது. பெரிய பெரிய போர்டுகளைக் கடந்து நிசப்தமான நெடுஞ்சாலையில் கார் செல்ல, அனிதாவுக்கு லேசாக மயக்கம் வரும் போல இருந்தது.

'தண்ணி தாகம்...' என்றாள்.

'எல்லாம் ஸ்டேஷன்ல போய்க் குடிக்கலாம்... டிரைவர் சார், பாட்டில்ல தண்ணி இருக்குதா?'

'ஆயிருச்சே...'

'என்ன காரணத்துக்காக பிளேன்லருந்து எங்களை இறக்கிட்டாங்க?' -அனிதா கேட்டாள்.

'தெரியாதா உங்களுக்கு?'

'தெரியாதும்மா...'

'சொல்லுவாங்க...' என்றாள் அந்தப் பெண் அதிகாரி.

கார் நின்ற இடத்தில் தட்டி போட்டு போகன் வில்லாக்கள் படரவிட்ட சுமாரான போலீஸ் நிலையம் இருந்தது. வைரவனை வேறு திசைக்குக் கூட்டிச் சென்றிருக்கவேண்டும்.

உள்ளே அழைத்துச் செல்லப்பட்ட அனிதா, ஒரு பெஞ்சில் அமர்த்தப்பட்டாள். கைகள் நடுங்கின. ஜுரம் வந்தது போல் உதடுகள் நடுங்கின.

'பயப்படாதீங்கம்மா... உங்களை இப்ப அரஸ்ட் பண்ண முடியாது. உறவுக்காரங்க முன்னால, சப் - இன்ஸ்பெக்டர் முன்னாலதான் உங்களைக் கைது பண்ண முடியும்... பயப் படாதீங்க, அதுவும் ராத்திரி வேளையில்...'

குழப்பமான குரல்கள்!

'நீங்க வீட்டுக்குப் போங்கம்மா... வீடு எங்கே இருக்குது?'

'சாந்தோம்ல...'

'நீங்க யாருக்காவது போன் பண்ணணுமா?'

'நம்பர் தெரியாது... அவருக்குத்தான் தெரியும். அவர் எங்கே?'

'விசாரணை பண்ண அழைச்சிக்கிட்டுப் போயிருக்காங்க... உங்க வீடு அடையாளம் தெரியுமில்லே? நான் கார்ல கொண்டு விட்டுர்றேன்...' என்று கூறிய அந்தப் பெண் அதிகாரி, தொடர்ந்து 'எங்கேயும் போயிடாதீங்க. காலையில மறுபடியும் எஸ்.ஐ. வரேன்னிருக்காரு...' என்றாள்.

சாந்தோம் வீட்டுக்குச் சென்றபோது வீடு முழுவதும் விளக்குகள் எரிந்துகொண்டிருந்தன.

28

எல்லா விளக்குகளும் எரிந்துகொண்டிருக்க, நடுநிசியில் அத்தனை கார்கள் காத்துக்கொண்டிருக்க, 'வைரவனின் பிரசித்தி பெற்ற பார்ட்டிகளில் ஒன்று நடக்கிறதோ...' என வியந்தாள் அனிதா. 'இல்லையே, சில கார்களின் மண்டையில் நீல விளக்குகள் எரிகின்றனவே? ஏன் ஆம்புலன்ஸும் நிற்கிறது?

அனிதா உள்ளே வந்ததும் தாமுதான் அவளைச் சந்தித்தார்.

'என்ன ஆச்சு?' அனிதா.

'வைரு எங்கே?' என்றார் தாமு.

'அவரை யாரோ அதிகாரிகள் வந்து கூட்டிண்டு போயிட்டாங்க.'

'எங்கே?'

'...'

'அராஜகம்... அநியாயம்...அரசாங்கத்து அக்கிரமம்...'

'புரியலை...'

'பெரியவரையும் வைரவனையும் கைது பண்ண வந்திருக்காங்க. வைரவனை ஏர்போர்ட்டில துரத்திட்டு வந்திருக்காங்க. எதுக்குன்னு சொல்ல மாட்டேங்கறாங்க. ஏதோ பெரிய ஊழலாம்!'

'உங்களுக்குத் தெரியாதா?'

'இப்ப மாமாவுக்கு ஹார்ட் அட்டாக் வந்திருச்சு... அவரை இன்டென்ஸிவ் கேர் யூனிட்டுக்குக் கொண்டு போகணும். சரோஜாம்மா மயக்கம் போட்டுட்டாங்க. மதி, சிதாரா எல்லாரும் கலங்கிப் போயிருக்காங்க. என்னைக் கூட அரஸ்ட் பண்ணலாம். போலீஸ் விசாரணைக்கு வரச் சொல்லியிருக்காங்க.'

'எனக்கு எதுவும் புரியவே இல்லையே தாமு சார்.'

'வேண்டாம் வேண்டாம்... இந்த அரசியல்வாதிங்ககிட்ட எதும் வெச்சாக்காதீங்க'ன்னு படிச்சுப் படிச்சு சொன்னேன்... ரெண்டு பேர்கிட்டேயும்! மாமனாரும் கேக்கலை. ஒம் புருஷனும் கேக்கலை. நீ பயப்படாதே அனிதா... இதெல்லாம் பணக்கார வீட்டில் சகஜம். ஏகப்பட்ட சொத்து சேத்தா இதான் ப்ராப்ளம். ஜெயில் கட்ட பணமும் கொடுப்போம். ஜெயிலுக்கும் போவோம்.'

பரபரப்பாக இருந்த சூழ்நிலையில் ஆக்ஸிஜன் குழாய் மூக்கில் பொருத்தப்பட்டு, லட்சுமணன் ஆம்புலன்ஸில் ஏற்றப்படுவதைக் கவனித்து அருகில் சென்றாள் அனிதா. போலீஸ்காரர்களும் ஆம்புலன்ஸ் வண்டியில் ஏறிக்கொண்டார்கள்.

சரோஜாம்மாவைக் கைத்தாங்கலாக அழைத்து வந்து உட்கார வைத்தார்கள். அனிதாவைப் பார்த்ததும் 'வைரு எங்கே?' என்றாள் சரோஜா.

அனிதா கவலையுடன், 'தெரியலைம்மா... அவசரமாக ஏர்போர்ட் போகணும்... ஜப்பான் போகலாம்'னு அழைச்சுண்டு போனார். ப்ளேன் புறப்பட இருந்தது. பாதில நிறுத்தி யாரோ உள்ள வந்து எங்க ரெண்டு பேரையும் ப்ளேனை விட்டு இறங்கச் சொல்லி, அவரை வேற கார்ல அழைச்சுண்டு போய்ட்டாங்க... அப்பா உடம்புக்கு என்ன?'

'அதிர்ச்சியில அவருக்கு அட்டாக் வந்துருச்சு. இது ரெண்டாவது! போச்சு... எல்லாம் போச்சு!'

அதிகாரிகள் அந்த இடத்தின் செல்வச் சிறப்பை சிறிதும் மதியாது நடமாடிக்கொண்டு, சோதனை போட்டுக்கொண்டிருந்தார்கள். அலமாரிகள் திறந்திருந்தன. காகிதங்கள் இறைந்திருந்தன.

'மிஸஸ் லட்சுமணன்... எல்லா சாவியும் இல்லையே... இந்த பீரோக்கள் எல்லாம் திறந்தாகணும்!' 'எனக்கு ஏதும் தெரியாது...

என் புருஷன் உயிர்தான் இப்ப முக்கியம்' என்றாள் சரோஜா கோபத்துடன், 'வைரு... வைரு... எங்கடா போயிட்டே! என் மகன் வராம ஏதும் சொல்ல முடியாது.'

தாமு அனிதாவைக் கையைப் பிடித்து அழைத்துச் செல்ல... ஒரு அறையில் சிவகாமி, மதியக்கா, அபி, சிதாரா அனைவரும் குழுமி யிருந்தார்கள். வேணி தேவையில்லாமல் அழுது கொண்டிருந் தாள். அனிதா வந்ததும் கோரஸாக 'வைரு எங்கே?' என்று விசாரித்தார்கள்.

'எல்லாரும் தயாரா இருங்க...அதிகாரிங்க வீட்டையே தொம்சம் பண்றாங்க. அதனால நாம் மவுண்ட் ரோடுல இருக்கிற நம்ம ஸ்ரீலதா இண்டர்நேஷனல் ஓட்டல்ல போய் இருக்கறது நல்லது' என்றார் தாமு.

'தாமு... என்ன நடக்குது இந்த வீட்டில்?' என்றாள் சிவகாமி.

'சொத்து அத்தனையும் அட்டாச் பண்றாங்களாம்... நகைங்கள் லாம் எங்கே இருக்கு?'

'லாக்கர்ல இருக்குது... பாதி இங்கதான் அலமாரியில இருக்கு?'

'எந்த அலமாரி?'

'ஏதோ ஒரு அலமாரி... இப்ப நகைங்க முக்கியமில்லை... தாமு நாம எல்லாரும் ஜெயிலுக்குப் போவோமோ?' என்றாள் சிவகாமி.

அபி விசித்து விசித்து அழுதுகொண்டிருந்தாள். அவள் விரல் சப்புவதைக் கவனித்து சிவகாமி திருத்தினாள். அபி, அனிதா வைக் கட்டிக்கொண்டாள்.

'வைரு அங்கிள் எங்கே அனிதா?'

'தெரியாது அபி. எனக்கு தலைகால் புரியலை.'

ஓர் இளைஞன் வந்து 'யாரும் ரூமை விட்டுப் போகக்கூடாது...' என்றவன், இந்த ராத்திரியில்கூட அலுங்காமல் ஸஃபாரி ஸூட் அணிந்து, நன்மை செய்ய வந்தவன் போலச் சிரித்துக்கொண்டே பேசினான்.

'இன்ஸ்பெக்டர்... இங்க என்ன நடக்குது... எதுக்காக இந்தக் களோபரம் சொன்னீங்கன்னா?'

'மிஸஸ் வைரவன் எங்கே?' என்றான் கவனிக்காமல், அவர்கள் அனிதாவைப் பார்க்க, 'கொஞ்சம் வாங்கம்மா...' என்றான். அனிதா தாமுவைப் பார்க்க...

'போ அனிதா... இப்ப அவங்க சொல்றதுதான் சட்டம்... நம்ம வக்கீலை வரச்சொல்லியிருக்கேன்' என்றார் தாமு.

'பயப்படாதீங்க... எதுக்குப் பயப்படணும்?' இளைஞன் சொல்ல,

'ஆமாம்... வீட்டைத் தலைகீழா புரட்டி சென்ட்ரல் ஸ்டேஷன் பிளாட்பாரம் மாதிரி பண்ணுங்க... பயப்படாம இருக்கோம்...' என்றார் தாமு.

அவன் சிரித்து, 'எல்லாத்தையும் பழையபடி அடுக்கிக் கொடுத் துட்டுத்தான் போவோம். எனக்கு ஒரு கப் காபி கிடைக்குமா? அனிதா... நீங்க வாங்க...' என்றபடி அனிதாவை முன்னறைக்கு அழைத்துச் சென்றான்.

அது லட்சுமணனுடைய அறை. அனிதா அதில் நுழைந்ததே இல்லை. ரோட்டரி கிளப் அடையாளங்களும், என்னென்னவோ சொஸைட்டி களின் பல்வேறு சான்றிதழ்களும், சகல அரசியல்வாதிகளுடன் எடுத்த போட்டோக்களும், கேடயங்களும், மெடல்களும்... அடர்த்தி யாக இருந்த கண்ணாடி அலமாரிக்கு முன் நாற்காலியை இழுத்துப் போட்டு அனிதா உட்கார... லட்சுமணனின் நாற்காலியில் உட்கார்ந்து கொண்டான் அந்த இளைஞன்.

'பாருங்கம்மா... உங்க குடும்பம் ஒரு பெரிய ஊழல்ல மாட்டிக் கிட்டு இருக்கு. மத்தியப் புலனாய்வுத் துறையைச் சேர்ந்த நாங்க கண்டுபிடிச்சிருக்கோம். பொய்யா பாங்க் ரசீதுகளை ஃபோர்ஜ் பண்ணிக் கொடுத்துவிட்டு பல நூறு கோடி ரூபாய்க்கு மக்கள் பணத்தை ஏமாத்தியிருக்காங்கன்னு சந்தேகம் வந்திருக்கு. அதுக்கான ஆதாரங்களைத் தேடிக்கிட்டு இருக்கோம். இதில முக்கியமா வைரவன் மேல்தான் சந்தேகம். அவர் மனைவியான உங்களுக்கு இதையெல்லாம் பற்றி என்ன தெரியும்?'

'எனக்கு எதும் தெரியாதுங்க. எங்களுக்குக் கல்யாணம் ஆகி ஒரு மாசம்கூட ஆகலை.'

'அப்படியா... உங்ககிட்ட வைரவன் எதும் லாக்கர் பற்றிச் சொன்னாரா?'

'இல்லை.'

'இல்லையா... ஸ்விஸ் பாங்க் அக்கௌண்ட் பற்றி?'

'இல்லை...அப்படின்னா என்னன்னே தெரியாது.'

'இந்த வீட்டில் எதும் ரகசியமா வால்ட், லாக்கர் எங்கேயாவது பதிச்சிருக்குதா?'

'இந்த வீட்டுல நான் பார்த்தது ரெண்டு அறைதான். ஒண்ணு அவர் ஆபீஸ் அறை... இன்னொன்ணு, படுக்கை அறை.'

'நீங்க பிராமின்ஸா?'

'ஆமாம்.'

'வைரவனை எப்படிக் கல்யாணம் பண்ணிக்கிட்டீங்க... காதலா?'

'அவர் என்னை விரும்பிக் கல்யாணம் செய்துண்டார்.'

'உங்களைப் பார்த்தா பொய் சொல்ற பொண்ணா தெரியலை. மறைக்காதீங்க... எதையும் மறைக்காதீங்க... உங்க நல்லதுக்குத் தான் சொல்றேன். எதுக்காக அவசரமாக சிங்கப்பூர் போகக் கிளம்பினீங்க?'

'ஜப்பானுக்கு ஹனிமூனுக்கு அழைச்சுண்டு போறதாச் சொன்னார்...'

'கல்யாணம் ஆன உடனே போகலையா?'

'இல்லை... அவருக்கு டயம் கெடைக்கலை.'

'ஹரீஷ் ஜக்தியானிங்கற பேரை எப்பவாவது வைரவன் சொல்லிக் கேட்டிருக்கீங்களா?'

'இல்லை.'

'இல்லையா... சரி வாத்வானி, மிலன் பட்டேல், முஸ்தாக்... இந்தப் பேரெல்லாம்?'

'தெரியாதுங்க.'

'ஒண்ணும் தெரியாது. ஆனா, அவர்கூட அவசர அவசரமாக வெளிநாட்டுக்குப் பொறப்படறீங்க...' - சட்டென்று அதட்டலாகப் பேசினான் அந்த இளைஞன்.

தாமு உள்ள வந்து 'போதும்... போதும் சார்... இப்ப எங்க வக்கீல்கூடப் பேசுங்க...' என்று கார்ட்லஸ் போனைக் கொடுத்தார்.

'குடிக்க காபி கேட்டேனே...' என்ற அந்த இளைஞன் பதட்டப் படாமல் போனில், 'யெஸ் மிஸ்டர் தோத்திவாலா... எனக்குப் புரியுது... உங்க கிளையண்ட்டோட எந்தவித உரிமையும் பறிக்காம கேள்வி கேட்கறோமே... நான் யாரையும் துன்புறுத்தலை...' என்றபடி பேசிக்கொண்டிருந்தான்.

அனிதா பிரமிப்புடன் வெளியே வந்தாள்.

'வைருவைப் பற்றி ஏதாவது தகவல் தெரிஞ்சுதா? அவனை எங்க வெச்சிருக்காங்கன்னு ஏன் சொல்ல மாட்டாங்களாம்?'

'காலைல பேப்பர் பார்த்தா தெரியும். பெரியவர் ஆரோக்கியமா இருந்தா இதெல்லாம் நடந்திருக்காது. பிரைம் மினிஸ்டர் ஆபீஸுக்கே போன் போட்டு ரிலீஸ் வாங்கிக் கொடுப்பார்.'

அபி, அனிதாவை வந்து கட்டிக்கொண்டாள். அவளுக்கு உடல் தூக்கிப் போட்டது. அனிதா, அவள் கன்னத்தைத் தேய்த்தாள்.

'எல்லோரும் ஆஸ்பத்திரிக்குப் போறோம் அனிதா... நீ வீட்டில இருக்கியா... வர்றீயா?'

'நானும் வரேன்' என்றாள் அனிதா.

இரவு இரண்டு மணிக்கு அவர்கள் அந்தத் தனியார் நர்ஸிங் ஹோமின் இன்டென்ஸிவ் கேர் யூனிட்டை அணுகி, பச்சை பூசிய கண்ணாடி மூலம் லட்சுமணன் படுத்திருப்பதைப் பார்த்தார்கள். மார்பு வரை திறந்து, மானிட்டரின் இணைப்புகள் ஒட்டப்பட்டு, மூக்கில் ஆக்ஸிஜன் குழாய் பொருத்தி, கண் மூடி மார்ஃபின் மயக்கத்தில் உறங்கிக்கொண்டிருந்தார் லட்சுமணன்.

'செகண்ட் அட்டாக்... பாதிப்பு அதிகம் இல்லை. இருந்தும் ரெண்டு நாளாவது இங்கே வெச்சுப்பாங்களாம். வைரவன் எங்கே? வைரவனுக்குத் தகவல் தெரியுமா' - சரோஜா கேட்டாள்.

'சொல்லமாட்டேங்கறாங்க.'

'ஊசி ஏத்திக் கொடுமைப்படுத்துவாங்களா தாமு?' என்றாள் சிவகாமி.

‘சேச்சே... அதெல்லாம் நடக்குமா?’

‘வீட்டில போட்டதைப் போட்டபடி வெச்சுட்டு வந்திருக்கோம்...’

சரோஜாம்மா ஒரு ஸ்டூலில் உட்கார்ந்திருந்தாள். ‘அனிதா... கொஞ்சம் வா’ என்றாள்.

அனிதா அவளருகில் சென்று ‘என்னம்மா?’ என்றாள்.

‘எனக்கு உதவி பண்ணுவியா?’

‘என்னம்மா?’

சரோஜாம்மா மாத்திரையை வாயில் போட்டுக்கொண்டு கிட்டே வந்த தாமோதரனை அனுப்பிவிட்டு அனிதாவிடம் தாழ்ந்த குரலில் பேசினாள்.

‘அனிதா... நீ ஆஸ்பத்திரியில இருக்கவேண்டாம். வீட்டுக்குப் போயிரு. அவங்கள்லாம் போனப்புறம் என் பெட்ரூமுக்குப் போ... அங்க புஸ்தக அலமாரி இருக்குது... அதில் How Things work-னு ஒரு புஸ்தகம் இருக்கு. அந்தப் புஸ்தகத்துக்குள்ள ஒரு சாவி பதிஞ்சிருக்கும். அந்தச் சாவியை எடுத்துக்கோ... நம்ம வீட்டுல சமையல்கட்டைத் தாண்டி அவுட்ஹவுஸ் இருக்கு பாரு... காலைல வேலைக்காரி வேணியை அழைச்சிக்கிட்டு அவுட்ஹவுஸுக்குப் போ... அங்கே சாக்லெட் கலர் பீரோவில் லாக்கர் பதிச்சிருக்கும்... அந்தச் சாவியால லாக்கரைத் திறந்து, அதில் இருக்கிற அத்தனையையும் உங்க வீட்டுக்குக் கொண்டு போயிரு...’ என்றாள் சரோஜா.

29

அனிதாவுக்கு ஆஸ்பத்திரியில் இருப்பதில் ஏதும் பயன் இருப்பதாகத் தெரியவில்லை. லட்சுமணனுக்கு முழு ஓய்வு தேவை என்றும், இன்னும் இரண்டு நாளாவது இன்டன்ஸிவ் கேர் யூனிட்டில் இருப்பார் என்றும் தெரிந்தது. அவர் இன்னும் அபாயத்திலிருந்து வெளிவரவில்லை என்றும் சொன்னார்கள். உறவினர்கள் எல்லோரும் பேருக்கு பேர் பங்கு போட்டுக் கொண்டு வார்டுக்கு வெளியே காத்திருக்க... சரோஜாம்மா, 'சீக்கிரம் போ அனிதா... நான் சொன்ன மாதிரி செய்யி... அது பெரிய உபகாரம், நீ இங்கு இருக்கவேண்டாம்' என்று அடிக்கடி வற்புறுத்திக்கொண்டிருந்தாள். அனிதாவுக்கு மிகவும் குழப்பமாக இருந்தது.

அனிதா காலை சாந்தோம் வீட்டுக்குத் திரும்ப வந்தபோது வீடு தலைகீழாக இருந்தது. அவளைக் கண்டதும் அங்கே தனியே காகிதங்களைப் பொறுமையாகப் பிரித்துப் படித்துக் கொண்டிருந்த இளம் சி.பி.ஐ. அதிகாரி, 'உங்களுக்கு மாத்திக்கிறதுக்கு டிரஸ் ஏதாவது எடுத்துக்கணும்னா அதுக்கு மட்டும் அனுமதிக் கிறோம். ஆனா லட்சுமணன், வைரவன் இவங்க இரண்டு பேருடைய ஆபீஸ் அறைகளுக்குப் போக அனுமதி இல்லை. எல்லா டாகுமெண்ட்ஸையும் லிஸ்ட் பண்ணி பட்டியல் போட்டுக்கிட்டிருக்கோம்.'

'அவர் என்ன குற்றம் செய்தார்?'

'மோசடி' என்றார் சுருக்கமாக.

அனிதா, சரோஜாம்மாவின் அறைக்குள் சென்றபோது அங்கிருந்த புத்தக அலமாரியில், சரோஜா குறிப்பிட்ட How things work என்கிற புத்தகம் இருந்தது. அதன் உள்ளே பக்கங்கள் சில தோண்டப்பட்டு ஒரு சாவி பதிக்கப்பட்டிருந்தது.

அனிதா அந்தச் சாவியை எடுத்துக்கொண்டு வேணியிடம் போய் 'அவுட் ஹவுஸ்ல அம்மா லாக்கர் இருக்குதுன்னாங்க. உனக்குத் தெரியுமா வேணி?'

'தெரியும்மா... எந்த ரூம்னு தெரியும்... ஆனா, நான் உள்ளாற போனதில்லை...'

'அங்க என்னைக் கூட்டிண்டு போவியா வேணி?'

அனிதாவை அழைத்துச் செல்லும்போது, 'அம்மா... ஐயாவுக்கு ஏதாவது ஆபத்துங்களா?' என்று கேட்ட வேணியின் கண்களில் நீர் முட்டியது.

'நாளைக்குத்தான் சொல்வாங்களாம்.'

'சின்னய்யாவுக்கு?'

'அவர் எங்கே இருக்கார்னே தெரியலை வேணி' என்றாள் அனிதா வருத்தத்துடன்.

'பாவம்... உங்களுக்குத்தாம்மா ரொம்ப மனக் கஷ்டம்!'

'எல்லோருக்கும்தான் வேணி... இந்த மாதிரி இதுக்கு முன்னாடியே இந்த வீட்டில ஆயிருக்கா? போலீஸ் வந்து எல்லாத்தையும் கலைச்சுப்போட்டு...'

'இல்லைம்மா... ஆனதே இல்லைம்மா... அதுதான் எல்லோருக்கும் ஆச்சரியம். போலீஸ்காரங்க வந்தா என்ன மருவாதியா நடந்துக்குவாங்க தெரியுமா? உள்ளே நுழைஞ்சதே இல்லைங்க. பெரிய பெரிய போலீஸ் அதிகாரிங்க எல்லாருக்கும் லட்சுமணன் ஐயான்னா அவ்வளவு மருவாதி...' என்றாள் வேணி.

அந்த அறையில், கண்டாமுண்டா சாமான்கள் போடப்பட்டிருந்தன. இவற்றுக்கு நடுவே இருந்த அந்த சாக்லெட் கலர் பீரோவுக்கு அந்தச் சாவி பொருந்தியது. பீரோவினுள் இருந்த சின்ன லாக்கருக்கு சாவி அதன் வாயிலேயே இருந்தது, அதைத்

திறந்தாள். ஏகப்பட்ட காகிதங்கள் இருந்தன. அச்சடித்த காகிதங்கள், பத்திரங்கள், கடிதங்கள், டைரி... மற்றொரு சாவிக் கொத்து இருந்தது.

அனிதா அவற்றை எடுத்து, ஒரு துணிப்பையில் போட்டுக் கொண்டாள். அதன்மேல் தன் புடைவை, துணிமணிகளை வைத்துக்கொண்டாள்.

அனிதா, வீட்டை விட்டு வெளியே போகும்போது வாசலில் காரை நிறுத்தி போலீஸ்காரர்கள், 'என்னம்மா எடுத்துக்கிட்டு போறீங்க?' என்று கேட்டனர்.

'என் துணிமணிகள்...' என்றாள்.

'காட்டுங்க...' என்று அவர்கள் கேட்டபோது, அந்த சி.பி.ஐ. அதிகாரி அருகே வந்து 'வுட்ருப்பா' என்றார். அனிதாவுக்கு சற்று வியர்த்துவிட்டது. அனிதா லஸ் முனையைத் தாண்டும்போது 'வைரவன் கைது' என்று பெரிய எழுத்தில் செய்தித்தாளின் போஸ்டர் தொங்குவதைப் பார்த்தாள்.

மகாதேவன், ஜிம்பு, சீதாராமன், அம்மா யாவரும் வைரவன் வீட்டு விவகாரம் பற்றித்தான் பேசிக்கொண்டிருந்திருக்க வேண்டும். அனிதா வந்ததும் சட்டென்று பேச்சை நிறுத்திவிட்டார்கள்.

'அனிதா... எங்கம்மா இங்க வந்த?'

'பேப்பர் பாத்தியோடி கண்ணு... என்னம்மா ஆச்சு?' -ஆளாளுக்கு அனிதாவைக் கேள்வி மேல் கேள்வி கேட்டனர்.

'ராத்திரி நீங்க ரெண்டு பேரும் ஜப்பான் புறப்பட்டுப் போயிட்டதா சொன்னாளே?' - மகாதேவன் கேட்டார்.

'போகலைப்பா... பாதில போலீஸ் வந்து தடுத்துட்டா....'

'இப்போ வைரவன் எங்கே?'

'எங்கேயோ அழைச்சுண்டு போயிருக்கா...'

'எல்லாம் சரியாப் போய்டும்மா. கவலைப்படாதே... நல்ல லாயராப் பார்த்து...'

'அம்மா' என்று கமலத்தின் தோள் மேல் முகம் பதித்து 'எனக்கு ஒண்ணுமே புரியலைம்மா... நடக்கறது ஏதும் புரியலைம்மா.

அந்த வீடு புரியலை. அந்த வீட்டு மனுஷா புரியலை' என்று அழுதாள் அனிதா. அம்மா அனிதாவின் முதுகைத் தடவிக் கொடுத்து சமாதானப்படுத்தி அறைக்கு அழைத்துச் செல்ல...

'செக்யூரிட்டி ஸ்காம்ல எவ்வளவு பேர் மாட்டிண்டிருக்கா தெரியுமோ? அதில வைரு சார் மாதிரி அப்பாவி ஆசாமிகளைப் பிடிச்சுக் கொடுமை பண்றாங்க. அதான் சோகம்' என்ற ஜிம்பு.

'எங்க அத்தனை கம்பெனியும் ரொம்ப க்ளீன் தெரியு மோல்லியோ... பொறாமைக்காரங்க மொட்டை பெட்டிஷன் எழுதிப் போட்டுடறாங்க... உடனே சி.பி.ஐ-க்காரங்களும் கண்டமேனிக்கு அரஸ்ட் பண்ணித் தள்ளறாங்க...அதும் 'தடா' வேற இருக்கா... பவர்ஃபுல்' என்றான்.

'இந்தப் பையை எடுத்து பத்திரமா வை' என்று சீதாராமனிடம் கொடுத்தாள் அனிதா.

படுக்கையில் சுகந்தி வந்து உட்கார்ந்துகொண்டு 'பேப்பர்ல என்னென்னவோ மோசடின்னெல்லாம் போட்டிருக்கேடி அனிதா? எனக்கு வயத்தைப் பிசையறரே... உங்க மாமனாருக்கு ஹார்ட் அட்டாக் வந்துடுத்தாமே?'

'ஆமாம்... ஆஸ்பத்திரியில அட்மிட் பண்ணிருக்கா. அம்மா... சூடா ஒரு கப் காபி கொடும்மா' அனிதா கேட்டாள்.

ஜிம்பு 'அதெல்லாம் கவலைப்படாதே. எல்லாம் பொய் குற்றச் சாட்டுகள்... இப்பவே பாம்பேலருந்து காலம்பற ஃப்ளைட் புடிச்சு பெரிய வக்கீல் வராராம். சாயங்காலத்துக்குள்ள வைரவன் ரிலீஸ் ஆயிடுவார்... பார்த்துக்க...' என்றான்.

'அது அத்தனை சுலபம் இல்லை ஜிம்பு... சி.பி.ஐ. பொறுப்புல இருக்கிற விஷயம் இது... அவங்க தரப்புல எல்லாத்துக்கும் பெப்பேன்னுடுவாங்க' என்றார் சுகந்தியின் கணவர் ராஜாராம்.

'ஜெத்மலானி, வேணுகோபால் எல்லாரும் வராங்க... தெரியுமோ அத்திம்பேரே?'

'ஐயோ... என்னைத் தனியா விடுங்களேன்' என்றாள் அனிதா.

சீதா, 'சொல்றேன்னு கோவிச்சுக்காதே அனிதா... நீ கொடுத்த பேப்பர்ஸ் எல்லாம் ரொம்ப முக்கியமானதுபோல இருக்கு.

இதை வீட்டுல (செ)வெச்சுக்கணுமா... இல்ல, லாக்கர்ல கீக்கர்ல வெக்கணுமா... வைரவன் என்ன சொன்னார்?'

'அவர் ஏதும் சொல்லலை... மாமியர்தான் எடுத்துண்டுபோய் எங்கயாவது பத்திரமா வெச்சுக்கச் சொன்னார்...'

'பார்த்தா சென்ஸிட்டிவ் டாகுமெண்ட்ஸ் போல் இருக்கு. எதுக்கும் நான் பார்த்துக்கறேன்' என்றான் சீதா. அவன்தான் ஏதும் பதற்றப்படாமல், ஏதும் அபத்தமாகப் பேசாமல் இருந்தான். அவன் அனிதாவைப் பார்த்த பார்வையில் அனுதாபம் இருந்தது.

மத்யானம் வரை ஏதும் தகவல் வரவில்லை. ராத்தூக்கமில்லாத தால் அனிதா குளிக்காமல் சாப்பிடாமல் அப்படியே தூங்கி இரண்டு மணிக்கு எழுந்தாள்.

காலையா, மாலையா என்று குழப்பமாக இருந்தது. ஜன்னலைத் திறந்தபோது, அந்த சி.பி.ஐ. அதிகாரி 'இந்த வீடுதானா...' என்று விசாரித்துக்கொண்டிருப்பது தெரிந்தது.

கொஞ்ச நேரத்தில், 'அனிதா... அந்த சி.பி.ஐ. ஆபீஸர் உன்னோட பேசணுமாம். அப்புறம் வரச் சொல்லட்டுமா?' - மகாதேவன் கேட்க,

'இல்லை... இதோ வரேன்' என்று புடைவை மாற்றிக்கொண்டு, அழிந்த பொட்டை மறுபடி இட்டுக்கொண்டு ஹாலுக்குள் வந்தாள் அனிதா.

'மிஸஸ் வைரவன்! உங்ககிட்ட சரோஜாம்மாவோ, லட்சுமண னோ முக்கியமான டாகுமெண்ட்ஸ் ஏதும் கொடுத்தாங்களா?'

'டாகுமெண்ட்டா... அப்படின்னா?' - அனிதா கேட்டாள்.

'ஏதாவது காகிதம்... நீங்க வீட்டை விட்டு வெளியே வரப்ப பைல துணிமணிகள்தானே எடுத்துக்கிட்டு வந்தீங்க?'

'ஆமாம்.'

'உங்க சாந்தோம் வீட்ல இருக்கறதா நாங்க நம்பின சில முக்கியமான தடயங்களைக் காணோம். அதுக்காகத்தான் இங்க வந்தோம். அந்தப் பையைக் காட்டுங்க...'

சீதாராமன் கூடத்திலேயே இருந்த அந்தப் பையை எடுத்துக் கொடுத்தான்.

பையினுள் இருந்த துணிமணிகளை நீக்கிப் பார்த்துவிட்டு, 'அவ்வளவுதானே... வேற ஏதும் கொண்டு வரலையே?' - சி.பி.ஐ. அதிகாரி கேட்டார்.

அனிதா 'இல்லை' என்றாள்.

'இருந்தா சொல்லிடுங்க... உங்க கணவரையோ மற்ற பேரையோ இனி காப்பாத்தவே முடியாது. சரியானபடி மாட்டிக்கிட்டு இருக்கார். அனிதா... உங்களுக்கு அவருடைய பிஸினஸ் நடவடிக்கைகள் பத்தி எவ்வளவு தெரியும்?'

'சொன்னேனே... எங்களுக்குக் கல்யாணம் ஆகி மூணு வாரம்கூட ஆகலை. அதனால, அவர் பிஸினஸ் பற்றி எதும் தெரிஞ்சிக்க எனக்கு அவகாசம் கெடைக்கலை...'

'மன்னிச்சுக்கங்க... இந்த வீட்டை நாங்க சோதனை போட வேண்டியிருக்கு. நீங்க ஒத்துழைச்சு எல்லா அலமாரிங்களையும் திறந்து காட்டினா தொந்தரவில்லாம இருக்கும்.'

'தாராளமா... இங்க ஏதும் இல்லை... எதுக்கும் நீங்க பார்த்துக்கங்க...' என்றான் சீதாராமன்.

'நீங்க யாரு?'

'அனிதாவுடைய மாமா. என் பேரு சீதாராமன்...'

இரண்டு, மூன்றுபேர் அந்த வீட்டின் அலமாரிகள் அனைத்தையும் பொறுமையாகத் துருவித் தேடினார்கள். பக்கத்து, எதிர் ஃப்ளாட்டில் இருப்பவர்கள் ஜன்னல் வழியே வேடிக்கை பார்ப்பது தெரிந்தது.

மகாதேவன் தலையைப் பிடித்துக்கொண்டு ஈஸிசேரில் உட்கார்ந்தபடி அங்கலாய்த்தார். 'இதுக்குத்தான் அடிச்சுண்டேன்... சரியா விசாரிக்காம பொண்ணைக் கொடுக்கக் கூடாதுன்னு...'

'எப்ப சொன்னீங்க?' என்றாள் கமலம்.

'நான் சொன்னதல்லாம் உனக்கு ஞாபகம் இருக்கா?'

'கொஞ்ச நேரம் சும்மா இருக்கேளா?' என்றான் சீதாராமன். 'அவா தேடறதுக்கு இடைஞ்சலா இருக்கவேண்டாம். அவாளுக்கு நாம் ஒத்துழைப்பு தரணும்...'

‘அது வாஸ்தவம்தான்’ என்று ராஜாராமும் ஜிம்புவும் ஆமோதித்தார்கள்.

மூன்று மணி நேரம் தேடியபின் ‘இங்க ஒண்ணுமில்லை... தொந்தரவு கொடுத்ததுக்கு மன்னிக்கணும் மிஸஸ் வைரவன்... நாங்க வரோம்...’ என்று கிளம்பினார்கள்.

‘அவரை எப்ப விடுதலை பண்ணுவா?’ என்றாள் அனிதா.

‘வைரவனையா? ஸாரிம்மா... உங்க புருஷனை நீங்க கொஞ்ச நாளைக்குப் பார்க்க முடியாது.’

அவர்கள் போனதும் சீதாராமன், ‘நல்லவேளை... சமயோஜிதமாக அந்த டாக்குமெண்ட்ஸ் அத்தனையையும் என் ரூமுக்கு எடுத்துண்டு போய்ட்டேன் அனிதா.’

‘தாங்க்ஸ் சீதா... அவரைக் கொஞ்ச நாளைக்கு பார்க்க முடியாதுன்னா, எத்தனை நாள் சீதா?’

‘உன் ரூமுக்கும் சி.பி.ஐ-க்காரங்க வரமாட்டாங்கன்னு என்ன நிச்சயம்?’ என்றார் ராஜாராம்.

‘என்ன அத்திம்பேர்... நீங்களே காட்டிக் கொடுத்துருவீங்க போல இருக்கே?’

ராஜாராம், ‘தப்பு பண்ணா தண்டனை வாங்கிக்க வேண்டியது தானே?’

சுகந்தி, ‘என்ன தப்புன்னு முதல்ல ஒரு எழவும் புரியலையே... நீ வருத்தப்படாம இரு அனி! இவர் பாட்டுக்கு இப்படித்தான் கண்டமேனிக்கு உளறுவார்...’ என்றாள்.

மகாதேவன், ‘பேப்பர்லதான் புட்டு புட்டு வெச்சிருக்கானே, இந்த வைரவன் கம்பெனிகள் அத்தனையும் மோசடியாம். எல்லாம் பப்ளிக் டெபாசிட், அந்த கொலாபரேஷன், இந்த கொலாபரேஷன்னு தாம்தூம்னு ம்யூச்சுவல் ஃபண்டுலயும், சர்க்கார் பாங்க்குகள்லயும் ரிசர்வ் வங்கி விதிகள் எதுவும் பார்க்காம பணம் வாங்கிண்டு கடைசில பட்டை நாமம் போட்டுட்டாராம் வைரவனோட அப்பா! இப்ப அத்தனை சொத்துக்களையும் அட்டாச் பண்ணாலும் ஏறக்குறைய ஆயிரம் கோடி ரூபாய் துண்டு விழறது! மோசடிப்பணம் எங்க

போச்சுன்னு தெரியலை. இந்த ஊழல்ல யாரோ மந்திரிக்குக்கூட பங்கு உண்டுங்கறா... ஒண்ணும் நன்னால்லை!'

'சீதா... நம்மை வந்து அரஸ்ட் பண்ண மாட்டாளே?' - அனிதா.

'அப்ப அந்தப் பணம் எல்லாம்?' -ராஜாராம்.

'பொறத்தியார் பணம் எல்லாம் ஸ்வாஹா' என்றார் மகாதேவன்.

30

வைரவனைப் பற்றி எல்லாப் பத்திரிகைகளிலும் பத்தி பத்தியாக நெட்டையான எழுத்துக்களுடன் செய்தி வந்திருந்தது. வைரவனின் போட்டோவுக்கும் பஞ்சமில்லை. டி.வி.யில் கூட இதைப் பற்றி இரண்டு தாத்தாக்கள் உரையாடினார்கள். அனிதாவுக்கு இது எதுவும் புரியவில்லை. சீதாராமன் இதை விவரமாக விளக்கினான்.

'ஸப்ஸிடியில் ஜெனரல் லெட்ஜர்னு ஒண்ணு இருக்கு. அதில எண்ட்ரி போடணும்... கடன் பத்திரம் இல்லாமயே கிடைச்ச பாங்க் ரசீது கொடுத்ததுக்கு இந்த லெட்ஜர்ல போஸ்ட் பண்ணுவா.'

'சீதா... நான் ஏற்கெனவே ரொம்பக் குழம்பிப் போயிருக்கேன்... இப்ப என்னை மேலும் குழப்பாதே! வைரவன் என்ன ஊழல் பண்ணார்னு மட்டும் சொல்லு.'

'பொதுப் பணம் சுமார் 3,700 கோடி ரூபாயைச் சாப்டிருக்கார்!'

'அந்தப் பணம் எல்லாம் இப்ப எங்க இருக்கு?' என்றாள் அனிதா அப்பாவித்தனமாக.

'உங்கிட்ட சொல்லலையா... பதினெட்டு இம்போர்டட் கார் எப்படி வந்தது? இத்தனை ரியல் எஸ்டேட் உருவத்தில் இருந்து கம்ப்யூட்டர் பெரிஃபெரல் வரைக்கும் கம்பெனி, ஷேர்கள்... ஜப்பான் கொலாபரேஷன், நிப்பான் பாங்க், அப்புறம் இன்னொரு வெளிநாட்டு பாங்க்... இவங்க எல்லாருக்கும்கூட

இந்த ஊழல்ல பங்கு உண்டு. என்ன பண்றாங்கன்னா, வைரவன் இண்டஸ்ட்ரிலருந்து விக்டரி பைனான்ஸுக்குக் கடன் தர்றது! அந்த விக்டரி பைனான்ஸ், ப்ரோக்கர் வழியா வைரவன் இண்டஸ்ட்ரீஸ் ஷேரையே வாங்கறது! இதனால ஷேர் மார்க்கெட்ல பங்கு விலை எக்கச்சக்கத்துக்குத் தாறுமாறா ஏற இறங்க வெச்சு, அதோட ஃபார்வர்டு டிரேடிங் செஞ்சு திடீர் லாபம் பண்ணி, அதிரடி பண்ணியிருக்கார் வைரவன். என்னதான் சொல்லு - உம் புருஷன் ஜீனியஸ் அனி! டகல்பாஜி பண்ணினாலும் ஜீனியஸ்தான்... பெரிய ரோக்.'

டி.வி. செய்திகளில் வைரவன் காட்டப்பட்டான்.

ஒரு கஸ்டடியிலிருந்து மற்றொரு கஸ்டடிக்கு மாற்றப்படும் போது, முகத்தில் மூன்று நாள் தாடியுடன் கொண்டு வரப்பட்டு, ஆயிரம் கேமரா பளிச்சுகளுக்கு இடையில்...

'மிஸ்டர் வைரவன் பணத்தை எல்லாம் எங்க வெச்சிருக்கீங்க?'

'மிஸ்டர் வைரவன்... உங்க ஸ்விஸ் பாங்க் அக்கௌண்ட் நம்பர் என்ன?'

'பணம் மொத்தம் எத்தனை கோடி பண்ணினீங்க?' என்று நிருபர்கள் துளைத்தெடுக்க...

வைரவன் எதற்கும் பதில் சொல்லாமல் விரோதம் கலந்த அடிபட்ட பார்வையுடன் இரண்டு விரல்களைக் கயிறுபோல் முறுக்கிக் காட்டினான். போலீஸ் வண்டியில் ஏறியபோது ஒரு முறை திரும்பிப் பார்க்க... அனிதாவுக்குத் துக்கம் பொங்கியது.

அனிதா அறைக்குப் போய்க் கதவைச் சாத்திக்கொண்டாள். அவள் மனத்தில் இனம் கண்டுகொள்ள இயலாத வேதனை சூழ்ந்திருந்தது. 'என்ன செய்யவேண்டும்... அவர்கள் எல்லோரும் எங்கே? ஆஸ்பத்திரிக்குப் போய் லட்சுமணனைப் பார்க்கவேண்டும் போல இருந்தது. சாந்தோம் வீட்டுக்குப் போன் செய்தாள். யாரோ எடுத்தார்கள்.

'நான் அனிதா பேசறேன். எனக்கு கார் அனுப்புங்க!'

'காரா! எல்லா காரையும் சி.பி.ஐ. காரங்க சீல் பண்ணிட்டுப் போயிட்டாங்க. கொஞ்ச நாள் நடந்துதான் பாரு!'

‘நீங்க யாரு பேசறது?’

‘யாராயிருந்தா உனக்கென்ன... போனை வய்யி!’

சீதாவை அழைத்துக்கொண்டு ஆஸ்பத்திரிக்கு ஆட்டோ பிடித்துச் சென்றாள் அனிதா. லட்சுமணன் இன்னும் இண்டென்ஸிவ் கேர் யூனிட்டில்தான் இருந்தார். உறவுக்காரர்கள் யாரும் இல்லை. கண்ணாடி வழியாகத்தான் பார்க்க முடிந்தது. லட்சுமணனுக்கு ஆக்ஸிஜன் குழாய் சொருகியிருந்தது. மானிட்டர் இணைப்புகளிலிருந்து மஞ்சள் திரையில் அவர் இதயத் துடிப்புகள் தெரிந்தன.

சிதாராவும், தாமுவும், அபியும் சற்று நேரத்தில் வந்தனர். அவர்கள் அனிதாவிடம் பேசவில்லை.

‘தாமு சார்! அவருக்கு எப்படி இருக்கு?’

‘அனிதா! அந்த டாகுமெண்ட்கள் எல்லாம் எங்கே?’

‘எங்கிட்ட இருக்கே சார்.’

‘நாங்க ஸ்ரீ லதா இண்டர்நேஷனல் ஓட்டல்ல தங்கியிருக்கோம். அந்த டாக்குமெண்டுகளை அங்க... வேண்டாம் வேண்டாம்... நீ உங்கிட்டயே எல்லாத்தையும் வெச்சிரு’ - தாமு சொன்னார்.

‘எனக்கு எதுவும் புரியலை’ என்றாள் அனிதா.

‘புரிய வேண்டாம்... அதுவே நிம்மதி.’

மதியக்கா, சிவகாமியக்கா இருவரும் வந்தார்கள். குளித்துவிட்டு நல்ல உடை அணிந்து பதற்றமில்லாமல்தான் இருந்தார்கள். ரொம்பக் கூர்ந்து கவனித்தால்தான் அவர்கள் சாம்ராஜ்யம் இடிந்து போய்விட்ட கவலை தெரியும்! அனிதாவுக்குத் தெரிந்தது!

அனிதாவைப் பார்த்து, ‘நீ இங்க இருக்கியா?’ என்றார்கள். ‘நீ வந்த வேளை... எல்லா சொத்தையும் அட்டாச் பண்ணியாச்சு!’

‘சும்மாரு சிவகாமி’ என்று தாமு அதட்ட,

‘எங்கேயோ புடிச்சான் பாரு வைரவன்! பாரிஜாத புஷ்பம்... தேவலோகத்திலிருந்து... அதான் வாரிக்கிட்டு போயிருச்சு’ என்றனர்.

தாமு அதட்டலாக, 'நாம ஷேர்ல ஏய்ச்சா இந்தப் பொண்ணு என்ன செய்யும்! அனிதா நீ போயிரும்மா... இங்க உனக்குச் சூழ்நிலை சரியில்லை.' என்றார்.

'அவர் இப்ப எங்கே இருக்கார்?' - அனிதா.

'எங்களுக்கே தெரியாதும்மா... சி.பி.ஐ. கஸ்டடியில வெச்சுருக்காங்க. வைரவனை ஜாமீன்ல எடுக்கிறதுக்கும், ஹேபியஸ் கார்பஸ்'ங்கற ரிட் மனு தாக்கல் செய்யறதுக்கும் பெரிய லாயர் கிட்ட ஏற்பாடாயிருக்கு. ஆனா சி.பி.ஐ. காரங்க வைரவனை தடாவில் கூட்டிட்டுப் போயிருக்காங்க... பதினஞ்சு நாள் டயம் கேட்டிருக்காங்க...'

'தாமு சார்! அவரை நான் பார்க்க முடியாதா?'

'இப்ப யாரும் பார்க்க முடியாதும்மா! தொடர்ந்து டெல்லியிலிருந்தும் பம்பாயிலிருந்தும் அதிகாரிங்க வந்து கேள்வி கேக்கறாங்க...' என்றார் ராமு.

அனிதாவும் சீதாராமனும் ஆஸ்பத்திரியை விட்டு வெளியே வந்து பஸ்ஸுக்காகக் காத்திருந்தபோது, சீதாராமன் கோபத்தில் சீறினான்.

'என்ன ஒரு ஏமாத்து வேலை பார்த்தியா அனி? என்ன ஒரு மோசடி! சினிமா செட்டு மாதிரி, கட் அவுட் மாதிரி ஒரு பிரமாண்டமான சாம்ராஜ்யத்துக்குப் பின்னால எல்லாம் ஏமாத்து வேலை... தகிடுதத்தம் செஞ்ச பணம்!'

'யாரை ஏமாத்தினார்?'

'எல்லாம் மக்களைத்தான்... உன்னையும் என்னையும் போல சாதாரண ஜனங்களை... ஷேர் விலை உசர்றதேன்னு அவனவன் தன் வாழ்நாள் சேமிப்பு எல்லாத்தையும் போட்டு வாங்கியிருக்காங்க. இப்ப லட்சம் குடும்பங்கள் தலைல கை வெச்சுட்டான்! கிராதகன்.'

'நல்லவேளை... நானும் பாங்க் வேலையை விட்டுட்டு அவன் கூட சேர்றதா இருந்தேன். அனி... உன்னைப் பார்க்கத்தான் எனக்கு ஆத்து ஆத்துப் போறது...'

சீதாராமன் தன் கண்ணீரைத் துடைத்துக்கொண்டான்.

'வைரவனுடைய எல்லா ஆபீஸையும் சீல் வைச்சு மூடிட்டா ளாம்... ஊழல் மோசடி மொத்தத்தையும் கண்டுபிடிச்சாச்சுன்னா மூர்க்கத்தனமா நடந்துப்பா!'

பஸ் வந்தது. அது நிரம்பி வழிந்தது.

'ஏறிக்கோ... இதை விட்டுட்டா அரைமணிக்கு பஸ் கிடையா தாம்.'

அனிதா பஸ்ஸினுள் - அந்த இறுக்கத்தில், கசகசப்பில் நின்று கொண்டு வந்தாள். சீதாராமன் அவளருகில் படாமல் நின்று கொண்ட டிக்கெட் எடுத்தான்.

பஸ்ஸிலிருந்து இறங்கி உசேனியா ஸ்டோர்ஸின் எதிரே வந்ததும் அனிதாவுக்குப் படபடபவென்று வந்தது.

'சீதா... எங்கேயாவது கூல்டிரிங்க் கிடைக்குமா...?'

அவர்கள் ப்ரகாஷ் கஃபேயில் போய் உட்கார்ந்துகொள்ள, அனிதாவுக்குத் தண்ணீர் அருந்தியதும் படபடப்பு அடங்கியது. சுற்றிலும் பார்த்தாள். விலைப்பட்டியலும்... மேஜைபோல் இருந்த குளிர்பதன சாதனமும்... நெற்றியில் சந்தனமிட்ட முதலாளியும்... ராகவேந்திரர் படத்தருகில் ஊதுபத்தியும்... எல்லாமே வேற்றுலக அடையாளங்கள்போல இருந்தன்.

'அனி... கோவிச்சுக்காம இருந்தா நான் ஒண்ணு சொல்லட் டுமா?'

'ம்...'

'உனக்கு ஏற்பட்டது அநீதி. துரோகம்.'

'அதைத் திருப்பித் திருப்பிச் சொல்றதில் என்ன பிரயோஜனம்?'

'திருப்பித் திருப்பிச் சொல்லலை... உனக்கு ஒரு ஏற்பாடு செய்யத்தான் சொல்றேன்.'

'ஏற்பாடா?'

'அனி! இப்ப கூட... இப்பகூட எதுவும் தாமதமில்லை. வைரவன் உன்னை 'கல்யாணத்துக்குச் சம்மதமா?'ன்னு கேக்கக்கூட அவகாசம் கொடுக்காம புயல்மாதிரி வந்து உன்னைக் கல்யாணம்

செஞ்சுண்டுட்டான். இதில நாங்க எல்லாருமே ஏமாந்துட்டோம். அவன் தன் பணப்பகட்டுல அத்திம்பேர், அக்கா, நான், சுகந்தி, ராஜாராம் அத்திம்பேர், ஜிம்பு - இப்படி நம்ம குடும்பத்துல எல்லாரையும் மயக்கி வளைச்சுட்டான். அவன் உண்மை சொரூபம் இப்ப தெரிஞ்சப்புறம் மிஞ்சறது உன் வாழ்க்கைல ஒரு கேள்விக்குறி அனி! நான் சின்ன வயசில் டிராயர் பாக்கெட்டுல உனக்கு நிறைய நாவப்பழம் கொண்டு வருவேனே - ஞாபகம் இருக்கா? கொஞ்சம் உப்பு போட்டுண்டு அடிக்கடி நாக்கை நீட்டி நீட்டிக்கொண்டு சாப்பிடுவோமே... அப்பா, அம்மா விளையாட்டு விளையாடுவோமே ஞாபகம் இருக்கா? அந்த அறியாப் பருவத்தில இருந்து அனி, நான் உன்னைக் காதலிக்கிறேன்! பொட்டி பூரா எட்டு வருஷம் டைரில உன்னைப் பத்தி எவ்வளவு எழுதியிருக்கேன் தெரியுமா? - அனி... என் வாழ்க்கைல மிகப் பெரிய ஏமாற்றம் உனக்குக் கல்யாணம் ஆனது! உன்னை நான் இழந்ததும் தற்கொலை கூட பண்ணிக்கலாமான்னு இருந்தது. 'சே... நான் ஒரு சாதாரண கிளார்க்... அதனாலேதானே சொந்த அக்கா பொண்ணை உரிமை யோட கேக்க முடியலைன்னு ரொம்ப வருத்தமா இருந்தது. கடைசில கடவுளா பார்த்து ஒரு வழி பண்ணிட்டார்.'

'வழியா?'

'அனி... நான் உன்னை இன்னும் காதலிக்கிறேன். உன்னை நான் கல்யாணம் பண்ணிக்க இப்பவும் தயாரா இருக்கேன்.'

'சீதா - நான் கல்யாணமான பொண்ணு!'

'பரவாயில்லை, காத்திருக்கேன்... நீ வைரவன்கிட்டயிருந்து இப்ப டைவோர்ஸ் வாங்கிடலாம்!'

அனிதா சற்று தாமதித்து, 'இருக்கிற குழப்பம் போறாதுன்னு புதுசா ஒண்ணைக் கொண்டு வராதே... பில் எவ்வளவு ஆச்சு பாரு' என்றாள்.

'நீ உடனே பதில் சொல்ல வேண்டாம். யோசிச்சுப் பாரு... நான் காத்திருக்கேன்... எத்தனை வருஷம் ஆனாலும்!'

'யூ ஆர் ஸோ ஸ்வீட் சீதா! நான் ஒரு கல்யாணம் பண்ணிண்டு லோல் படறது போதும்!'

வீட்டுக்கு அவர்கள் இருவரும் திரும்பியபோது மகாதேவனும் கமலமும் கவலையுடன் காத்திருந்தார்கள்.

'எங்க போனே?'

'ஆஸ்பத்திரிக்குத்தான்.'

'எட்டு தடவை போன் பண்ணிட்டா உன் மாமியார். போன் நம்பர் கொடுத்திருக்கா.'

சீதா, 'நீ இரு அனிதா... நான் போன் பண்ணி விவரம கேட்டுக்கறேன்...' என்று சொல்ல,

'இல்லை சீதா... நானே பேசறேன்' என்றாள் அனிதா.

'நீதான் அவாளைத் தாங்கறே அனிதா... அவா என்ன அவமதிப்பா பேசினா பார்த்தியா ஆஸ்பத்திரில!' என்ற சீதா, 'அக்கா... வைரவன் அரஸ்ட் ஆனதுக்கே அனிதாவைக் கல்யாணம் பண்ணிண்டதுதான் காரணமாம்... அவா சொல்றா!'

'சொல்வா... சொல்வா!' - கமலம்.

'எல்லாரும் பன்னாடைகள்... சரியா விசாரிக்காம, இப்படிக் கழனிப் பானைல கைவிட்டுட்டோமேனு மனசு ஆத்துப் போறது சீதா' என்றார் மகாதேவன்.

'பயப்படாதீங்க அத்திம்பேர்... நம்ம அனிதாவுக்கு வேற வழி வெச்சிருக்கேன்.'

'ஹலோ! ஓட்டல் ஸ்ரீலதா இண்டர்நேஷனல்? அங்க சரோஜாம் மானு...' அனிதா போனில் பேசினாள்.

'யார் பேசறது?'

'அனிதா...அவங்க மருமக.'

ஒரு நிமிஷம் கழித்து, சரோஜாம்மா போனில் வந்ததுமே, 'அனி... நீ நேரா ஓட்டலுக்கு வந்துடு... வைரவன் உன்னைப் பார்க்கணுங்கறான்' என்றாள்.

'அவரை விடுதலை பண்ணியாச்சா?'

'இல்லை... உன்னைப் பார்க்க அனுமதி கொடுத்திருக்காங்க! உன்னைப் பார்த்துப் பேசணுமாம். அங்க யாரும் துணைக்கு இருக்காங்களா உனக்கு?'

‘இருங்க... சீதா எங்கூட வர்றியா?’ என்றாள் அனிதா போனைப் பொத்திக்கொண்டு.

‘எங்கே?’ - சீதாராமன் கேட்டான்.

‘வைரவனைப் பார்க்க!’

‘வைரவனைப் பார்க்க நீ என்ன போறது? அத்திம்பேர்... இத்தனை ஆனப்புறமும் என்ன சொல்றா பாருங்கோ!’

மகாதேவன் கோபத்துடன், ‘அனி... நீ அங்க போகப்படாது... அந்தக் கடங்காரன் பேச்சே வேண்டாம். அவனைப் பத்தி பேப்பர்ல என்னவெல்லாம் போட்டிருக்கா பாரு! எத்தனையோ குடும்பங்களை ஓவர்நைட்ல ஏழையாக்கி நடுத்தெருவில நிக்க வெச்ச ராஸ்கல் அவன்! அவனை என் பெண் போய்ப் பார்க்கற தாவது?’

அனிதா போனில், ‘நான் வரலைன்னு சொல்லிடுங்க’ என்றாள்.

31

சரோஜாம்மாவுடன் பேசிவிட்டு போனை வைத்ததும் அனிதா தன் அறைக்குச் சென்று கதவை மூடிக்கொள்ள விரும்பினாள். அவளுக்குச் சற்று நேரம் இந்தக் குழப்பத்திலிருந்து தன்னை முழுவதும் தனிமைப்படுத்திக்கொள்ள விருப்பம் இருந்தது. ஓரிரண்டு மாதங்களில் எத்தனை சம்பவங்கள், எத்தனை மனிதர்களைச் சந்தித்து எத்தனை தூரம் என் வாழ்க்கை சிக்கலாகி விட்டது.

திரும்ப பழைய அனிதாவாக மதுவுடன் ஹாஸ்டல் அறையில் சல்மான் கான், சஞ்சய் தத் என்று அரட்டை அடித்துக்கொண்டே அழகழகாக பாட்டனி இலைகளை பென்சிலால் வரையும் சந்தோஷங்களை இழந்துவிட்டாள். வைரவன் என்னும் புயல் காற்று அடித்து அவளை நிலைபெயர்த்து எங்கோ தூக்கி எறிந்து ஓய்ந்துவிட்டது.

'ஓய்ந்து விட்டதா? இன்னும் அவன் உன் கணவன் இல்லையா?' அனிதா தனக்குத்தானே கேட்டுக்கொண்டாள்.

'இல்லை... இனி அவன் வேண்டாம். தன் வாழ்வில் இத்தனை பெரிய பொய்யை மறைத்து வைத்தவன்! அரசாங்கம் அவனை வேட்டையாடி அத்தனை சொத்துகளையும் பறிக்கும் அளவுக்குச் சமூகக் குற்றம் செய்தவனை எப்படி இன்னமும் நான் கணவனாக அங்கீகரிக்க முடியும்?'

அனிதா ஜன்னல்களையெல்லாம் மூடிவிட்டுப் புழுக்கத்தையும் தலைவலியையும் பொருட்படுத்தாமல் படுத்துக்கொண்டாள். மண்டைக்குள், கலைக்கப்பட்ட தேன்கூடு போல எண்ணங்கள்

உலவின. 'இனி என்ன செய்யப் போகிறேன்? என்ன செய்ய வேண்டும்?'

'அனி... உன்னை நான் இன்னும் காதலிக்கிறேன். உன்னை நான் கல்யாணம் பண்ணிக்க இப்பவும் தயாராக இருக்கேன்...'

'சீதாராமன் எத்தனை நாளாகக் காத்திருக்கிறான்... நான் பிறந்ததி லிருந்து, சின்ன வயசு விளையாட்டுகளில் எல்லாம் 'சீதாவுக்குத் தான் அனிதா' என்று சொல்லிச் சொல்லி நம்பிக்கையும் ஆதரவும் அளித்துவிட்டு கடைசியில் பாவம், எத்தனை ஏமாந்திருக்கிறான் சீதா! அதை அவன் துளியும் காட்டிக் கொள்ளாமல் இருந்திருக் கிறான்...'

மேலே புதுசாகப் பொருத்தப்பட்டிருந்த மின்விசிறியைச் சிறிது நேரம் பார்த்துக்கொண்டிருந்தாள். போன் ஓயாமல் அடித்துக் கொண்டிருக்க, யாரோ எடுத்து 'அனிதாவுக்கு இப்ப உடம்பு சரியா இல்லை. சாயங்காலம் போன் பண்றீங்களா மிஸ்டர் சுரேஷ்?' என்றார்கள்.

'சுரேஷா... யார் அது?'

அனிதா சட்டென்று எழுந்து வெளியே வந்து 'யாரும்மா அது போன்ல?' - விசாரித்தாள்.

'அதான்... அந்த சுரேஷ்! உன்னை முதல்ல பெண் பார்க்க வந்தானே... அவனா இருக்கும்னு நினைக்கிறேன்...'

அனிதா போனை எடுத்து 'ஹலோ... அனிதா பேசறேன்...'

'அனிதாவா!' சுரேஷ் குரலில் ஆச்சரியம் தென்பட, 'அனிதா... எப்படி இருக்கீங்க? ஐ'ம் ஸாரி... நடந்துபோன காரியங்களுக் கும், இத்தனை சிக்கல்களுக்கும் நான்தான் காரணம்னு யோசிக் கிறப்ப எனக்குக் குற்ற உணர்வு அதிகமாக இருக்கு.'

'அதனால என்ன இப்ப?'

'இப்பகூட லேட் இல்லை. நான் ரெடி...'

'எதுக்கு?'

'உங்களைக் கல்யாணம் செய்துக்கறதுக்கு! அனிதா... நான் உங்களைப் பெண் பார்க்க வந்த அந்தக் கணத்திலேயே உங்களைக் காதலிக்க ஆரம்பிச்சேன்... எத்தனையோ பங்குதாரர்களை

ஏமாற்றினதுபோல வைரவன் என்னையும் வார்த்தை சாதுர்யத் தால ஏமாற்றிவிட்டான். அவனைப்போல ஒரு போலியான ஆசாமியை நான் பார்த்ததே இல்லை. அனிதா... இப்பக்கூட ஒண்ணும் கெட்டுப் போகலை... நான் உங்களைக் கல்யாணம் பண்ணிக்கத் தயாரா இருக்கேன். வாங்க... எல்லாத்தையும் உதறித்தள்ளிட்டு அமெரிக்கா போயிரலாம்... அனிதா... நான் உங்களைக் காதலிக்கிறேன்! நான் சொல்றதைக் கேட்டு ஏன் சிரிக்கிறீங்க?'

'அனிதாவுக்கு எத்தனை காதல்கள்னு யோசிச்சுப் பார்த்தப்ப சிரிப்பு வந்தது!'

'மிஸ் அனிதா...'

'சுரேஷ்... இப்ப நான் மிஸ் அனிதா இல்லை... இன்னும் நான் மிஸஸ் வைரவன்தான்!'

'வைரவன் இன்னும் பத்து வருஷத்துக்கு ஜெயில்லருந்தும், கோர்ட்டிலருந்தும் வெளியே வர முடியாது. அவன் செஞ்ச குற்றத்துடைய பரிமாணம் தெரியுமா உங்களுக்கு? அனிதா... என்னைப் போல ஒரு மடையன் இருக்க முடியாது... ஒத்துக்க றேன்! செய்த காரியத்துக்குப் பிராயச்சித்தம் தேடறேன்... அனி... உடனே, என்னைக் கல்யாணம் பண்ணிக்க சம்மதமில்லைன்னு மட்டும் சொல்லிடாதீங்க... ப்ளீஸ்..'

அனிதா போனை வைத்ததும், அம்மா 'என்னவாம்?' என்றாள்.

'அவன் என்னைக் கல்யாணம் பண்ணிக்கத் தயாரா இருக்கானாம்! அமெரிக்கா போகலாம் வாங்கறான்.'

'அனி... அமெரிக்காவும் வேண்டாம், ஆப்பிரிக்காவும் வேண் டாம்... சீதா உன்னைக் கல்யாணம் பண்ணிக்கிறதைப் பத்தி எங்கிட்ட பேசினான்... ஏதோ பணத்தாசைப்பட்டு அப்பாவும் நானும் தப்புப் பண்ணிட்டோம். பேசாம சொல்றதைக் கேளு...' பேசிக்கொண்டிருந்த கமலம், வாசலில் ஏதோ சத்தம் கேட்க, 'வாசல்ல யாரு பாரு சீதா!' என்றாள்.

வாசலில் ஜீப் வந்து நிற்க, போலீஸ் அதிகாரிகள் இறங்கியதும், தொடர்ந்து இறங்கியவனைப் பார்த்த சீதா திகைத்துக் கத்தினான்.

'அக்கா... வைரவன்!'

32

ஜீப்பை விட்டு வைரவன் இறங்குமுன் அவனை இரண்டு, மூன்று போலீஸ் அதிகாரிகள் சூழ்ந்துகொள்ள அவன் மேலே ஜன்னலைப் பார்த்தான். அங்கே அவன் அனிதாவின் முகத்தை எதிர்பார்த்தது போல. அனிதா சட்டென்று மறைந்துகொண்டாள்.

குடும்பத்தில் அத்தனை பேரும் மௌனமாகி விட்டார்கள். கீழே அப்பாவின் குரல் மட்டும் கேட்டது.

'அவ இப்பல்லாம் வரமாட்டா... பார்க்கலாம் முடியாது. என்னது, நான் கேக்கக் கேக்க நீங்க பாட்டுக்கு மேலே மேலே உள்ளே வந்துண்டிருக்கீங்க?'

வைரவன் எதுவும் பேசாமல் மாடிப்படி ஏறி, 'அனிதா, அனிதா' என்று அழைத்துக்கொண்டே வந்தான்.

அனிதாவுக்கு அந்தக் கணத்தில் மாயமாக மறைந்துவிட வேண்டும் போல இருந்தது. என்ன செய்வது? இந்த மாதிரியான பிரச்னைக்கு அவள் தயாராகவே இல்லை.

'அனிதா... என்ன கஸ்டடி மாத்தப் போறப்ப உன்னைப் பார்க்க மாஜிஸ்திரேட்டை ரொம்பக் கேட்டதில பதினஞ்சு நிமிஷம் டயம் கொடுத்திருக்காரு. அனிதா, நான் உன்கிட்ட சொல்ல வேண்டியது கோடி இருக்கு. பதினஞ்சு நிமிஷம் போதாது' என்ற வைரவன் குடும்பத்தில் அனைவரும் சூழ்ந்திருப்பதைக் கவனித்து, 'அனிதா... கொஞ்சம் தனிமை வேணும்... நீங்கள்லாம் விலகிப் போறீங்களா?' என்றான்.

‘அவ ஏதும் பார்க்கமாட்டா... பேச மாட்டா’ என்று மகாதேவன் ஆரம்பிக்க...

வைரவன் அழுத்தமாக ‘மிஸ்டர் மகாதேவன்! ப்ளீஸ்... நான் கடந்த ஒரு வாரமா அனுபவிச்ச நரக வேதனையை அதிகமாக்கா தீங்க ப்ளீஸ்.’

‘யாரால வந்தது உன் வேதனை எல்லாம், ஊரையே ஏமாற்றினா வேதனை இல்லாம சுகமா கொடுப்பார் பகவான்?’

‘அப்பா, அம்மா, நீங்கள்லாம் கொஞ்சம் இந்த இடத்தைவிட்டுப் போங்கோ. நான் இவர்கூட பேசணும்’ என்றாள் அனிதா.

‘அனிதா! அவன்கூட என்னம்மா பேச்சு? உன்னை ஏமாற்றி கல்யாணம் பண்ணிண்டு இப்படி நட்டாத்தில விட்டுட்டவ னோட என்னம்மா பேச்சு உனக்கு?’

‘எல்லாரும் வெளியே போறீங்களா?’ என்று வைரவன் சத்தம் போட, சீதாராமன், ‘இத பாருப்பா வைரவன், அந்தப் பழைய கார்வார் எல்லாம் இப்ப செல்லாது. நீ ஒரு கிரிமினல்’ என்றான்.

போலீஸ் அதிகாரி, ‘இதென்ன இது... நைநைனுட்டு. அவங் களைக் கொஞ்சம் தனியா வுடுங்க... அதிக சமயமில்லை’ என்றார்.

அவர்கள் முணுமுணுத்துக்கொண்டே செல்ல, அனிதாவின் அறையில் இருந்த தகர நாற்காலியில் வைரவன் உட்கார்ந்தான். அனிதாவை நேராகப் பார்த்தான். வைரவன் முகத்தில் அடர்த்தி யாக தாடி வளர்ந்திருந்தது. அதில் ஒரு நரை முடி தெரிந்தது. கண்களுக்குக் கீழ் கறுப்பு வளையமும் சிகரெட் அதிகம் பிடித்ததில் உதடுகளில் கறுப்பேறியும் இருந்தன. அணிந்திருந்த டிரஸ் அழுக்காக இருந்தது.

‘என்னைப் பார்த்தா லோஃபர் மாதிரி இருக்கு இல்லை? ஷேவ் பண்ணிக்கக்கூட டைம் தரலை அனிதா. மாத்தி மாத்திக் கேள்வி கேட்டு... யாருக்குக் கொடுத்தே... எங்க வெச்சிருக்கே... யாருக்கு கொடுத்தே... எங்கே வெச்சிருக்கே?-னுதான் அனிதா... நடந்தது அத்தனையும் விளக்கமாச் சொல்றதுக்கு எனக்கு நேரமில்லை. ஆனா இதை மட்டும் தெரிஞ்சுக்க. ஐ’ம் இன் ட்ரபிள்! டீஈப் ட்ரபிள்... அதிலேருந்து எப்படி வெளியே வரப்போறேன்னு எனக்கு இன்னமும் சரியா விளங்கலை, ஆனா, நான் செஞ்சது எல்லாம் சட்டத்துக்கு உட்பட்டுத்தான்.

ஃபார்வர்டு ட்ரேடு என்பது உலகம் பூரா செய்யறதுதான். எனக்கு வேளை சரியில்லை. மாட்ட வெச்சுட்டாங்க. ஒரு நாள் டயம் இருந்தாக்கூட, இந்த அண்ணாச்சி ஆரோக்கியமா இருந்தாக்கூட, ஆட்டைத் தூக்கி மாட்டுல போட்டுப் புரட்டி சரிக்கட்டி இருப்போம். இப்ப வந்து எக்கச்சக்கமா... புரியலை இல்லை?'

அனிதா தலையசைத்தாள்.

'உன்னை நெனைச்சா எனக்கு ரொம்ப குற்ற உணர்வு ஏற்படுது, அனி. புயல் போல வந்து உனக்கு மூச்சுவிடக்கூட சமயம் தராம... என்னை சி.பி.ஐ. வந்து அரஸ்ட் பண்ண மாதிரிதான் உன்னை நான் கல்யாணம் கட்டிக்கிட்டேன்...

'யூரோப் போகலாம், ஜப்பான் போகலாம்னு ஆசை காட்டி இதுநாள் வரைக்கும் சாந்தோம் வீட்டை விட்டு வரவே இல்லை! உனக்கொரு மனசு இருக்கறதை மறந்து செயல்பட்டேன். என்ன ஒரு கிராதகன் நான் அனிதா. அதனால தீர்மானிச்சுட்டேன்' - என்று சற்றே நிறுத்தினான்.

'என்ன?' என்பது போல் நிமிர்ந்தாள் அனிதா.

'உனக்கு விடுதலை!'

அவள் பேசாமல் இருக்க, தொடர்ந்து வைரவன், 'ஒரு மாதம்கூட ஆகலை நமக்குக் கல்யாணம் ஆகி. ஏதோ சேர்ந்துட்டோம். இப்ப பிரிஞ்சுரலாம். இப்ப என் லைஃப் பூரா, அடுத்த ஒரு வருஷத்துக் காவது கோர்ட்டு, சி.பி.ஐ. கஸ்டடி, ஜுடீஷியல் கஸ்டடி, ஜாமீன் அது... இதுன்னு அலையப் போறேன். என்னைச் சந்திக்கவும் அதிகம் சந்தர்ப்பம் கெடைக்காது அனிதா... அதனால, நீ தப்பா நெனைக்கலைன்னா, நாம் பரஸ்பர சம்மதத்தின் பேர்ல டைவர்ஸ் பெட்டிஷன் போட்டுப் பிரிஞ்சுக்கலாம். அதுக்கு ஏதோ டயம் லிமிட் எல்லாம் இருக்கு. இருந்தாலும் எண்ணத்தால விலகிக்க சம்மதிக்கலாம்..

'அனிதா, நீ இன்னும் லைஃப்ல எத்தனையோ பார்க்க வேண்டியது இருக்கு. ஒளிமயமான ஒரு வாழ்க்கையை இப்படி ஆரம்பிக்கறது நியாயமில்லை. அதுவும் உன்மேல ஒரு தப்பும் இல்லாம இருக்கும்போது... அனிதா, இந்தக் கணத்திலிருந்து யூ ஆர் ஃப்ரீ. உன் மேல எனக்கு எந்த அதிகாரமும் இல்லை... நீ உன் விருப்பத்துக்கு ஏற்ப நடந்துக்கலாம். என் பாங்க் அக்கௌண்ட்

எலலாத்தையும் முடக்கி வெச்சிருக்காங்க. இந்த நம்பருக்கு போன் பண்ணினா தற்போதைக்கு ஒரு ஆறு லட்சம் ரூபாய் கொடுக்க ஏற்பாடு பண்ணியிருக்கேன்…'

வைரவன் மேஜைமேல் இருந்த பென்சிலால் காலண்டர் தாளில் அந்த எண்களை எழுதினான்.

அனிதா இதுவரை ஒரு வார்த்தை பேசவில்லை. வைரவன் எழுந்து அவள் கையைக் குலுக்கிவிட்டுப் புறப்பட்டு போகிற போது…

'மகாதேவன் சார்! எல்லாம் உங்க டாட்டர்கிட்ட சொல்லிட்டேன். இனி என்னால நீங்க ஏதும் சங்கடப்பட வேண்டாம். நான் வரேம்மா, நான் வரேன் சீதாராமன்.'

அவர்கள் ஏதும் பேசவில்லை.

ஜீப் புறப்பட்டதும், அனிதாவை அவர்கள் சூழ்ந்துகொண்டு…

'என்னடி சொல்றான்?' என்று அம்மா கேட்க.

'என்ன சொல்லியிருப்பான்… 'நான் பண்ணதெல்லாம் ரைட்டு'னு… பேப்பர்ல அதானே சொல்றான். 'என் தப்பு ஏதும் இல்லை… எல்லாம் சட்டப்படிதான் செய்தேன். என்னை தப்பா அரஸ்ட் பண்ணிருக்காங்க'னு. மாய்மாலப் பேச்சு. கம்பெனி சிட்ஃபண்டு பணமெல்லாம், கம்பெனி டைரக்டரா இருந்து ஸ்பெக்குலேட் பண்ணதெல்லாம் கேட்டா வண்டவாளம் தெரியும்' என்று சீதா பொரிய…

அனிதா 'விவாகரத்து பண்ணிக்கலாம்னு சொன்னார்மா.'

'என்னது?'

'ரெண்டு பேரும் பரஸ்பர சம்மத்தின் பேர்ல விவாகரத்து வாங்கிக் கலாம்னு சொல்லிட்டுப் போயிட்டார். அப்பா, அம்மா… சொல்லுங்கோ… என் கல்யாணத்தின்போது எல்லாரும் வக்கணையா 'வைரவனைக் கட்டிக்கோ'ன்னு அட்வைஸ் பண்ணீங்க. இப்ப சொல்லுங்கோ… அவருக்கு என்ன பதில் சொல்றது? டைவர்ஸ் கொடுக்கறேங்கறார், எடுத்துக்கறதா?'

'தாராளமா! இதைவிட நல்ல சேதி வேறெதுவுமில்லை. உனக்கு எட்டூருக்கு கல்யாணம் பண்ணி வைக்கறேன் நம்ம ஜாதிலயே!'

‘அவாகிட்டயும் சொல்லிட்டுத்தானே?’

‘என்ன சொல்லிட்டு?’

‘அதாவது நான் கல்யாணம் ஆனவன்னுட்டு.’

‘நாம் யார்கிட்டயும் போகவேண்டாம். சீதா பண்ணிப்பான்! நம்ம சீதா! நம்ம சீதா? இப்ப என்ன ஆய்டுத்து? கல்யாணம் ஆகி ஒரு சாந்தி கல்யாணம்கூட முறைப்படி பண்ணலை.’

‘நீ என்ன சொல்றே சீதா?’ என்று அனிதா கேட்க -

‘அதான் சொன்னேனே அனி. நீ எந்த வடிவத்தில் எந்த நிலைமைல வந்தாலும் பண்ணிக்கத் தயாரா இருக்கேன்னு... என் லைஃப்ல மோட்டிவேஷனே நீதானே. இந்த மாதிரி ஆகும்னு திருவிடைமருதூர் ஜோஸ்யர் சொன்னார், இதை நான் யார்கிட்டயும் சொல்லலே. எதுக்கு அச்சானியமான்னுட்டு.’

‘வைரவனைச் சும்மா விடக்கூடாது. கோர்ட்ல வழக்கு போட்டு, மூணு லட்ச ரூபாய் வாங்கிடணும்!’

‘ஆறு லட்ச ரூபா முதல்ல முன்பணமாவே தர்றதா சொன்னா ருப்பா.’

‘எல்லாம் டுப்பு. இவங்கிட்ட பணம் கிடையாது. ஓட்டாண்டி அவன்.’

‘இந்த நம்பருக்கு போன் பண்ணா போறுமாம்’ என்றாள் அனிதா.

‘அவன் பணம்கூட வேண்டாம். ஆளைவிட்டா சரி. இனிமே அவன் சங்கதியே வேண்டாம். கெட்ட சொப்பனம் போல நினைச்சு, தொலைச்சு தலைமுழுகிட்டு, அபிராமி அந்தாதி சொல் லிட்டு, காலைச் சுத்தின சனியனைக் கழட்டி எறியறாப்பல எறி!’

‘அனிதாவை நாம அழைச்சுண்டு போய்டலாம் சுகந்தி. ஜல்பாய் குரில இப்ப குளுகுளுன்னு இருக்கும்’ என்ற ராஜாராமன், ‘என்ன சுகந்தி?’ என்று கேட்டார்.

சுகந்தி ‘ஆமாம், அதான் சரி!’ என்றாள்.

அனிதா அவளை வெற்றுப் பார்வை பார்க்க, ‘ஜல்பாய்குரிக்கு வரயா... நாளைக்கு அத்திம்பேர் ரிசர்வேஷன் பண்ணப்போறார்.’

‘வரேன்’ என்று தலையாட்டினாள் அனிதா.

'அவளுக்கும் ஒரு சேஞ்ச் வேணுமோல்லியோ?' என்றார் ராஜாராமன்.

'அங்கல்லாம் வெள்ளம்னு போட்டிருந்தான் பேப்பர்ல!' என்றான் சீதா.

'சித்த எல்லாரும் சும்மாருங்கோ. அவளைப் போட்டுக் குழப்பா தீங்கோ...' என்று மகாதேவன் அதட்ட....அறையில் தனியாக விடப்பட்டாள்.

சாயங்காலம் மல்லிகாவும் விஸ்வநாதனும் வந்திருந்தார்கள். சீதாராமன் இல்லாததால் அனிதாவை வந்து சந்தித்தார்கள். வைரவனின் விவகாரத்தைப் பற்றி விஸ்வநாதன் ஏதும் பேசவே இல்லை. டி.டி.கே சாலையில் இருக்கும் சபாவில் அவன் ஒரு மணி நேரம் கிதார் வாசிக்கப்போவதாகவும், அதற்கு அனிதா வந்தால் தான் மிகவும் சந்தோஷப்படுவேன் என்றும் சொன்னான்.

மல்லிகா மிகவும் வற்புறுத்த, சும்மா இருட்டில் உட்கார்ந்திருந்து அலுத்ததால் அனிதா வரச் சம்மதித்தாள்.

ஏர்கண்டிஷன் செய்யப்பட்ட ஹாலில் சுமார் முந்நூறு பேர் காத்திருந்தார்கள். விஸ்வநாதன் சின்ன ஸ்டூல் போட்டு அதில் உட்கார்ந்துகொண்டு, கிதாரை முழங்காலால் தாங்கி கர்னாடக சங்கீதம் வாசித்தான். அவ்வப்போது, 'கார்ட்' நிரடல்களுடன் கொஞ்சம் வீணை போலவும் கொஞ்சம் கோட்டுவாத்தியம் போலவும் மிகவும் சுருதியுடன் இணைந்து காதுக்கு இனிமை யாக, அனிதாவுக்குச் சமீபகாலக் குழப்பத்தின் மத்தியில் ஒரே ஒரு நிம்மதித் தீவாக இருந்தது.

கச்சேரி முடிந்ததும் வெளியில் உட்கார்ந்துகொண்டு, வானத்தின் கீழ் அடுப்பு போட்ட இடத்தில் சுடச்சுட மசால் தோசை ஆர்டர் செய்தாள் மல்லிகா.

'கச்சேரி உனக்குப் பிடிச்சிருந்ததா அனிதா?'

'நல்லா வாசிக்கிறார். ஆனா, நான் இருக்கிற மூடுல ரசிக்க முடியலை மல்லிகா.'

'அனிதா, எனக்கு உன் மன சஞ்சலம் தெரியும். நிம்மதி தரத்தான் இந்தக் கச்சேரிக்கு அழைச்சிட்டு வந்தேன் அனிதா. விசுவும்,

நானும் ஒரு வாரம் கான்ஸர்ட் டூர் மாதிரி போறோம், ஒரு ஜாஸ் க்ருப்போட! நீயும் வர்றியா?

'இல்லை மல்லிகா. எனக்கு அதெல்லாம் தெரியாது.'

'சும்மா ஒரு சேஞ்சுக்கு...'

இதற்குள் விஸ்வநாதன் அவர்களுடன் வந்து சேர்ந்துகொள்ள...

'எப்படி... கச்சேரி புடிச்சிருந்ததா? ரொம்பத் தூரப் பார்வைப் பார்த்துக்கிட்டிருந்தீங்க' என்றான் விஸ்வநாதன்.

'அவளுக்கு மூடு சரியில்லை!' என்றாள் மல்லிகா.

'அந்த விஷயத்தை இவங்ககிட்ட சொல்லிட்டியா மல்லி?'

'இல்லை!' என்ற மல்லிகா, 'எக்ஸ்கியூஸ் மீ' என்று சொல்லி விட்டு எழுந்து சென்றாள். அது இயல்பாக இருந்தாலும், அவர்கள் இருவரையும் விட்டு வைக்கும் நோக்கத்துடன் அவள் விலகியிருப்பது புரிந்தது.

'நான் உங்ககிட்ட ஒண்ணு கேக்கணும்' என்றாள் அனிதா. அதே சமயம்...

'நான் உங்ககிட்ட ஒண்ணு கேக்கணும்' என்றான் விஸ்வநாதன்.

33

விஸ்வநாதன், அனிதா இருவரும் ஒரே தருணத்தில் ஒரே கேள்வியை கேட்க, அனிதா சங்கடப்பட்டு விஸ்வநாதன் முதலில் பேசக் காத்திருந்தாள்.

'நான் கேக்க வந்தது இதுதான் அனிதா... உங்களுக்கு என் உதவி ஏதாவது தேவையிருக்கான்னுதான்!'

'என் குழப்பத்திலிருந்து - சங்கடத்திலிருந்து எப்படி நான் விடுபட முடியும்னே தெரியலை!'

'சொல்லுங்க' - விஸ்வநாதன்.

'எங்களுக்குக் கல்யாணம் ஆகி ஒரு மாசம்கூட ஆகலை. இதுக்குள்ள இத்தனை பெரிய சிக்கல். பார்க்கப்போனா நான் கதைலல்லாம் வராமாதிரி ஜெயில் வாசல்ல காத்திருக்கணும்... அவருக்கு ஆறுதல் சொல்லணும்... அவரை எங்க வெச்சிருக்கானே எனக்குத் தெரியலை. அவர் செய்த குற்றம் என்னன்னே புரியலை... அதை நீங்க கண்டுபிடிச்சு சொல்ல முடியுமா?'

'முயற்சி பண்றேன். சி.பி.ஐ கஸ்டடியில் வெச்சிருக்காங்க. அவ்வளவுதான் பேப்பர்ல போட்டிருக்கு.'

'சி.பி.ஐ கஸ்டடின்னா என்னன்னே தெரியாத ஜடம் நான்!'

'வைரவன் சம்பந்தப்பட்ட குற்றங்களை விசாரிச்சு அவர் மேல கேஸ் போட சி.பி.ஐ அதிகாரிங்க டயம் கேட்டிருக்காங்க... அவங்களுக்கும் சாட்சி விவரங்களை ஜோடிக்க அவகாசம் தேவைப்படுது.'

'வைரவன் எங்க இருப்பார் இப்ப?'

'கொஞ்சம் டயம் கொடுத்தா அவரை எந்த ஜெயில்ல வெச்சிருக் காங்கன்னு என்னால கண்டுபிடிச்சுச் சொல்ல முடியும்...'

'ப்ளீஸ்...'

'அவரைப் பார்க்கணுமா?'

'இல்லை... அவர் என்னை வந்து பார்த்தாச்சு.'

'என்ன சொன்னார்?'

'நடந்ததுக்கெல்லாம் வருத்தப்பட்டு, 'உனக்கு இப்ப விடுதலை, யு ஆர் ஃப்ரீ'ன்னு சொல்லிட்டுப் போயிட்டார்.'

'ஃப்ரீன்னா அர்த்தம் தெரியாம சொல்லியிருக்கார்னு தோணுது!'

'என்?'

'அனிதா... வைரவன் சொல்றமாதிரி யாரையும் கல்யாணம் பண்ணிக்க உங்களுக்கு இப்ப அனுமதி இருந்தாலும், அந்தக் கல்யாணம் எப்படியிருக்கும், பிற்காலத்தில் எத்தனை மனஸ்தாபங்கள் வரும்ங்கறதை யோசிச்சுப் பார்க்கணும்.'

'என்னைக் கல்யாணம் பண்ணிக்க ரெண்டு பேர் இருக்கா!'

'மூணு பேர்...' என்றான் விஸ்வநாதன்.

'மை காட்! நீங்களுமா? என்ன இது... எனக்கு எல்லாமே லேட்டா கிடைக்குது, அனுதாபம், காதல், எல்லாம்...'

'அனிதா... உங்க தோற்றத்தில் ஏதோ ஒண்ணு இருக்கு. அது என்னன்னு வர்ணிக்க முடியலை. ஏதோ ஆண்ட்ரொஜென், எஸ்ட்ரொஜென் போன்ற ஹார்மோன் பொருத்தம்னு சொல்லாம். அதுப்படி, உங்களைப் பார்த்தவுடனே உங்க கடந்த காலம் என்னமாதிரியா இருந்தாலும் பரவாயில்லை... உங்களைக் கல்யாணம் செய்யலாம்போல வற்புறுத்தறது! வைரவன் உங்களைக் கல்யாணம் செய்துகொண்ட வேகத்தைப் பத்தி சீதாராமன் சொல்லியிருக்கார்... ஆச்சரியமே இல்லை... அப்படிப்பட்ட அழகுன்னு சொல்ல மாட்டேன். ஆனா, அப்படிப் பட்ட பர்ஸனாலிட்டி உங்களுக்கு!'

‘இந்தச் சமயத்தில் இந்த வார்த்தைகள்லாம் அர்த்தமில்லாமப் போயிடுத்து!’

‘இல்லை அனிதா... தீர்மானம் உங்களுது... ரெண்டு தீர்மானம்! முதல் தீர்மானம், வைரவனுடைய வேண்டுகோளை ஏத்துக் கறது... அதாவது, முதல் கல்யாணம் என்கிற அந்தப் போலி வாழ்க்கையை விட்டு வெளியே வர்றது! இரண்டாவது, கல்யாணம் பண்ணிக்க தீர்மானிக்கறது. என்னைக் கேட்டா, சீதாராமன் உங்களுக்குப் பொருத்தமில்லை. அவனுக்கு என் தங்கை மல்லிகாதான் சரி! அவங்களோட வாழ்க்கையே பாங்க் பரீட்சை. க்ரெடிட் டெபிட்தான். அப்புறம் அந்த சுரேஷ் - உங்களை அமெரிக்கா மாமியாக்கிடுவான். ஹவுஸ் கோட் போட்டுக்கிட்டு, டி.வி. பார்த்துக்கிட்டு... இங்க பண்ற சமாசாரங்களைத்தான் அங்க பண்ணுவீங்க. ஆனா, விஸ்வநாதன் - அதாவது அடியேன். என்னோட வாழ்க்கை உங்களுக்கு சுவாரஸ்யமா இருக்கும். எனக்கு சங்கீதம் தெரியும். பாடுவேன்... கவிதை எழுதுவேன்... உதவாக்கரையா எத்தனை சமாசாரங்கள் - வெங்காய உப்புமா செய்வது உள்பட தெரிஞ்சு வெச்சுக்கிட்டு இருக்கேன் தெரியுமா?’

அனிதா லேசாகச் சிரித்தாள்.

‘அதனால் தீர்மானம் உங்களுடையது...’

மல்லிகா, ‘என்ன பேசியாச்சா?’ என்றபடி, விஸ்வநாதனை நோக்கி வந்தாள்.

அனிதா எழுந்து பில்லுக்காகப் பணம் கொடுக்க முயன்றபோது அவளைத் தடுத்து விஸ்வநாதன் கொடுத்தான்.

‘உங்களுக்கு கார் வந்திருக்கா?’ அனிதாவிடம் கேட்டாள் மல்லிகா.

‘கார் எல்லாம் சி.பி.ஐ.காரங்க சீல் பண்ணிட்டாங்க’ என்றாள் அனிதா.

‘கஷ்டகாலம்... நான் உங்களை ஆட்டோல கொண்டு விடவா?’

‘பஸ் இருக்குமா?’

‘என்ன முரண்பாடு பாத்தியா மல்லிகா! தமிழ்நாட்டிலேயே ஏன் இந்தியாவிலேயே பெரிய பணக்காரனான வைரவனின் மனைவி பல்லவன் பஸ்ல போறதாவது!’ - விஸ்வநாதன்.

‘சில பேருக்கு அவ்வளவுதான் அதிர்ஷ்டம்!’ என்றாள் அனிதா.

‘ஸாரி, நான் ஏதாவது தப்பா சொல்லிட்டேனா?’

‘இல்லை... மல்லிகா... எங்கூட வீட்டுக்கு வரீங்களா?’ - அனிதா கேட்டாள்.

‘தாராளமா.’

மல்லிகாவுடன் வீட்டுக்கு வந்தபோது அதிகாரிகள் காத்திருந்தார்கள். பெண் போலீஸூம் இருந்தார்கள். அனைவரும் கவலையுடன் காத்திருக்க.

‘அனிதா...பாரு...உனக்காகத்தான் அவங்கள்லாம் வந்திருக்கா’ என்றார் மகாதேவன்.

‘எதுக்கு?’ என்றாள் அனிதா.

அந்தப் பெண் போலீஸ் அதிகாரி அனிதாவிடம் பரிவுடன் வந்து, ‘ஸாரி, உங்களையும் அரஸ்ட் பண்ண வேண்டியிருக்கு’ என்றாள்.

‘எதுக்கு?’

‘கொஞ்சம் கேள்வி கேக்கறதுக்கு, பயப்படாதீங்க...’

‘இந்த வைரவன் தானும் ஆப்ட்டுண்டு எல்லாரையும் மாட்டி வெச்சுருவான் போல... ஐயோ... என்ன சோதனை வெங்கட்ரமணா’ என்றாள் கமலம்

‘அனிதா... மாத்து புடைவை எடுத்துண்டு போ. ரொம்ப நாளாகுமோ போலீஸ்காரம்மா? - கமலம் கேட்டாள்.

‘சொல்ல முடியாதும்மா.’

‘நானும் வரலாமா?’ என்றார் மகாதேவன்.

‘வாணாங்க... ராப்பூரா அங்க பெஞ்சுல உட்கார வேண்டியிருக்கும்’ என்றாள் பெண் போலீஸ்.

‘மேடம்... எம்பொண்ணு அவ...’

‘அதில எங்களுக்கு அபிப்பிராய பேதம் இல்லைங்க... அவங்க வைரவன் மனைவியுங்கூட! அதான் ப்ராப்ளம்.’

அனிதாவை அசோக்நகரில் ஒரு போலீஸ் நிலையத்துக்கு அழைத்துச் சென்றார்கள். காபி கொடுத்து நாற்காலியில் சௌகரியமாக உட்காரவைத்து ஃபேனைப் போட்டார்கள்.

'முக்கியமான டாகுமெண்ட் எல்லாம் உங்கிட்டதானே இருக்கு? அனிதா... இப்பவாவது உண்மையைச் சொல்லிடுங்க...'

'...'

'அந்த டாகுமெண்ட்ஸ் எதுவும் உங்களுக்குத் தெரியாதுன்னு சொன்னீங்க! உங்க ஹஸ்பண்ட் பிஸினஸ் பற்றி உங்களுக்கு எவ்வளவு தெரியும்? அவர் ஸ்விஸ் பாங்க் அக்கௌண்ட் விவரமெல்லாம் உங்ககிட்ட சொல்லியிருக்கார்தானே?'

'எனக்கு ஏதும் தெரியாதுங்க' - அனிதா சொன்னாள்.

'பாருங்க... இந்த ஸ்டேஜில எதையும் மறைச்சு வெக்கிறதில அர்த்தமே இல்லை. உங்க கணவரைக் கடவுளே வந்தாலும் காப்பாத்த முடியாது. நீங்க சரியான விவரம் கொடுத்தா இழுத்தடிக்காம - வன்முறைகளைப் பிரயோகிக்காம...'

'நான் சொன்னதுதாங்க சரி.'

'நீங்க லை டிடெக்டர் டெஸ்ட் எடுப்பீங்களா?'

'எப்ப?'

'நாளைக்கு!'

யாரோரோ வந்து என்னென்னவோ கூடிப் பேசினார்கள்.

'க்ளீனா எல்லாத்தையும் சொல்லிட்டீங்கன்னா, அந்த டாகுமெண்ட்ஸ் எல்லாத்தையும் கொடுத்துட்டீங்கன்னா உங்களுக்கு அதிகம் தொந்தரவு கொடுக்காம வுட்டுர்றோம்.'

'எங்கிட்ட ஏதும் இல்லைங்க, எனக்கு ஏதும் தெரியாது.'

'இப்படிப் பிடிவாதமா இருக்காதீங்கம்மா...' என்றார் அந்த போலீஸ் சூப்பரிண்டெண்டெண்ட் நெற்றியைச் சுருக்கிக் கொண்டு, 'யாரைக் காப்பாத்த விரும்பறீங்க? உங்களுக்குக் கல்யாணமாகி ஒரு மாசம்தான் ஆகுதுன்னு கேள்விப்பட்டேன். உங்ககிட்ட அவர் பிஸினஸ் பற்றி ஏதும் சொல்லலைன்னா அவர் பொய் சொல்லி உங்களைக் கல்யாணம் பண்ணிக்கிட்டிருக்கார்னு ஆவுது! அந்தப் பொய்யனை -

மோசடிக்காரனை... நீங்க காப்பாத்த விரும்பறீங்களா? உங்க லைஃபைப் பாழ் பண்ணின ஆசாமிக்கு - அந்த ஒரு மாசக் கணவனுக்கு - அனுதாபமே காட்ட வேண்டியதில்லைங்க. சொல்லிடுங்க... எங்கே அந்த டாகுமெண்ட்ஸ் எல்லாம்?'

அனிதா, 'எனக்கு தெரியாது' என்றாள்.

அந்தப் போலீஸ் அதிகாரி பெருமூச்சு விட்டு 'நல்லதனமாச் சொன்னா கேக்கமாட்டீங்க... இல்லை? சரி... பொம்பளையாச் சேன்னு பார்க்கறேன். இல்லை, செவுட்டில நாலு சவுட்டு சவுட்டிருப்பேன் தெரியுமில்லை. அடிக்கமாட்டோம்னு நெனைச்சீங்களா... வரதராஜன்... இவங்களை நாளைக்கு இடம் மாத்திருங்க. நம்ம ஆபீஸுக்குக் கூட்டியாங்க. அதுவரைக்கும் இங்கேயே இருக்கட்டும்' என்றார்.

அப்போது வாசலில் சீதாராமனும் விஸ்வநாதனும் வக்கீலுடன் வந்திருந்தார்கள். அவர்கள் இன்ஸ்பெக்டர் வரதராஜனைப் பார்க்க விரும்புவதாகச் சொன்னார்கள்.

'நீங்க எங்க க்ளையண்ட்டை - அதும் பெண் பிள்ளையை என்ன ஆதாரத்தின் பேர்ல கஸ்டடியில வெச்சிருக்கீங்க சொல்லுங்க?' - வக்கீல் கேட்டார்.

'பாருங்க... பொறுப்புள்ள பெண் போலீஸ் அதிகாரியை இவங்க வீட்டுக்கு அனுப்பி இங்க கூட்டிக்கிட்டு வந்து அரஸ்ட் பண்ணி ருக்கோம். பெண்களை அரஸ்ட் பண்ணினா உடனே சூப்பரிண் டெண்டெண்டுக்குத் தெரிவிக்கணும்... நாங்க அதுவும் செய்தாச்சு... நீங்க யாரு?'

'என் பேர் சீதாராமன் - இவளுடைய மாமா...'

'சீதாராமன்... அவங்ககிட்ட சொல்லுங்க. டாகுமெண்ட்டு களைக் காணலை... அதை எங்க வெச்சிருக்காங்கன்னு சொல்லச் சொல்லுங்க. அந்தக் கணத்திலேயே வுட்ருர்றோம்' என்றார் இன்ஸ்பெக்டர். இதைக் கேட்டுக்கொண்டிருந்த சீதாராமன் முகம் இறுகியது.

'எதுக்காகவோ இந்தப் பிடிவாதம் புடிக்கிறாங்க. அதுவும் அத்தனை ஏமாற்று வேலை ஆசாமிக்கு! ஒண்ணாம் நம்பர் ரோக் சார் அவன்! எத்தனை பேர் பணத்தைக் கொள்ளையடிச்சிருக்கான் தெரியுமா? இந்தம்மா பாவம், அறியாம புருஷனைக்

காப்பாத்தறதா எண்ணிக்கிட்டு விஷயத்தை ரொம்ப சிக்கலாக் கறாங்க.'

'அனிதா எதுவும் சொல்லலைன்னா என்ன பண்ணுவீங்க இன்ஸ்பெக்டர்?'

'நாளைக்கு லை டிடெக்டர் டெஸ்ட் வெச்சு, பொய் சொல்றாங்களான்னு கண்டுபிடிப்போம்... அப்புறம் இருக்கவே இருக்கு...'

'என்ன?' என்றான் சீதாராமன் நடுக்கத்துடன்...

'பல முறைகள்! பொம்பளைங்களை விசாரிக்கறதுக்குப் பல முறைகள் இருக்கு.'

சீதா ஜன்னல் வழியாகப் பார்த்துக் கொண்டேயிருந்தான். அனிதாவை அந்த பெண் போலீஸ், 'எந்திரிம்மா போகலாம்' என்றாள். 'எந்திரின்னா!' என்று அனிதாவை லட்டியால் தள்ளினாள்.

அனிதா நிலையத்தின் பின்புறத்துக்கு அழைத்துச் செல்லப் படுவதைக் கவனித்த சீதா கண்களில் நீர் ததும்ப,

'இன்ஸ்பெக்டர் டாகுமெண்ட்ஸ் எங்க இருக்குன்னு சொன்னா அவங்களை விட்டுருவீங்களா' என்றான்.

'தாராளமா! அதை விசாரிக்கத்தான் அவங்களை இங்க வெச்சிருக் கோம்.'

சீதாராமனை சற்றுத்தள்ளி அழைத்துச் சென்ற விஸ்வநாதன், 'உனக்கு ஏதாவது அதைப் பத்தி தெரியுமா சீதாராமன்?' என்று கேட்டான் மெல்லிய குரலில்.

'தெரியும்... எல்லாம் எங்கிட்டதான் இருக்கு.'

'மைகாட்... பேசாம சொல்லிட வேண்டியதுதானே! இன்னும் எதுக்காக நீ வெயிட் பண்ணிக்கிட்டிருக்கே? அனிதாவை சித்திரவதை பண்ணப்போறாங்க. தெரியுமா? ஸ்டுப்பிட் சீதா! இப்பவே சொல்லிடு...'

'இன்ஸ்பெக்டர் எங்ககூட வரீங்களா? அந்த டாகுமெண்ட்ஸ் எல்லாத்தையும் கொடுத்துர்றேன்' என்றான் சீதாராமன்.

34

சீதாராமன் டாகுமெண்ட்டுகளைத் தருவதாக ஒப்புக் கொண்டதும் போலீஸ் முழுவதும் அந்தக் காரியத்திலேயே கவனமாகி அனிதாவை மறந்துவிட்டது.

'நீங்க போகலாம் வீட்டுக்கு... கொஞ்சம் வெய்ட் பண்ணீங் கன்னா - எங்க வண்டி வந்ததும் உங்களை வீட்டுல விடடுற வேண்டியது எங்க பொறுப்பு!'

'சீதா... என்ன இப்படிப் பண்ணிட்டே?' என்று அனிதா அலுத்துக் கொண்டாள்.

'பின்ன... அந்த டாகுமெண்ட்டெல்லாம் வெச்சுண்டு இருக்கிறதால நமக்கு எவ்வளவு பிரச்னை பார்த்தியா? உனக்குத் தெரியாது... இப்ப நான் அந்த டாகுமெண்ட்கள் இருக்கறத ஒப்புக்காம இருந்திருந்தா ராத்திரி உன் நகத்தில ஊசி ஏந்தியிருப்பா! உன்னை நான் காப்பாத்தினேன் அனி' என்றவன் தொடர்ந்து,

'விஸ்வநாதன்... அனிதாவைப் பார்த்துக்கோப்பா... நான் அந்த டாக்குமெண்ட்ஸ் எல்லாம் எடுத்துக் கொடுத்துட்டு நேர வந்துர்றேன்' என்றான்.

அனிதாவை விஸ்வநாதன் ஆட்டோவில் ஏற்றி வீட்டில் கொண்டுவிடக் கிளம்பினான்.

'குட்நைட்! என்ன ஒண்ணும் பேசவே இல்லை?' அனிதாவிடம் விஸ்வநாதன்.

'என்ன பேசறது... எதைப் பேசறதுன்னு பிரமிப்பா இருக்கு. சீதா செய்தது தப்பு' என்றாள்

'அந்தச் சூழ்நிலையில் சீதா செய்ததுதான் சரி! வைரவன் எத்தனை சுயநலமானவன்னு நீங்க கொஞ்சம் யோசிச்சுப் பார்த்தா... உங்களுக்காக சீதா செய்தது சரியான காரியம் என்பேன்.'

'அப்ப முதல்ல ஏன் அந்த டாக்குமெண்ட்களை எல்லாம் வாங்கிக்கணும்?'

'அதுவும் உங்களைக் காப்பாத்தறதுக்காகத்தான் அனிதா! சீதா அப்படியே உங்களை உபாசிக்கிறான்.'

அனிதா வீட்டுக்குத் திரும்பியபோது கமலம் வாசலில் காத்திருந் தாள். 'அனிதா... சாந்தோம் வீட்டிலேர்ந்து உனக்கு போன் மேல போனா போட்டுட்டா... உங்க மாமனார் போய்ட்டாராம் ராத்திரி!'

'என்னது!' என்று திகைத்தாள்.

'நீ அங்க உடனே போயாகணுமா? எல்லா காரியமும் ஆனப்புறம் நிதானமா ஒருநாள் போய் வேணா விசாரிச்சுட்டு வா!'

'இல்லைம்மா... நான் இப்பவே போறேன் - போய் பார்த்துட்டு வர்றேன்.'

'என்னது இது பைத்தியக்காரத்தனம்? நீ போனா உன்னைச் சீண்ட ஆளில்லை அங்க.'

'என்ன இருந்தாலும் பார்க்காம இருக்கறது எனக்குச் சரியாப் படலை.'

லட்சுமணன்... அவருடைய மேல்நாட்டு நடை, உடை, பாவனைகளையும்... 'ம்... எங்கருந்து புடிச்ச இந்த பாப்பாரப் பெண்ணை' என்று சொன்னதும்... அவள் தலையைத் தடவி யதும், தனியாக டைனிங் டேபிளில் உட்கார்ந்து சாப்பிட்டுக் கொண்டிருந்ததும்தான் அனிதாவுக்கு ஞாபகம் இருந்தது. அவரைச் சரியாக அறிந்துகொள்வதற்குள் உயிர் பிரிந்துவிட்டார்.

'நடுராத்திரில போக வேண்டாம்... காத்தால போனா போறும்... நானும் வரேன்கூட துணைக்கு' என்றார் மகாதேவன்.

அனிதா படுக்கையில் படுத்தபோது தூக்கம் வரவில்லை. தூக்கம் வந்தபோது சம்பந்தமில்லாமல் கனவுகள்... ஜல்பாய்குரிக்கு எல்லாரும் அவசரமாக பிரயாணப்பட்டு அஸ்ஸாம் காடுகளில் ஒளிந்துகொண்டு புல்லையும் சணல் செடிகளையும் பிடுங்கிச் சாப்பிட்டு ஜீவிப்பதாகக் கனவு.

காலை மகாதேவனுடன் சாந்தோம் வீட்டுக்குப் போனபோது, ஒரு ஆட்டோவும் ஜீப்பும் மட்டும்தான் காத்திருந்தன. தன் கல்யாண ரிசப்ஷன் நாளன்று சர்ச் வரை கார் வரிசை போக்கு வரத்தை அடைத்துக்கொண்டு மின்விளக்கு கோலாகலமாக இருந்தது அனிதாவின் நினைவுக்கு வந்தது.

கூடத்தில் மார்புவரை போர்த்தப்பட்டு, லட்சுமணன் ஜீவ மரணப் போராட்டத்தைக் கைவிட்ட திருப்தியில் உறங்குவதுபோல் ஐஸ் பாளங்களில் சற்றே சாய்மானமாகப் படுக்க வைக்கப்பட்டிருந் தார். அருகில் கொளுத்தி வைக்கப்பட்டிருந்த சந்தன ஊதுவத்தி அபரிமிதமான வாசனையாக இருந்தது. ஒரு விளக்கு துடிக்காமல் எரிந்துகொண்டிருக்க, புரோகிதர் சாமக்கிரியைகளைத் தயார் செய்துகொண்டு, 'ஒரே பையனா...' என்று கேட்டுக்கொண்டிருந் தார். சரோஜாம்மா, சிவகாமி, அபி, மதி, தாமு, சிதாரா, வேணி என்று அனைவரும் இருந்தார்கள். மாலைக்குரல் என்று எழுதி யிருந்த வேன் காத்திருந்தது.

அனிதா செய்வதறியாது திகைத்து ஒரு ஓரத்தில் போய் நின்று கொண்டாள். வைரவனைக் காணோம்! தாமுதான் அவளருகில் வந்து, 'நீ வந்ததுல சந்தோஷம்' என்றார்.

தாழ்ந்த குரலில், 'வைரவனை ரிலீஸ் பண்ணக் கேட்டிருக் கோம்... வக்கீல் போயிருக்கார்' என்றார்.

'வேற யாராவது வரணுமா?' என்ற புரோகிதர், 'ஆரம்பிக்கலாம் இல்லையா?' என்றார், கயிற்றை முறுக்கிக்கொண்டு.

'மகன் வரணும் சாமி' என்றார் தாமு.

'வந்துட்டதாச் சொன்னாளே?'

வைரவன் வருவதற்காகத்தான் காத்திருந்தார்கள். சரோஜா அனிதாவையே வெறித்துப் பார்ப்பது தெரிந்தது - அவள் மூக்கருகில் முத்துப் போல கண்ணீர் தொங்க, அதில் வைரம் பிரதிபலித்தது. யாரும் பேசவில்லை.

தாமுதான் லேசாக அனிதாவிடம் கேட்டார். 'அந்த டாகுமெண்ட்ஸ் எல்லாம் பத்திரமா இருக்கா அனிதா?'

அனிதா அவரை நிமிர்ந்து பார்த்து... என்ன பதில் சொல்வது என்று திகைத்தாள்.

'டாகுமெண்ட்ஸ் எதையும் சி.பி.ஐ-ல பறிச்சிட்டுப் போகலையே? நேத்தி உன்னை அரஸ்ட் பண்ண வந்ததா கேள்விப்பட்டேன்!'

'அது போச்சு...'

மகாதேவன் சொன்னார்... 'சி.பி.ஐ-ல தேர்ட் டிகிரி சித்திரவதை யெல்லாம் பிரயோகம் பண்ணினா... அதனாலதான் அனிதாவுக்கு எதுவும் இம்சை ஏற்படாம இருக்கறதுக்கு டாகுமெண்ட்ஸ் எல்லாம் தன்னிடம் இருக்கறதா சீதாராமன் சொல்ல வேண்டியதாய்டுத்து' என்றார்.

'என்னது... இப்ப அந்த டாகுமெண்ட்ஸ் எல்லாம் எங்கே?'

'சி.பி.ஐ-காரா புடுங்கிண்ட்டா...' என்றார் மகாதேவன்.

'மை காட்! போச்சு... போச்சு...' - அந்த இடத்து துக்கத்துக்கு அதிகப்படியாக உறுத்தும்படியான குரலில் தாமு சொல்ல... சரோஜா நிமிர்ந்து பார்த்து மூக்கைச் சிந்திவிட்டு, 'என்ன தாமு?' என்றாள்.

தாமு அவளிடம் சென்று லேசாகப் பேசினார்.

அனிதா சரோஜாவின் முகத்தையே பார்த்துக்கொண்டிருக்க... சரோஜாவின் முகம் வெளிறிப் போவது தெரிந்தது. 'ஏம்மா... இங்க வா' என்று அனிதாவைக் கூப்பிட்டாள். அனிதா தயக்கத்துடன் சொல்ல,

'உன்னை நம்பித்தானே கொடுத்தேன்... காட்டிக் கொடுத்துட்டியே... நாங்க உனக்கு என்ன செய்தோம்? எங்களுக்கு இருக்கிற துக்கம் பத்தாதா?' என்று அனிதாவின் தோளைப் பிடித்து அசைத்தாள்.

அனிதா, 'எனக்கு எதுவுமே புரியலை' என்றாள்.

'நான் சொன்னது புரியலையா? பாரு... புருசனை இழந்துட்டு நிக்கிறேனே... என்னைப் பாரு... என்னைப் பார்த்துப் பேசு.

எனக்கு இன்னமும் துக்கம் வேணுமா... நானும் ஜெயிலுக்குப் போகணுமா?' - சரோஜா கத்தினாள்.

மகாதேவன் அருகில் வந்து, 'அவளை ஏதும் சொல்லாதீங்கோ... அவ பட்ட பாடு நாய் பட்டிருக்காது... நடுராத்திரியில போலீஸ் ஸ்டேஷனுக்கு அழைச்சுண்டுபோய்... தொடைல சூடு போட இருந்தா - தெரியுமோல்லியோ - நீங்க எல்லாரும் இப்பேர்ப்பட்ட ஏமாத்துக் குடும்பம்னு தெரிஞ்சிருந்தா, நான் ஏன் கல்யாணம் பண்ணிக் கொடுத்திருக்கப்போறேன்?' என்றார்.

தாமு, 'இந்த வேளைல அந்தப் பேச்செல்லாம் வேண்டாம்... நடந்தது நடந்து போச்சு. அனிதா... உங்கிட்ட இருக்கிற எல்லா டாக்குமெண்டுகளையும் கைப்பற்றிட்டாங்களா?'

'தெரியலை... சீதாகிட்ட கொடுத்திருந்தேன்' அனிதா சொன்னாள்.

அந்தச் சமயத்தில் அங்கே சற்று பரபரப்பு ஏற்பட்டது. போலீஸ் மாருதி ஜீப் வந்து நிற்க, அதிலிருந்து வைரவன் இறங்கினான்.

நேராக தன் அப்பாவின் அருகில் வந்து நின்று 'அண்ணாச்சி' என்று கதறியபடி கொஞ்ச நேரம் அழுதான். அவன் கண்ணீர்த் துளிகள் தொடர்ந்து லட்சுமணனின் மார்மேல் விழுந்து, அவர் மெல்லிய உடையின் ஊடே அணிந்திருந்த தாயத்து ஒன்றைத் தெரிவித்தது.

'அண்ணாச்சி... இந்தச் சமயத்தில போயிட்டீங்களே... அண் ணாச்சி... நான் எப்படி தனியா சமாளிப்பேன்? எதைன்னு சமாளிப்பேன்!'

'வைரு பயப்படாதே... கவலைப்படாதே வைரு... நாங்கள்லாம் இருக்கோம் வைரு' என்று சரோஜாம்மா அவனிடம் வர, அவளை அணைத்துக்கொண்டான். கொஞ்ச நேரம் வைரவன், சிவகாமி, மதி, அபி அனைவரும் கும்பலாகக் கட்டிக்கொண்டு தீப்பற்ற வைக்கப்பட்ட குடிசைவாழ் அநாதைக் குடும்பம் போல கூட்டாக அழுதார்கள்.

அனிதா தனியாக நிற்பதை வைரவன் கண்ணீரினூடே பார்த்தான். தாமுதான் வைருவைச் சமாதானப்படுத்தி தனியே அழைத்துச் சென்றார். தாமு கொடுத்த கைக்குட்டையால் மூக்கைச் சிந்தி துடைத்துக்கொண்டு அவர் சொல்வதைக் கேட்டான் வைரவன்.

தாமு என்ன சொல்கிறார் என்பதை அனிதாவால் யூகிக்க முடிந்தது. முழுவதும் கேட்டதும் வைரவன் அங்கிருந்தபடியே அனிதாவைப் பார்த்தான். அந்தப் பார்வையில் இருந்தது குற்றச்சாட்டா... இல்லை ஆதங்கமா என்று அனிதாவால் இனம் பிரிக்க முடியவில்லை..

வைரவன் அவளிடம் வந்து ஏதாவது கேட்பான் என்று எதிர் பார்த்தாள். அவன் பேசவே இல்லை. ஏதோ ஒரு மெஷின்தன மாக, புரோகிதர் சொன்ன காரியங்களைச் செய்து கொண்டிருந் தான். அவனுக்கு மிக அருகிலேயே ஒரு சி.பி.ஐ. அதிகாரி நின்றுகொண்டிருக்க, 'இவர் யாரு... வைரவனுக்கு தம்பியா?' என்றார் புரோகிதர்.

அனிதா ஓரத்தில் மகாதேவனுடன் நின்றுகொண்டிருக்க தாமுதான் விசாரித்து, 'காபி கீப்பி சாப்பிடணும்னா பின் பக்கத்தில் ஏற்பாடு செய்திருக்கு... போய் சாப்பிடுங்க' என்றார்.

'பரவாயில்லை... பாடியை எடுத்தப்புறம் போயிண்டே இருக்கோம்' என்றார் மகாதேவன்.

அனிதா, வைரவனின் முகத்தையே பார்த்துக் கொண்டிருக்க... அவன் வறட்டிமேல் வைக்கப்பட்டிருந்த நெருப்புத் துண்டத்தைப் பார்த்துக்கொண்டிருந்தான். தன்னிடம் வந்து பேசுவான் என்று எதிர்பார்த்தாள் அனிதா. 'நா பிரிஞ்சு போறது பத்தி நீ என்ன தீர்மானம் செய்தாய் என்றாவது கேட்கலாமல்லவா?' என்று தோன்றியது! 'இந்த துக்க சமயத்தில் அதையெல்லாம் கேட்பது அசந்தர்ப்பமாக இருக்கும்' என்றும் தோன்றியது.

அனிதாவுக்கு வைரவன் அருகில் போய் நிற்கவேண்டும்போல் இருந்தது. மெள்ள அவன்பால் சென்றாள். வைரவன் தன் தந்தையின் அந்திமக்கிரியைக் கடமைகளில் கவனமாக இருந் தான். இவள் அருகில் வந்து நிற்பதைக் கவனிக்கவில்லை. கண்களைத் துடைத்துக்கொண்டான். லட்சுமணனின் உடல் மேல் தண்ணீர் கொட்டி அவர் நெற்றிக்கு நாமமிடுவதைப் பார்த்துக்கொண்டிருந்தான்.

கார்ப்பரேஷன் கறுப்பு வண்டி நாலாபக்கமும் பெரிதான ஜன்னல்களுடன் வந்து சேர்ந்தது-

தாமு, புரோகிதரை அவசரப்படுத்திக்கொண்டிருந்தார். 'தற் கொலைன்னு புரளிய கிளப்பிவிட்டிருக்காங்க பத்திரிகைக்

242

காரங்க... அதனால இன்னொரு போலீஸ் உபத்திரவம் வரும்' என்றார் தாமு, வைரவனிடம்!

வைரவன், 'தாமு, கொஞ்சம் வாங்க' என்றான். அனிதாவை அப்போதுதான் பார்ப்பதுபோல் பார்த்து, 'அனிதா... நீங்களும் வாங்க!' என்றான்.

இருவரும் மெள்ள அடுத்த அறைக்குச் சென்றனர்.

'வக்கீலைக் கூப்பிட்டு அடுத்தபடி நடக்கவேண்டியதைப் பார்க்கணும்' என்றான் வைரவன்.

'உங்கப்பா எல்லாத்துக்கும் உயில் எழுதி வெச்சிருக்கார் வைரு' - தாமு சொன்னார்.

'நான் அதைச் சொல்லலை. சொத்து அட்டாச்மெண்ட்டிலிருந்து சர்க்கார் கவர்ந்துகொண்டு போறப்ப உயில் இருந்தா என்ன, இல்லாட்டி என்ன... உயிலை நெத்தியில ஒட்டிக்க வேண்டியது தான்! நான் அனிதா விசயமாச் சொன்னேன்!'

'என்ன செய்யணும்?'

'வக்கீலைக் கூப்பிட்டு நாங்க பிரிஞ்சுபோறதுக்கு உண்டான அஃபிடவிட்டை எழுதித் தரச் சொல்லுங்க. நான் திரும்ப ஜெயிலுக்குப் போறதுக்குள்ள கையெழுத்துப் போட்டு தந்துர்றேன்.'

'இப்ப அதுக்கு அவசரமில்லை வைரு...'

'அதுக்குத்தான் அவசரம்... இவங்களுக்கு நான் செய்த அநியாயத் துக்கு அது ஒண்ணுதான் பிராயச்சித்தம்! வைஸ்யா பாங்க் அக்கவுண்ட், உம் பேர்ல போட்டிருந்தேன் பாருங்க... அதில ஆறு லட்சம் எடுத்து செக் எழுதிக் கொடுத்திருங்க இவங்க ளுக்கு... அதான் முதல்ல நாம் செய்யக்கூடிய ஈடு.'

தாமு அடுத்த அறைக்குச் சென்று செக் புஸ்தகத்தை எடுத்து வந்து, 'யார் பேர்ல கொடுக்கறது?' என்றார்.

'அனிதா வைரவன்... அனிதா மகாதேவன், இல்லை வெறுமே Ms. அனிதா.'

35

தாமு ஆறு லட்சம் ரூபாய்க்கு செக் எழுதி வைரவனிடம் கொடுக்க, அதை அனிதாவின் அருகில் இருந்த மேஜையில் வைரவன் வைக்க, அனிதா அதை மௌனமாகப் பார்த்தாள்.

அவள் மனசில் எண்ணங்கள் சுழன்றன... முதலில் ஆச்சரியம்... அப்புறம் கோபம்... அப்புறம் குழப்பம்...

'நான் உங்களுக்குச் செய்த அநியாயத்துக்கு இது மட்டும் பிராயச்சித்தமில்லை அனிதா... ஏன் பேசாம இருக்கீங்க?'

'நீங்க என்ன நினைச்சிக்கிட்டிருக்கீங்க?' என்றாள். அவள் குரலில் இப்போது அமைதி இருந்தது.

'ஏன்?'

'என்னதான் நினைச்சுக்கிட்டிருக்கீங்க என்னைப் பத்தி? நான் என்ன கடை பொம்மையா, நீங்க நினைச்சப்போ வாங்கறதுக்கும், நினைச்சப்போ செக்கைக் கிழிச்சுக் கொடுத்துட்டுத் தூக்கி எறியறதுக்கும்?'

'நான் தூக்கி எறியலையே அனிதா. மேலும், நீங்க பொம்மையும் இல்லை. மை காட்! இத்தனை உயிருள்ள உங்களை எப்படிப் பொம்மைன்னு சொல்ல முடியும்!'

'நினைச்ச மாத்திரத்திலே நான் வரணும்... கல்யாணம் பண்ணுக்கணும்... அப்புறம் விலகுன்னு சொன்னா விலகிடணும். அதானே!'

'நான் விலகுன்னு சொல்லலை அனிதா! உங்க நல்லதுக்கு...'

'எனக்கு எது நல்லதுன்னு உங்களுக்கு எப்படித் தெரியும்? என்னையே உங்களுக்கு எவ்வளவு தெரியும்? வந்தீங்க... கல்யாணம் பண்ணிண் டீங்க... மொத்தம் நாம எவ்வளவு நிமிஷம் தனியா இருந்திருக்கோம் இந்த ஒண்ணரை மாசத்தில? எத்தனை அந்நியோன்யமா பழகி யிருக்கோம் இதுவரை? நத்திங்! இதுவரை சைபர்! முன்காலத்தில் எல்லாம் பால்ய விதவைகள்ன்னு எங்க பாட்டி சொல்வா. அவங்க நிலைமைதான் எனக்கும் இப்ப!'

'அனிதா, நீங்க ஏதோ தப்பாப் புரிஞ்சுக்கிட்டிருக்கீங்க... என்ன இது, விதவை விதவைன்னு பேசிக்கிட்டு? அனிதா, உங்க ளுக்குப் பூரண சுதந்தரம் தரேன்... நான் உங்களுக்குத் தடையா இருக்கமாட்டேன்... என்னோட வாழணும்னா இனிமே அது சாத்தியமில்லை. கைவசம் இருக்கற டாக்குமெண்ட்ஸை வெச்சுக்கிட்டு போலீஸ் என்னை இருபது வருஷம்வரை உள்ள தள்ளலாம். ஆயுள் கைதி மாதிரி! நான்தான் கைதின்னா, நீங்க எதுக்கு? யோசிச்சுப் பாருங்க. இந்த மாதிரி ஒரு பிரச்னை வர்றதுக்கு காரணமா இருந்ததுக்கு வருத்தப்படறேன். எனக்கு என்னமோ விதி மேல நம்பிக்கை வந்திடுச்சு. உங்க விதி, என் விதி... நான் அன்னிக்கு முதமுத உங்களை மோட்டார் சைக்கிள்ல மூலை திரும்பறப்ப பார்த்தேனே, அதுவே விதிதான். நான் ஏன் மோட்டார் சைக்கிள்ல போனேன், பதினெட்டு காரை வெச்சுக்கிட்டு? முக்கியமான டாகுமெண்ட்ஸ் வக்கீல்கிட்ட சேர்க்க வேண்டியிருந்திச்சு... அதைக் கொடுத்தனுப்பலாம்னா டிரைவர்ங்க எல்லாரும் சாப்பிடப் போயிருந்தாங்க. திடீர்னு என்னமோ ஒரு உணர்ச்சி வேகம்... ஒரு தெனாவட்டு. காருக்குப் பதிலா என் சிநேகிதன் மோட்டார் சைக்கிளை எடுத்துக்கிட்டு நான் ஓடியாந்தேன். வக்கீலைப் பார்க்கவா! இல்லை இல்லை, உங்களைப் பார்க்கணும்னு விதிதான் என்னை அழைச்சிருக்கு! பத்து நிமிஷம் முன்ன பின்ன வந்திருந்தாக்கூட நாம ரெண்டு பேரும் சந்திச்சிருக்க முடியாது. விதி நம்மைச் சேர்த்து வெச்சிருக்கு! அதே விதிதான் நம்மைப் பிரிக்கவும் பிரிக்குது. ஒரு பாங்க் ரசீதைச் சரியா வாங்கி வெச்சிருந்தேன்னா இல்லை... ஒரு மணி நேரம் அவகாசம் தந்திருந்தா புரட்டியிருப்பேன். சி.பி.ஐ விசாரணை ஏதும் வராம அடைச்சிருப்பேன்... அது முடியாம, நாம ஹனிமூன் பாதைல புறப்பட்டு, அண்ணாச்சிக்கு அட்டாக் வந்து, எங்கயோ கொண்டுபோயிருச்சு விதி!

'அனிதா, மனப்பூர்வமா நான் உங்க சந்தோஷத்தைத்தான் விரும்ப றேன். உங்க மேல எனக்கு எந்தச் சலுகையும் அதிகாரமும்

கிடையாது. இருக்க முடியாது. உங்களை எதுவும் கேட்க எனக்கு அருகதை கிடையாது. நான் ஒரு கிரிமினல். நீங்க ஒரு கிரிமினலுக்குப் பொண்டாட்டியா இருக்கவேண்டிய அவசியம் இல்லை. அதனால விவாகரத்து பேப்பர்ல நான் ஸைன் போட்டுக் கொடுத்துர்றேன்... தாமு மத்ததெல்லாம் பார்த்துப்பார்!'

'மிஸ்டர் வைரவன், டைம் அப்!' என்றார் போலீஸ் அதிகாரி.

'போதும் அதிகம் பேசியாச்சு!'

கறுப்பு வண்டியில் லட்சுமணன் உடல் ஏற்றப்பட்டது. வைரவன் புறப்பட்டான். அவனை போலீஸார் பாதுகாப்பாக அழைத்துச் செல்வதைப் பார்த்தாள் அனிதா. மகாதேவனும் சீதாராமனும் காத்திருந்தார்கள். சீதாராமன், மது இருவரும் அவளிடம் வந்து மௌனமாக நிற்க, 'மது! உன்கூட கொஞ்சம் பேசணும். நீ போ சீதா... நான் மதுகூட ரூமுக்குப் போயிட்டு அப்புறம் வரேன்' என்றாள் அனிதா.

மது, மாருதி காரின் முன் கதவைத் திறந்து காத்திருந்தாள். அனிதா உட்கார்ந்ததும் கண்ணாடிகளை உயர்த்தி ஏ.ஸி. போட்டாள். 'இந்த கார்கூட வைரவன்துதான்... சி.பி.ஐ.காரங்க கண்லருந்து தப்பிச்சது... அதே மாதிரி ஒரு பொட்டி நகைங்களை வைரவன் சிஸ்டர் என்னண்டை தந்திருக்காங்க.'

மது சொன்னது அனிதாவின் காதில் விழுந்ததாகவே தெரிய வில்லை.

'மது, நான் இப்ப என்ன செய்யறது?'

'என்ன வேணா செய்யி.'

'வைரவனும் என்னை என்ன வேணா செய்யினுதான் சொன்னார்... எனக்கு அந்தத் தீர்மானத்தை எடுக்க முடியுமானு தெரியலை. எனக்கு நிஜமாகவே அந்தச் சுதந்தரம் இருக்கா, அதுவும் தெரியலை!'

'காம்பன்சேஷன் கேளு!'

'குடுத்துட்டார் ஆறு லட்சம்!'

'பிச்சைக்காசு ஆறு லட்சம். உனக்கு ஏற்பட்ட சேதத்துக்கு அறுபது லட்சம் கேளு!'

'ஆறு லட்சத்தையே எனக்குச் செலவழிக்கத் தெரியாதே மது?'

கடற்கரையருகே கார் செல்ல, மக்கள் வரிசை வரிசையாக பிளாஸ்டிக் நீர்க்குடங்களை நிரப்ப மணலில் நடந்து கொண்டிருந்தார்கள். சீரணி அரங்கில் சாயங்கால அரசியலுக்காக மைக் டெஸ்ட்டிங் பண்ணிக்கொண்டிருந்தார்கள்.

'இஷ்டப்பட்டபடி செலவழி... நியூ யார்க் போய்ட்டு வா! இல்லை பாரிஸ். ஆனா, இன்னொரு கல்யாணம் பண்றதா இருந்தா யோசிச்சுப் பண்ணிக்க... இத்தனை பணக்காரன் வேண்டாம்... தொந்தரவு!'

'எனக்கு ஒரு எழவும் பிடிபடலை...'

'அனி, நாம ரெண்டு பேரும் பழைய மாணவ வாழ்க்கைக்குப் போயிருவோம். நகத்தில பாலீஷ் போட்டுக்கிட்டு, புருவத்தைத் திருத்திக்கிட்டு, சினிமா பார்த்துக்கிட்டு, இந்த கார்கூட உன்னுதுதான், வெச்சுக்க!'

'எனக்கு வேண்டாம். ஓட்டத் தெரியாது.'

மது, தெருவில் சென்ற சைக்கிள் ரிக்ஷாக்காரனைத் திட்டிக் கொண்டே வேகமாக ஓட்டினாள்.

அனிதா - மதுவின் அறைக்குச் சென்று அவள் கட்டிலில் படுத்து, சற்று நேரம் களைப்பில் தூங்கினாள்.

மது, மாலைச் செய்தித்தாள் வாங்கிக்கொண்டு வந்தாள். Incriminating Documents Seal Vairavan's Fate என்று பெரிசாக அறிவித்தது.

'எப்படியோ டாகுமெண்ட்ஸைப் புடிச்சிட்டாங்க சி.பி.ஐ. காரங்க!' என்றாள் மது.

அனிதா, 'எல்லாத்தையும் எங்கிட்ட கொடுத்திருந்தாங்க!' என்றாள்.

'உங்க வூட்ட வந்து சோதனை போட்டாங்களா?'

'இல்லை... சீதாவே காட்டிக் குடுத்துட்டான்.'

'அடப்பாவமே!'

'இதில யார் பாவம்? வைரவன் பாவமா? நான் பாவமா, எனக்குத் தெரியலை!'

'நீங்க ரெண்டு பேருமேதான். என்னதான் இந்தியா முழுக்க வைரவனை ஏமாத்துக்காரன், எமகாதகன்னு சொன்னாலும், எனக்கென்னமோ அவங்க அப்பாதான் இந்த வேலையெல்லாம் செய்திருக்காருன்னு தோணுது. அப்பா செத்துப்போய்ட்டாரு. இவரு மாட்டிக்கிட்டாரு! நான் அப்பவே யோசிச்சேன். வெட்டியா உக்காந்திருந்த எனக்கு மூவாயிரம் ரூபா சம்பளம் கொடுத்தா, அந்தக் கம்பெனி பொய்யாத்தான் இருக்கணும்!'

'மது, நாம எல்லாருமே மாறிடறோம் இல்லை?'

'மாறணும் அனிதா!'

'ஆம். மாறணும்!'

அனிதாவை வீட்டில் கொண்டு விட்டு, 'நாளைக்கு கார் வேணும்னா சொல்லு... வரட்டுமா?' என்றாள் மது.

'அவ நாளைக்கு ஊருக்குப் போறா' என்றார் மகாதேவன்...

மது, 'எங்கே' என்று கேட்கவில்லை.

இரவில் அவர்கள் டி.வி. பார்த்துக்கொண்டிருந்தார்கள். வைரவன் சம்பந்தப்பட்ட பல முக்கியமான ஷேர் பத்திரங்களும், கடிதங் களும், பொய்யான பாங்க் ரசீதுகளும் பிடிபட்டு, அவற்றை மெட்ரோபாலிட்டன் மாஜிஸ்திரேட்டிடம் சமர்ப்பி(த்தல்)த்ததில், அவர் சி.பி.ஐ. கஸ்டடியை நீட்டித்திருக்கிறார்.

வைரவன் - கோர்ட்டில் ஆஜராவதும், பளிச் பளிச்சென்று ஃபிளாஷ் சிமிட்டுவதும், நிருபர்களின் தொடர்ந்த கேள்விகளும், எதற்கும் பதில் சொல்லாமல் வைரவன் நடக்க... அவன் ஒரு போலீஸ் வண்டியிலிருந்து மற்றொன்றுக்கு மாற்றப்படும்போது ஒரு முறை கேமராவை நோக்கும்போது, அனிதாவை நோக்கினான். அடிபட்ட மிரண்ட பார்வை.

'பார்க்கறான் பாரு, ஆடு திருடின கள்ளன் மாதிரி' என்றாள் கமலம். பிறகு ராஜாராமன் பக்கம் திரும்பிச் சொன்னாள். 'உங்களுக்குத் தெரியுமோ மாப்பிள்ளை? நம் சங்கரன் பொண்ணு ஸ்வேதாகூட ரெண்டாம் தடவை கல்யாணம் பண்ணிக்கும்

படியா ஆய்டுத்து... அவா ஒரு முக்கியமான சமாசாரத்தை மறைச்சு வெச்சே கல்யாணம் பண்ணிட்டா. சாந்தி கல்யாணத்தின்போது தெரிஞ்சது. உடனே டைவர்ஸ் வாங்கிண்டு, அப்புறம் எல்லாத்தையும் சொல்லிட்டுத்தான் இன்னொரு கல்யாணம் பண்ணிட்டா!'

'இப்ப அதெல்லாம் சகஜம்' என்றார் ராஜாராமன்.

'எதுக்கும் அங்க ஜல்பாய்குரிக்கு வந்து, ஒரு மாசம் தங்கியிருந்து பச்சைப்பசேல்னு இயற்கைக் காட்சிகளைப் பார்த்துட்டு வந்தா கொஞ்சம் ரிலீஃபா இருக்கும். சீதா, உனக்கு ஒண்ணும் அர்ஜெண்ட் இல்லையே!'

'நான் ஒரு யுகம் வேணும்னாலும் காத்துண்டிருக்கேன்!'

'அந்த சுரேஷோ சேகரோ, அவன்தான்... அந்த அமெரிக்கா மாப்பிள்ளை! அவன் இப்ப கேக்கறான். 'மாமா, நான் தப்பு பண்ணிட்டேன். உங்க டாட்டரை இப்பவே கல்யாணம் பண்ணிக்கத் தயார்'னு!'

'போறும் போறும்... ஒரு தடவை அண்டை அசல்ல கொடுத்து ஏமாந்து, ஜன்மத்துக்கும் போறும். நீங்க சும்மா இருங்கோ! சீதாதான் அனிதாவுக்கு ஏத்தவன். அவா ஜாதகத்தில் எழுதி வெச்சிருக்கறதை எவனாலயும் அழிக்க முடியலை, பார்த்தீங்களா!' - கமலம் சொன்னாள்.

சீதா, அனிதாவிடம் வந்து பரிவாக, 'அனிதா, பார்த்தா டயர்டா இருக்கே... நீ போய் ரெஸ்ட் எடுத்துக்கோ!' என்றான்.

'சீதா! அனிதாவுக்குக் கொஞ்சம் விசிறி விடு... நெத்தியெல்லாம் முத்து முத்தா வேத்திருக்கு பாரு!'

அனிதா பேசவே இல்லை. சீதா அவளுக்கு விசிறினான். 'நானும் ஜல்பாய்குரிக்கு வரேன். தெரியுமோல்லியோ?' என்று அவள் நெற்றியில் வந்து விழுந்த முடிக்கற்றையைத் தள்ளி வருடினான் சீதா. 'அஸ்ஸாம் மெயில்ல இ க்யு போடச் சொல்லி, நம்ம ரெண்டு பேருக்கும் சேர்த்து டிக்கெட் வாங்கிட்டார் அத்திம்பேர். நாளன்னிக்குப் புறப்பட்டுப் போறோம்!'

சீதா, அனிதாவின் புஜத்தைப் பிடித்துவிட்டான். 'அந்த ஆறு லட்ச ரூபா செக்கை நாளைக்கே போட்டுருங்கோ அத்திம்பேர். பவுன்ஸ் ஆயிடப்போறது!'

'ஏதோ இந்த மட்டும் கொடுத்தானே, எரியற கொள்ளில புடுங்கிண்ட மாதிரி...'

அனிதாவுக்குப் பேசவேண்டும் போல இருந்தது. அதன் கட்டாயம் போதவில்லை. ஏதோ ஒரு விதத்தில், மனத்தில் மரத்துப் போயிருந்தாள். காலையிலிருந்து ஒரு நாளில் எத்தனை சம்பவங்கள்... லட்சுமணின் லேசாக ஆடும் சடலம். வைரவனின் நீங்க, இவங்க என்ற புது மரியாதை. ஆறு லட்சம் ரூபாய் செக் காற்றில் லேசாக ஆடியது.

'வக்கீலைக் கூப்பிட்டு நாங்க பிரிஞ்சு போறதுக்கு உண்டான அஃபிடவிட்டை எழுதித் தரச் சொல்லுங்க, நான் திரும்ப ஜெயிலுக்குப் போறதுக்குள்ள...'

போன் ஒலித்தது. யாரோ எடுத்துக் கேட்டார்கள். 'இருக்காங்க... நீங்க யாரு?'

'அனிதா, உனக்குத்தான்! யாரோ சோமசேகராம்... வக்கீலாம்!'

அனிதா இயந்திரம் போல் சென்று போனை வாங்கிக் கவனித்தாள்.

'மிஸ் அனிதா?'

'ம்... மிஸ்ஸா?'

'நான் சோமசேகர்னு, தாமோதரனுடைய ஃப்ரெண்டு வக்கீல் பேசறேன். மிஸ்டர் வைரவன்கிட்ட ஒரு ஸ்டேட்மெண்ட் வாங்கி உங்க செபரேஷன் பேப்பர்ஸைத் தயார் பண்ணச் சொல்லியிருக்கார்... டிவோர்ஸ் பை ம்யூச்சுவல் கன்ஸெண்ட். அதாவது... பரஸ்பர ஒப்புதல் பேர்ல விவாகரத்து... மேரேஜ் ஆக்ட் 1955-ன் 13, பி செக்ஷன் படி! அதுக்கு முன்னால, அனிதா... உங்ககிட்ட நேரடியா ஒரு கேள்வி...'

அனிதா அந்தக் கேள்விக்குக் காத்திருந்தாள்.

'உங்களுக்கு இந்த விவாகரத்து நிஜமாகவே வேணுமா?'

'வேணும்!' என்றாள் அனிதா.

36

அனிதாவின் பதிலை, அந்த வக்கீல் எதிர்பார்த்திருக்க வேண்டும். அவள் விவாகரத்து வேண்டும் என்று போனில் உறுதியாகச் சொன்னதும், 'சரி. இன்னும் ஒரு நாள்ல உங்ககிட்ட வைரவன் ஸ்டேட்மெண்ட் வந்து சேர்ந்துரும். அதை ஏதாவது சிவில் லாயர்கிட்ட கொடுத்துட்டு செபரேஷன் பேப்பர்ஸ் ஃபைல் பண்ணச் சொல்லுங்க. பெஸ்ட் ஆஃப் லக்' என்றார்.

அனிதா போனை வைத்ததும், 'என்னவாம்?' என்று கேட்ட கமலம் தொடர்ந்து 'சீதா, என்னவா இருக்கும்? டிவோர்ஸுக்கு அவன் ஒப்புத்துக்கறானாமா?' என்றாள். 'அப்படித்தான் தோணறது' என்றான் சீதாராமன்.

'அனிதா! நீ ஜல்பாய்குரிக்குப் போக வேண்டாம். கல்யாண ஏற்பாடெல்லாம் செய்யணும். ஃப்ளாட் பார்க்கணும். ஒரு செட் எவர்சில்வர் பாத்திரங்கள் வாங்கணும்!' சீதாராமன் சொல்லிக் கொண்டே போக,

'அதெல்லாம் வேண்டாம். வைரவன் கொடுத்தது வேண்டப் பட்டது இருக்கு!' கமலம் சொன்னாள்.

சீதா 'ம்ஹூம்! எனக்கு அவன் பொருள் எதையும் தொட இஷ்டமில்லை' என்றான்.

அனிதா அவனை நிமிர்ந்து பார்த்தாள். 'இப்ப எதும் அவசர மில்லை... கொஞ்ச நாள் நிம்மதியா இருக்கேன். அக்கா, அத்திம் பேர்கூட நான் போறேன்மா.'

'டிக்கெட் கூட வாங்கியாச்சு!' என்றார் ராஜாராமன்.

'அனிதாவுக்கு இருக்கிற மனநிலையில் இதுதான் சரி...' என்றார் மகாதேவன். சீதா படு உற்சாகத்தில் இருந்தான். 'ஊர்ல ஒரு பதினஞ்சு நாள் தங்கினா போறும். அனிதா, நீ திரும்பி வந்ததும் எப்ப ரெடின்னு சொல்றியோ அப்ப கல்யாணம் வெச்சுக்கலாம். சிம்பிளா கல்யாணம்... உன் முதல் கல்யாணத்துக்கு நேர்மாறா...'

'அதை அடிக்கடி அவளுக்கு ஞாபகப்படுத்தாதே சீதா! ' என்றாள் கமலம்.

'அவன் குடுத்த ஆறு லட்சத்தை என்ன பண்றது?' என்றார் மகாதேவன்.

'அனிதா, அது உன் பணம்... நீ சொல்லு!'

அனிதா, 'ஆளுக்கு ஒரு லட்சம் பிரிச்சு எடுத்துக்கங்கோ அப்பா! 'வைரவன் ஒரு ஜெம்'னு புகழ்ந்தீங்களே... அதற்கு ஒரு லட்சம். அம்மா, நம்ம ஃபேமிலில யாரார் ஜாதி விட்டு ஜாதி கல்யாணம் பண்ணிண்டிருக்கானு நீ ரிஸர்ச் பண்ணியே... அதுக்கு ஒரு லட்சம். ஜிம்பு... வைரவன் கம்பெனில நீ வேலைக்குச் சேர்ந்தியே... அதுக்கு ஒரு லட்சம். கோஷ்டியா வைரவன் புகழ் பாடினதுக்கு சீதாவுக்கு ஒரு லட்சம். சுகந்தி அக்காவுக்கு ஒண்ணு - அத்திம்பேருக்கு ஒண்ணு!' என்றாள் நிதானமாக.

'சரிதான்...அவ மூடு சரியில்லை... எல்லாரும் சேர்ந்து வெறுப் பேத்த வேண்டாம்... அனி, நீ கொஞ்சம் ரெஸ்ட் எடுத்துக்கோ... அக்கா, நான் போய் கல்யாண மண்டபம் டேட்ஸைப் பார்த்துட்டு குத்துமதிப்பா ரெண்டு நாள் புக் பண்ணிட்டு வந்துர்றேன்... என்ன அனிதா?'

'யாருக்குக் கல்யாணம்?'

'நமக்குத்தான்... என்ன நீ?'

'ஓ!'

அனிதாவின் துணிமணிகளை கமலம் அடுக்கி வைத்தாள். 'அங்கல்லாம் குளிருமா மாப்பிள்ளே?'

'சேச்சே! இப்ப ரொம்ப ப்ளஸண்ட்டா இருக்கும்.'

மறுநாள் காலை, மது வந்து அவளைப் பார்த்தாள்.

‘என்ன அனி.. தீர்மானிச்சுட்டியா?’

‘என்ன தீர்மானம்?’

‘வைரவன்கிட்டருந்து செபரேஷன் பேப்பர்ஸ் ஃபைல் பண்ணிட்டதா சொன்னாங்க!’

‘பண்ணிட்டாங்களா?’

‘என்னது பண்ணிட்டாங்களான்னு என்னைக் கேக்கறே? உன் கல்யாணம், உன் லைஃப் அனி. உன் தீர்மானம்!’

‘இதுவரைக்கும் என் வாழ்க்கையை நான் எப்ப தீர்மானிச்சிருக் கேன்? பாட்டனி படிக்கச் சொன்னது... பரத நாட்டியம் வேண்டாம்னது... பச்சை புடைவை செலக்ட் பண்ணது... இப்படி எதை யோசிச்சுப் பார்த்தாலும் என் வாழ்க்கைத் தீர்மானங் களை மத்தவங்கதான் செய்திருக்காங்க. அப்பா, அம்மா, அக்கா... கல்யாணம்கூட வைரவன்தான் தீர்மானிச்சார். ‘இந்தப் பெண்ணை நான் பார்த்துட்டேன். இனி, இவதான் என் மனைவி... ஃபுல்ஸ்டாப்!’ அவ்வளவுதான்! அதே போல இந்த விவாகரத்தும் வைரவன் சொன்னபடிதான்... நான் ஜெயிலுக்குப் போறேன். இவ எனக்குத் தேவை இல்லை... கூப்பிடு வக்கீலை...’ ஏன், இப்ப ஜல்பாய்குரி போறதும், சீதாவைக் கல்யாணம் செய்துக்கறதும்கூட அவங்கவங்க தீர்மானம்தான். கேக்கை வெட்டிப் பங்கு போட்டுக்கறாப்பலதான் என் வாழ்க்கை.’

‘சீதாவைக் கல்யாணம் செய்துக்க சம்மதிச்சுட்டியா?’

‘எனக்கு வேற மார்க்கம் இருக்கறாத் தெரியலை மது!’

‘அனி, உன்னைப் பார்த்தா பரிதாபமா இருக்குது. முகம் கழுவிக்க. பளிச்சுனு டிரஸ் பண்ணிக்க... என்கூட வா... ஒருத்தரை நீ சந்திக்கணும்... உன் லைஃபே மாறிடும். வாழ்க்கைல ஒரு காரணம் ஏற்படும். அர்த்தம் விளங்கும்.’

‘யாரு? ஏதாவது டாக்டர்னா, நான் வரலை!’

‘நீ வாயேன்!’

மது, அனிதாவைக் கீழ்ப்பாக்கம் தோட்டத்தில் ஓர் அமைதியான வீட்டுக்கு அழைத்துச் சென்றாள். அங்கே வாசலில் பல

செருப்புகள் புறக்கணிக்கப்பட்டிருந்தன. மொஸைக் தரையில் ஜாக்கிரதையாக நடக்க வேண்டி இருந்தது. உள்ளே மதுவை பலர் அடையாளம் கண்டுகொண்டார்கள்.

'உன்னைப் பத்தி நான் எதுவுமே சொல்லலை. ஆனா, நீ அவங்களைச் சந்திச்ச உடனே பாரு... ஒரு பார்வையில உன் வாழ்க்கை முழுக்கத் தெரிஞ்சுப்பாங்க!'

'யாரு இது மது?'

'பாரேன்!'

தூய வெண்மையில் பல ஆண்கள் நடமாட, அனிதாவுக்கு அந்த இடத்து வாசனை பிடித்திருந்தது. சற்றே காய்ந்த மலர்களும், சந்தனமும், சருகும் எரியும் வாசனை.

'சாமியாரா?'

'கொஞ்சம் வெயிட் பண்ணு!'

அந்த அறைக்குள் ஏழெட்டுப் பேர் உட்கார்ந்திருந்தார்கள், நடுவே ஒரு பெண்மணி மணப்பெண் போல உட்கார்ந்திருந்தாள். அவளருகே ஏராளமான பழங்களும் மற்ற காணிக்கைகளும் வைத்திருக்க, மதுவைப் பார்த்ததும், 'வா மது! உக்காரு! உம் பேர் என்னம்மா?' என்றாள்.

அனிதா இயக்கப்பட்டவள்போல உட்கார்ந்தாள். சுற்றிலும் பார்த்தாள். லேசாக ஒரு மின்விசிறி ஓடிக்கொண்டிருக்க, அந்தப் பெண்மணியின் எதிரே இருந்தவருக்கு நாற்பது வயதிருக்கும்... அவரிடம் பேசிக்கொண்டிருந்தாள்.

'நீங்க இழந்தது அத்தனை சொத்தையும்... ஆனா, நீங்க பெற்றது நிம்மதி. எந்த இழப்பிலயும் ஒரு பிறப்பு இருக்குது... இதை யோசிச்சுப் பாருங்க... எந்த இழப்பிலயும் ஒரு பிறப்பு, ஒரு பெறுதல் இருக்கு. சொத்தை இழந்தா நிம்மதி... சொத்தை இழந்தா ஆரோக்கியம்! இழப்பினால் கிடைக்கிற நன்மைகளை எண்ணிப்பாருங்க... இது ஒண்ணுதான் நான் திருப்பித் திருப்பிச் சொல்றது. மனத்தின் அடித்தளத்தில் நாம யோக்கியமா இருக்கறவரைக்கும் இழப்பு என்கிறதே கிடையாது. இழப்பு என்பது ஒரு வரமாகவே இருக்கும். புரியுதா?'

அனிதாவைப் பார்த்தாள். அவள் கண்கள் கடல் நிறத்தில் இருந்தன. போய் தொட்டுப் பார்க்கவேண்டும் போல இருந்தது. தொட்டால் உடைந்துவிடுவாள் போல! மை காட்! இத்தனை மென்மையாக ஒரு பெண் இருக்க முடியுமா என்ன? ஜன்னல் திறந்து காற்று வீசினால் அதனுடன் விண்ணில் பறந்துபோய் விடுவாள் போல. இங்கே கொஞ்ச நேரம் இளைப்பாறத்தான் வந்த உபதேவதைபோல...

மற்றவர் அனைவரும் விலகியதும், மதுவும் அனிதாவும் தனியாக அவளிடம் விடப்பட்டபோது,

'மது இருக்கலாமா?'

'இல்லை அனி... நான் போறேன்... நீ இவங்ககூடப் பேசு... என்ன வேணா பேசு!'

மது வெளியே செல்ல, அனிதாவும் அந்தப் பெண்மணியும் தனியாகவே இருந்தார்கள்.

'பேர் சொல்லு.'

'அனிதா...'

'எம் பேர் தெரியுமா? ஆனந்தா! பேசு அனிதா, உன் மனசில என்ன குறை?'

'என் வாழ்க்கை என்னுதில்லை... அதுதான் குறை...'

'அது ஏதும் பெரிய குறை இல்லை பெண்ணே! நாம எல்லோருமே நம்ம வாழ்க்கையை நாமே நிர்ணயிக்கிறதா நினைக்கிறோம். அப்படி இல்லை, நம்ம ஒவ்வொரு கணமும் முன்னாலேயே கடவுளால் தீர்மானிக்கப்பட்டது. அதை ஏதோ நாம தீர்மானிச்சு நடத்தறாப்பல பாவனை செய்யறோம். அவ்வளவுதான்... இப்ப நீயும் நானும் பேசற ஒவ்வொரு வார்த்தையும் இதுக்கு முன்ன தாகவே எழுதி வைக்கப்பட்ட வார்த்தைகள். அதைத்தான் பேசறோம்!'

'உங்களை ஆனந்தான்னு கூப்பிடலாமா? என் வயசுதான் இருப்பீங்க போல... அதனால வேற மாதிரி கூப்பிடத் தயக்கமா இருக்கு.'

'எப்படி வேணா கூப்பிடு!'

'என்னைப் பத்தி சொல்லவா ஆனந்தா! எனக்கு நடந்ததைப் பத்தி.'

'சொல்லவேண்டாம். தேவையில்லை.'

'உங்களுக்குத் தெரியுமா?'

'சோகம் மட்டும்தான் தெரியும். அது போதும். சோகம்ங்கறது பொது... அதுக்கு உண்டான வழிகள்தான் மாறுது. உன் சோகத்தின் விவரங்கள் எனக்குத் தேவையில்லை! என்னைக் கேளு, பதில் சொல்றேன்.

'என்ன கேட்க?'

'எது வேணா கேளு! என் பதிலை மட்டும் கூர்ந்து கவனி!'

'நான் செய்தது சரியா?'

'நீ இன்னும் எதுவுமே செய்யலையே?'

'நான் என் அக்காகூட அஸ்ஸாம் போகட்டுமா?'

'போ!'

'நான் சீதாவைக் கல்யாணம் பண்ணிக்கிட்டுமா?'

'பண்ணிக்க... பண்ணிக்காத...'

'எப்படித் தீர்மானிப்பேன்.'

'நீ தீர்மானிக்க வேண்டாம். தீர்மானம் உன்கிட்ட வரும்...'

'எப்ப... எங்கே?'

'எப்ப வேணா... எங்க வேணா... வீட்டில்... ப்ளாட்பாரத்தில... ரயில்ல... எங்கவேணா பளிச்சுனு வந்துரும்... ஸாட்டோரி (Satori) அது! மனசை முதல்ல காலி பண்ணிடு... போதும்.'

கதவு திறந்து, மற்றவர் உள்ளே வர... அந்தப் பெண்மணி, அனிதாவைப் புன்னகையால் தொட்டாள், அனிதாவுக்கு உள்ளம் முழுவதும் நிறைத்திருந்தது. தன் கேள்விக்கு விடை கிடைத்து விட்டது போலத்தான் உணர்ந்தாள்.

அனிதா வெளியே வந்ததும் மது, 'எப்படி இருந்தது அனுபவம்?' என்றாள்.

அனிதா மௌனமாக இருந்தாள்.

'இவங்களைப் பார்க்கறதுக்கு வெளிநாட்டிலிருந்து எல்லாம் வராங்க. நானும் முதல்ல இது ஏதோ ஏமாத்து வித்தையோன்னு நினைச்சேன். ஒரு தடவை சந்திச்சதும் மாறிட்டேன் அனி. இதுவரை நாம இருந்ததெல்லாம் வேஸ்ட்டுன்னு ஆயிருச்சு! ஏழைகளுக்கு உதவியா ஏதாவது செய்யணும்னு வாலண்டரி சர்வீஸ்ல சேர்ந்துட்டேன். அனி, உனக்கு நிம்மதி நிச்சயம் கிடைக்கும். இவங்களை ஒரு முறை பார்த்துட்டே இல்லை...'

அனிதா பேசாமலேதான் வந்தாள். அந்த பதில்கள் திரும்பத் திரும்ப ஒலித்தன.

'நீ இன்னும் எதுவுமே செய்யலையே! நீ தீர்மானிக்க வேண்டாம், தீர்மானம் உன்கிட்ட வரும்!'

வீடு திரும்பியபோது சுகந்தி, 'எங்க போய்ட்டே? ஊருக்குப் போறதுக்கு சாமான்லாம் கட்டவேண்டாமா? பாதி நானே எடுத்து வெச்சிருக்கேன். எதுக்கும் உனக்கும் வேணும்கறதெல்லாம் இருக்கா பாத்துரு அனி. சீதாதான் பாவம், உன் செருப்பைக் கூட அழகா ப்ளாஸ்டிக்ல போட்டு வெச்சிருக்கான். அவனும் எங்கேயோ கோட்டா கீட்டான்னு அடிச்சுப் புடிச்சு டிக்கெட் வாங்கிட்டான். சீதாதான் உனக்கு ஏத்தவன் அனி. இது தெரியாம நடுவில ஒரு மாயை வந்து மறைச்சு இப்ப விலகிடுத்து. இனிமே உனக்கு குருதசை...' என்றாள்.

சீதாராமன் டாக்ஸி கொண்டு வந்தான். அனிதா நிதானமாக, பதட்டமில்லாமல் அத்தனை பேரிடமும் விடைபெற்றுக் கொண்டு டாக்ஸியில் ஏறிக்கொண்டாள்.

கமலம் கண்ணீரைத் துடைத்துக் கொண்டு, 'அனிதாவுக்கு சரியாப் போச்சு' என்றாள்.

37

டாக்ஸியில் ஏறி அனிதா சென்ட்ரல் ஸ்டேஷனை அடைந்த போது, அந்தச் செய்தி வந்தது - போகிற பாதையில் வெள்ளம் ஏற்பட்டு, ஏதோ ரயில் தடம் புரண்டுவிட்டது என்று. அஸ்ஸாம் மெயில் கான்சல் ஆகிவிட்டதாக மைக்கிலும் டெலிவிஷனிலும் செய்தி சொன்னார்கள். அவர்கள் பயணம் மூன்று நாட்கள் தள்ளிப் போனது.

பிறகு, ராஜாராமனும், சுகந்தியும் மறுபடியும் அனிதாவின் புறப்பாட்டுக்கு அவளைத் தயார்ப்படுத்திக் கொண்டிருந்தார்கள்.

'மழை பேஞ்சு பச்சைப்பசேல்னு இருக்கறைப் பார்த்தாலே போதும்... அதுல கிடைக்கிற நிம்மதியே போதும் அனி! ஜிம்பு... நீயும் ஒரு நடை வந்துட்டுப் போயேண்டா...

'நான் எங்கே வர்றது? நான் இப்ப வேற வேலைன்னா தேடியாக ணும். வைரவன் கம்பெனியெல்லாம் கோவிந்தா! எல்லாத்தை யும் இழுத்து மூடியாச்சு' - ஜிம்பு சொன்னான்.

'வைரவனைப் பத்தி இந்தாத்துல பேச்சே வரக்கூடாதுன்னு சொல்லியிருக்கேனோல்லியோ?' என்று மகாதேவன் அதட்டி னார்.

'ஆமாம்... இப்ப அதட்டுங்கோ!' என்றாள் கமலம்.

'சீதாராமன், அனிதாவுக்கு நீல நிற ஜார்ஜெட் புடைவை வாங்கி வந்திருக்கான்.'

'இது எதுக்கு சீதா?' என்று கமலம் கேட்க,

'நான் வாங்கிக்கொடுத்ததுன்னு எதாவது ஒண்ணு இருக்கணும் அக்கா அவளுக்கு! இப்பதான் அவ லைஃபே ஸ்டார்ட் ஆறது. நான் எதுவுமே அவளுக்கு வாங்கிக் கொடுத்ததில்லை. கல்யாணத்துக்கு அலைஞ்சதோட சரி...' என்றான் சீதா.

'ஏதோ உன் நல்ல மனசுக்கு நீங்க ரெண்டு பேரும் தீர்க்காயுசா இருக்கணும்...' என்ற கமலம், அடிக்கடி கண்ணீர் விட்டுக் கொண்டிருந்தாள்.

அனிதா எந்த வேலையும் செய்யாமல், எதிலும் சுவாரஸ்யமின்றி சும்மா உட்கார்ந்திருந்தாள். நடப்பது எல்லாம் கனவு போலத்தான் இருந்தது. அந்தச் சிவப்பு பெண்மணி ஆனந்தா சொன்ன வார்த்தைகள்தான் அவ்வப்போது மனதில் ஒலித்துக்கொண்டிருந்தன.

'அவளை மறுபடி பார்க்க வேண்டும்...' என்று மதுவுக்கு போன் செய்தபோது, ஆனந்தா சென்னையை விட்டு விமானத்தில் பம்பாய் போய்விட்டதாக மது சொன்னாள்.

'அடுத்தமுறை சென்னைக்கு வரும்போது உன்னைக் கூட்டிப் போறேன் அனி...' என்றாள்.

'அடுத்த முறையா?' என்றாள் அனிதா விரக்தியுடன்.

'பாரு அனி... உன் பேச்சே சரியில்லை. ஏதாவது விபரீதமா செய்யப் போறியா, சொல்லு... நான் வந்து உன்கூட இருக்கட்டுமா?'

'விபரீதமா?'

'தற்கொலை... அது இதுன்னு எதுனாச்சும் ஆரம்பிச்சே... பிச்சுருவேன்...'

'அதெல்லாம் இல்லை மது...' என்றாள்.

'அதான் பார்த்தேன். நமக்குக் கெடைச்சிருக்கிறது ஒரே ஒரு லைஃப். உயிரை விடறதுக்கு உலகத்துல எந்தக் காரணமும் இல்லை... ஞாபகம் வெச்சுக்க அனிதா. நான் உன்கூட கொஞ்ச நாள் இருக்கட்டுமா? உன்மனசு நிம்மதியாற வரைக்கும்...'

'இல்லை மது... நான் அஸ்ஸாம் போறேன்...'

'போயிட்டு வா அனிதா... நல்லதுதான். வேற மூஞ்சிகளைப் பார்த்தாலே போதும்! மயிலாப்பூர் மூஞ்சிகளை வுட்டுட்டு,

ஒண்ணு ரெண்டு சப்பை மூக்குகளைப் பார்த்தா கலகலப்பா ஆயிருவே. என்ன? ஆமா.... நீ சீதாவைக் கல்யாணம் பண்ணிக்கப் போறதா பேசிக்கிட்டாங்களே? அதான் சரி! அவந் தான் உனக்கு கரெக்டான மாப்பிள்ளை அனி! உன்னை நல்லாவே வெச்சுப்பான். புடைவைகூடத் தோய்ச்சுப் போடுவான். உனக்காக பாங்க் பரீட்சையெல்லாம் பாஸ் பண்ணுவான். சீதா இஸ் எ ஜெம்... நீ கெடைக்கலைன்னு எத்தினிவாட்டி என்கிட்ட வருத்தப்பட்டு அழுதிருக்கான் தெரியுமா...'

'முதல்ல இந்த போனை கட் பண்ணச் சொல்லணும்' என்றார் மகாதேவன் - அனிதா பேசி முடித்து போனை வைத்ததும்!

'ஏன் அப்பா?' என்றாள் அனிதா குரலில் கொஞ்சம் எதிர்ப்புடன்.

'அதுவும் வைரவன் வெச்சதுதானே! போன்லதானே எல்லா வினையும் ஆரம்பிச்சது. வைரவன் அடையாளம் எதுவுமே இந்த வீட்டில இருக்கக்கூடாது...' என்றார் மகாதேவன்.

சுகந்தி கேட்டாள்... 'அனி நீ கல்யாணத்துக்கு முந்திதானே குளிச்சே?'

'ஆமாம் அக்கா...'

'இப்ப எத்தனை நாளாறது? உனக்கு நாள் தள்ளிப் போயிருக்கு மோன்னு எனக்கு என்னவோ சந்தேகமா இருக்கு...'

'அம்பது நாள் ஆறது...'

'முந்தி எப்பவாவது இந்த மாதிரி தள்ளிப் போயிருக்கா?'

'இல்லைக்கா... எப்பவுமே ரெகுலர்...'

'கிருஷ்ணா... இந்தச் சோதனை வேறயா?' என்றாள் கமலம்.

'இரும்மா... இரும்மா.. புறப்படறதுக்குள்ள லேடி டாக்டரைப் பார்த்துரலாம்...'

'அப்பா இப்பத்தான் சொன்னாரே... வைரவனுடைய அடை யாளம் இந்த வீட்டுல எதுவும் இருக்கப்படாதுன்னு. இப்ப என்ன சொல்றீங்க?' என்றாள் அனிதா.

மகாதேவன், 'பேச்சே இல்லை... அப்படி உனக்குக் கர்ப்பம் தான்னு கன்பர்ம் ஆச்சுன்னா, எத்தனையோ வழிமுறை இருக்கு.

கலைச்சுக்க! சுகந்தி, நீ இப்பவே அனிதாவை அழைச்சுண்டு போய் லேடி டாக்டரைப் பார்த்துட்டு வந்துரு...'

'எங்க கிளம்பிட்டீங்க?' என்றபடி சீதாராமன் வந்தான்.

சுகந்தியும், கமலமும் ஒருவரை ஒருவர் பார்த்துக்கொள்ள, கமலம், 'இப்பச் சொல்லவேண்டாம்' என்பது போல் சைகை காட்டினாள்.

அனிதா பிடிவாதமாக, 'இல்லை சீதா... நான் ப்ரெக்னெண்டா இருக்கேனான்னு கொஞ்சம் சந்தேகம் வந்திருக்கு. லேடி டாக்டரை பார்க்கப் போறோம்...' என்றாள்.

சீதா பதற்றமில்லாமல், 'நானும் வரட்டுமா துணைக்கு?' என்றான்.

'சரியா கேட்டியா சீதா... நான் கர்ப்பமாயிருக்கேனான்னு...'

'எனக்கு நன்னாக் கேட்டுது அனிதா... என்னை நீ சரியாகவே புரிஞ்சுக்கலை. இப்ப உனக்குக் கர்ப்பம்தான்னு கன்ஃபர்ம் ஆனா கூட, நான் உன்னைக் கல்யாணம் பண்ணிக்கத்தான் போறேன். எனக்கு உன்மேலே இருக்கிற ஆழமான பாசத்தை இந்த மாதிரி இடைப்பட்ட விஷயங்களால் அசைக்க முடியாது அனிதா. வா... நானும் வர்றேன்!' என்றான்.

அனிதா முதன் முதலாக சீதாவைக் கண்ணோடு கண் பார்த்தாள். நிதானமாகப் பார்த்தாள். 'மை காட்... உன்னை மாதிரி ஆசாமிகளும் இருக்காளா உலகத்துல?'

'பரவாயில்லை அக்கா...' என்றான் சீதா சிரித்துக்கொண்டே.

'சீதா தங்கமான பையன்... எனக்குப் பெரிய கவலை விட்டுது' - என்றார் மகாதேவன்.

லேடி டாக்டரின் முன்னறையில் வயிற்றைச் சாய்த்துக்கொண்டு அரை டஜன் பெண்கள் காத்திருந்தனர். அனிதாவின் முறை வர முக்கால் மணி நேரமாயிற்று. சீதா அந்த இடத்தின் பாப்பா படங்களையும் மருந்து சார்ட்டுகளையும் படித்துக்கொண்டு காலை லேசாக ஆட்டிக்கொண்டு சாத்வீகமாகக் காத்திருந்தான்.

மருந்து விற்க வந்த இளைஞனை விசாரித்துக்கொண்டிருந்தான். அனிதா, சீதாவை முழுசாகப் பார்த்தாள். அவனும் அதே சமயத்தில் பார்த்து லேசாகச் சிரித்துவிட்டு, கண்களைத்

தழைத்துக்கொண்டான். வாழ்நாள் முழுவதும் இந்தக் கணத்துக் காகத்தான் காத்திருந்தவன் போல... ஒரு லேடி டாக்டரின் வரவேற்பறையில் அக்கா பெண்ணுடன், அவள் கல்யாணமாவதற்கு முன்னமே கர்ப்பமாக இருக்கிறாளா என்ற சேதி தெரியத் தான் தான் பிறந்தவன் போல!

'சீதா...இங்கே வந்து உட்காரு...' என்று பக்கத்தில் இருந்த காலி இடத்தைக் காட்டினாள் அனிதா.

அவளருகில் வந்து படாமல் உட்கார்ந்தான்.

உள்ள போனதும் டாக்டர் விசாரித்துவிட்டு, 'கல்யாண சமயத்துல பீரியட்ஸ் தள்ளிப் போறதுக்காக ஏதாவது மாத்திரை சாப்பிட்டியா?'

அனிதாவுக்கு நினைவு வந்தது.

'ஆமாம்... கல்யாணத் தேதி கொஞ்சம் கிட்ட இருந்ததால, சுகந்தி அக்காதான் மாத்திரை கொடுத்திருந்தாள்...'

'ஒரு வாரம் மாத்திரை சாப்பிட்டா...' என்றாள் சுகந்தி.

'அதனால ஹார்மோன்ஸ் டிஸ்டர்பன்ஸ் இருக்கலாம். எதுக்கும் எல்லா டெஸ்ட்டும் பண்ணிரலாம். காலையில யூரின் சாம்பிள் எடுக்கணும்... வர்றீங்களா?' லேடி டாக்டர் சொன்னார்.

'இப்ப எதுவும் சொல்ல முடியாதா...?' - சுகந்தி கேட்க...

'சொல்ல முடியாதும்மா... வாந்தி இல்லைங்கறாங்க. ப்ரெஸ்ட்ல ஏதும் மாறுதல் இல்லை. நாளைக்குத் தெரிஞ்சிரும்.. கன்பர்ம் பண்ணிரலாம்... கவலைப்படாதீங்க...' என்ற டாக்டர் அனிதாவின் தாலியைப் பார்த்து 'எல்லாம் சுகமாகவே முடிஞ்சுரும்.. புள்ளை பெத்துக்க இங்கேயே வாங்க...' என்றாள்.

அவர்களுடன் பரிவாக - சாந்தமாக உடன் தொடர்ந்து வெளியே வந்தபோது சீதாராமனைப் பார்த்து, 'ஹஸ்பெண்டையும் உள்ளே கூட்டி வந்திர்கலாமே?' என்றாள் லேடி டாக்டர்.

சீதாராமன், 'இல்லை டாக்டர்... ஐ'ம் நெர்வஸ்...' என்றான்.

ஆட்டோ ரிக்ஷாவில் அவர்கள் மூவரும் செல்ல, 'என்ன சொன்னா?' என்றான் சீதா.

‘நாளைக்குத்தான் தெரியும் சீதா... நாளைக்குக் காத்தால அழைச்சுண்டுபோக வர்றியா?’

‘தாராளமா... அதைவிட என்ன வேலை எனக்கு?’

வீட்டுக்கு வந்தபோது, மாலைக்குரல் வேன் நின்று கொண்டிருந்தது. அதில் இருவர் வாசலிலேயே காத்திருந்தார்கள். அனிதாவுக்குத் திக்கென்றது. வைரவனின் நிழல்கள் அவள் வாழ்க்கையை விட்டு அத்தனை எளிதில் விலகாது என்று தோன்றியது.

‘என்பேர் ராஜகோபாலங்க... வைரவனோட அட்வகேட்டுக்கு அசிஸ்டெண்ட்! டாகுமெண்ட்ஸ் எல்லாத்தையும் சரியா இருக்கான்னு பார்த்துட்டு, இதுல கொஞ்சம் கையெழுத்து போட்டுக் கொடுத்துட்டீங்கன்னா...’

‘வெச்சுட்டுப் போங்க...’ என்றான் சீதா. ‘கையெழுத்து போட்டு அப்புறம் கொடுத்து அனுப்புறோம்...’

‘அனிதா... உங்களை வைரவன் பார்க்கணும்னாரு...’ என்றான் ராஜகோபால்.

‘எப்ப...?’

‘அவ வரமாட்டான்னு சொல்லிடுங்க... வரமாட்டா!’ சீதா சொன்னான்.

‘அவரை ஜெயிலு மாத்தறாங்க... பர்மிஷன் கேட்டு வெச்சிருக்கோம். இந்த நம்பருக்கு போன் பண்ணா...’

‘எதுக்காக அவ வரணும் எல்லாம் முடிஞ்சப்புறம்? மிஸ்டர்... நீங்க பிரச்னையைச் சிக்கலாக்கப் பார்க்கறீங்க... அவ வரமாட்டா... வரமாட்டா... வரமாட்டா.’

‘அதை அவங்களே சொல்லட்டுமே...’ ராஜகோபால் கேட்க.

‘அனி... சொல்லு... வரமாட்டேன்னு சொல்லு அனி...’ என்றான் சீதா.

‘அவர் எங்கே இருக்கார்?’ என்றாள் அனிதா.

‘எங்கே இருப்பார்... ஜெயில்லதான்! வேற எங்கே? சீதா கேலியாகச் சொன்னான்.

'வாஸ்தவங்க! ஜெயில்லதான் இருக்காரு... நீங்க அவரைப் பார்க்க அனுமதி வாங்கியிருக்கோம்...' - அனிதாவிடம் ராஜ கோபால் சொன்னான்.

'அனி... சொல்லிடு... வரமாட்டேன்னு சொல்லிடு... நீ இப்பவாவது இதைத் தீர்மானிக்கவேண்டியது கட்டாயம் - இந்தப் பந்தங்களையெல்லாம் அறுத்தாச்சு... கட் பண்ணியாச்சு - அனி, இப்பவே சொல்லிடு!'

அனிதா, 'என்னைப் போட்டுக் குழப்பாதீங்க எல்லோரும்...' என்று சொல்லிவிட்டு உள்ளே சென்றாள். அவளுக்கு அந்த உணர்ச்சிகள் மூக்கை அழுத்தின. முதலில் கர்ப்ப சந்தேகம்... எதிர்காலம் என்ன? என்கிற சந்தேகம்... சீதாவின் கருணையில் மூச்சுத் திணறல்... உணர்ச்சிகளை இனம் பிரிக்க முடியாமல் திணறினாள்.

மாலைக்குரல் மெள்ளப் புறப்பட்டுச் சென்றதை ஜன்னல் வழியாகப் பார்த்தபோது, அதை அழைக்கவேண்டும் போலிருந்தது.

'உன் நல்லதுக்காவது நீ இந்த இடத்தை விட்டு விலகறதுதான் - தள்ளியிருக்கிறதுதான் - நல்லது அனிதா... அந்தாளு உன்னைத் துரத்தறான்!' என்றான் சீதா.

'நாளைக்குத் தீர்மானிக்கலாம் அதை!'

'அனிதா... அதுக்கு முன்னால இன்னிக்கே ஒண்ணு தீர்மானிக்கணும். தேவை ஏற்பட்டுப் போச்சு அனிதா... நான் அத்திம்பேர் கிட்டயும் அக்காகிட்டயும் சொல்லிக்கிறேன்... நாம கல்யாணம் பண்ணிண்டுடலாம் அனிதா... திருநீர்மலைக்குப் போய் சிம்பிளா கல்யாணத்தை முடிச்சுண்டு ரிஜிஸ்தர் பண்ணிண்டுடலாம் அனிதா!'

'எப்ப?'

'நாளைக்கு!'

'நாளைக்கு லேடி டாக்டர்கிட்ட போகணும்.'

'அதுக்கும் இதுக்கும் சம்பந்தமில்லை அனிதா...' என்றான் சீதாராமன்.

38

மறுதினம் லேடி டாக்டரிடம் அனிதாவை அழைத்துப்போக சீதாராமன் தயாராகத்தான் இருந்தான். அனிதாதான் 'இன்றைக்கு வேண்டாம்...' என்று சொல்லிவிட்டாள்.

'ஏன் அனி? லேடி டாக்டர்கிட்ட அப்பாயின்ட்மெண்ட் வாங்கி வெச்சிருக்கோமே?'

'நான் கர்ப்பம்தானான்னு இப்பத் தெரிஞ்சுண்டு என்ன ஆகணும்?'

'பின்ன எப்பத் தெரிஞ்சிக்கணும்?'

'அதுக்கு ஒண்ணும் அவசரமில்லை இப்ப...'

'என்னடி இது... இப்படிச் சொல்றே? ஏதாவது கலைக்கக் கிலைக்கச் செய்யணும்னா, முன்னாலேயே தெரிஞ்சுக்கறது தானே நல்லது?' கமலம் சொல்ல,

'அம்மா... எனக்குக் கிடைக்கிற துக்கச் செய்திகள் எல்லாம் போதும் அம்மா... அதோட இதையும் சேர்க்கவேண்டாம்...'

சீதாதான் கடைசியாக, 'சரி அனி, உன் இஷ்டம்... நீ எப்ப டாக்டர் கிட்ட போகணும்கறியோ அப்பப் போகலாம்! பெத்துக்க விருப்பமிருந்தாலும் பெத்துக்கலாம்...' என்றான்.

சீதாவைத் தீர்க்கமாகப் பார்த்துவிட்டு உள்ளே சென்றாள் அனிதா.

சுகந்திதான், 'லேடி டாக்டர் சந்தேகமாத்தான் சொன்னா... கர்ப்பம்கிறதுக்கான அறிகுறி வேற ஏதும் இல்லை அனிதாவுக்கு!

இது அந்தச் சிக்கல் இல்லைன்னுதான் தோண்றது. பகவான் அத்தனை தூரம் ஒரு பெண்ணைப் படுத்தமாட்டார்...'

சீதாராமன் கல்யாணத்தை முடித்துவிடவேண்டும் என்று பிடிவாதமாக இருந்தான். திருநீர்மலைக்கு எல்லோரும் போக, ஒரு தனி பஸ்ஸும் காரும் ஏற்பாடு செய்திருந்தான். ஆபீஸுக்கு லீவு போட்டுவிட்டு, சில நண்பர்களை ஒத்தாசைக்கு வரவழைத் திருந்தான். மதுவையும் கூப்பிட்டிருந்தான். சுகந்தியும் கமலமும் அலங்காரம் செய்ய வந்தபோது, அனிதா வெறித்துப் பார்த்துக் கொண்டாள்.

'அனிதா... போகலாம், கிளம்பு... நேரமாச்சு...'

'எங்க போகணும்?'

'திருநீர்மலைக்குப் போறோம்... உனக்கும் சீதாவுக்கும் கல் யாணம்... பெரிசா பட்டுப்புடைவை, நகைன்னு இல்லாட்டாலும் சீதா ஆசையா வாங்கிக் கொடுத்த அந்த ஜார்ஜெட் புடைவையைக் கட்டிண்டு, மையிட்டு, பூ வெச்சுண்டு வா, போதும்...'

'அம்மா... மது வந்திருக்காளா?'

'ஆமாம்...'

'அவளைக் கூப்பிடு...'

மது உள்ளே வந்து, 'என்ன அனிதா... என்ன ஆயிருச்சு...?' என்றாள்.

'மது... நான் செய்யறது சரிதானா?'

'சீதாவைக் கட்டிக்கிறதா...?'

'ஆமாம்...'

'ஆனந்தா என்ன சொன்னாங்க? - மது கேட்டாள்.

'பண்ணிக்க... பண்ணிக்காதே'ன்னாங்க. 'தீர்மானம் உன்கிட்டே வரும்'னாங்க. அது என்ன அட்வைஸ்? எனக்குப் புரியலை...'

'இந்தக் கல்யாணம் வேண்டாம்னா வேண்டாம்னு சொல்லிடு... வேற எத்தனையோ செய்யலாம். வேலைக்குப் போகலாம். வேற ஊர்ல, வேற ஜனங்க மத்தியில வாழலாம். எத்தனையோ

இருக்குது... இன்னொருக்கா கல்யாணம் பண்ணிக்க இஷ்ட மில்லைன்னா வேண்டாம். விட்டுரு...'

'மது... இதை உன் கோணத்துல, உன் தைரியத்துல இருந்து சொல்றே மது! நான் ரொம்பப் பாதுகாப்பா வளர்ந்தவ... என்னைத் தனியா காலேஜ் அனுப்பினதே, எங்க ஃபேமிலில புரட்சி... ஆண் துணையில்லாம ஒரு பெண் தனியா தன் வாழ்க்கையை அமைச்சுக்க முடியும்கிறதுல, எனக்குப் பயிற்சியே இல்லை...' - அனிதா சொல்ல,

'அப்ப சும்மா இதைப் போட்டு எல்லோரையும் குழப்பாதே... சீதாவைக் கல்யாணம் பண்ணிக்கிடு. உன்னைத் தங்கம் போல வெச்சுப்பார்... காப்பாத்துவார்...' - மது சொன்னாள்.

'அதான் பயமா இருக்கு... சீதா ரொம்ப நல்லவன்... ரொம்ப ரொம்ப நல்லவன்... கல்யாணம் ஆனப்புறம் மாறிடுவானா?'

'இல்லை அனி... சீதா மாதிரி ஆளெல்லாம் அப்படி இல்லை. உன்னை அப்படியே பூஜை பண்ற ஆசாமி... உனக்காக எந்த அவமானத்தையும் தாங்கிக் கொள்ளக் கூடியவரு. எந்த மாதிரி தியாகமும் பண்ணக் கூடியவரு... அனி, உன் மனசு ரொம்பக் குழப்பத்துல இருக்கிற இந்தச் சமயத்துல சீதாவினுடைய ஆறுதலும் அரவணைப்பும் உனக்குத் தேவைதான்...'

சீதா உள்ளே வந்து, 'என்ன அனி... எல்லாம் தயாரா?' என்றான்.

சீதா கல்யாணத்துக்குச் சலுகையாகப் பட்டு வேட்டி அணிந்து, நெற்றியில் குங்குமம் இட்டிருந்தான். கையில் இருந்த சிவப்பு சதுரப் பெட்டியைத் திறந்து 'தாலி...' என்று காட்டினான். அனிதா அவனிடம் தன் கழுத்தில் இருந்த தாலியைக் காட்டி, 'இதை என்ன பண்றது...?' என்றாள்.

'அதுவும் இருக்கட்டும். உனக்கு எப்பத் தோன்றதோ, அப்பக் கழட்டிப் போட்டுரு...' என்றான்.

மது, அனிதாவைப் பார்த்து, 'சொன்னேன் இல்லை?' என்றவள், 'சீதா... நீ போன ஜென்மத்துல யாரா இருந்திருப்பேன்னு யோசிச்சுப் பார்க்கறேன்...' என்றாள்.

'போன ஜென்மத்துலயும் அனிதாவுடைய கணவனா இருந்தேன்...' என்று சொல்லிவிட்டுப் போனான்.

காரில் போகும்போது உற்சாகமாகவே இருந்தது. பல்லாவரம் தாண்டிப் போகும்போது பவுடர் வாசனை அடித்தது. பெரிய மரங்களின் நிழலில், மக்கள் லாட்டரி டிக்கெட் வாங்கிக் கொண்டி ருந்தார்கள். கதம்பம் விற்பவர்களும், ஆடுகளை மந்தையாக ஓட்டிக்கொண்டு செல்பவர்களும், போஸ்டர் ஒட்டுபவர்களும், எங்கோ பார்த்துக்கொண்டு பஸ்ஸுக்கு நிற்பவர்களும், சென்னை யின் புறநகர் நியாயங்களுக்கு ஏற்ப இயங்கிக் கொண்டிருக்க... ட்ரங்க் ரோடை விட்டுத் திருநீர்மலை போகும் பாதையில் திரும்பி, கொஞ்சதூரம் போனதும் மலை தெரிந்தது.

செருப்பை காரிலேயே விட்டுவிட்டுப் படிகளில் ஏறியபோது, அந்த அர்ச்சகர் சொன்னார்: 'ரொம்பப் ப்ராசீனமான கோயில் இது... பாடல் பெற்ற ஸ்தலம்... வைஷ்ணவா கோயில் இது... திருமங்கையாழ்வார் பாடியிருக்கிறார் - 'நின்றான்... இருந் தான்... கிடந்தான்... நடந்தாற்கிடம் மாமலையாவது நீர்மலை யே'ன்னு! பகவான் அத்தனை விசேஷம்! நின்னுண்டு, உட்கார்ந் துண்டு, படுத்துண்டிருக்கிற பகவான் வேற எங்கேயும் இல்லை. மெள்ளக் காற்று விளையாடும் குன்றம்... எட்டாவது நூற்றாண் டில் இருந்தவர் திருமங்கை மன்னன்... அதனால் இந்தக் கோயில் ஆயிரத்து நூறு வருஷம் பழசு...' என்றார்.

லவுட்ஸ்பீக்கர்களில் அர்த்தமற்ற தமிழ் சினிமா பாட்டு காற்றோடு அபஸ்வரம் கலந்து கொடுக்க, மீனம்பாக்கத்தில் இறங்கும் ஜெட் விமானம் ஒன்று வானத்தில் மிதந்து கொண்டி ருந்தது. பல பேர் காத்திருந்தார்கள். அனைவரும் கல்யாண நோக்கத்துடன், கறுப்பும் சிவப்புமாக ரோஜா மாலையும், சரிகை வேட்டியும், பட்டுப் புடைவையுமாக... கும்பல் கும்பல்களாகக் கல்யாண உத்தேசங்கள்!

'இன்னிக்கு முகூர்த்த நாள் இல்லையா! அதான். எட்டு கல்யாணம்! உங்களுக்கு அவசரமில்லையே?' அர்ச்சகர் கேட்க,

'அவசரமே இல்லை பட்டாச்சாரிகளே, நிறுத்தி நிதானமாகவே வாரும்' என்றார் மகாதேவன்.

'ஒரு கடுதாசில பேரு கோத்திரம் நட்சத்திரமெல்லாம் குறிச் சுடுங்கோ... திருமாங்கல்யத்தையும் புடைவை வேட்டியையும் தட்டுல வெச்சுண்டு, இங்கேயே இருங்கோ... நான் முதல் ஜோடி கல்யாணத்தை முடிச்சுட்டு, டபுள் ஸ்பீட்ல வந்துர்றேன்...'

மகாதேவன், கமலம், சுகந்தி, ராஜாராமன், ஜிம்பு, சீதா, அத்தை பெண் வனிதா, மது, மல்லிகா என்று எல்லோரும் வந்திருந் தார்கள். மல்லிகாவின் அண்ணன் விஸ்வநாதன் வரவில்லை. எல்லோரும் மண்டபத்து நிழலில் உட்கார்ந்திருக்க, அனிதா மட்டும் தனியாக ஒரு தூணருகில் உட்கார்ந்தாள்.

'சுதாகரன் வர முடியலை... போன் மேல போன் போட்டு, 'ப்ளேன்ல வா'ன்னு சொன்னேன்... அத்திம்பேர் மாட்டேன்னுட் டார் அக்கா..' சீதா சொன்னான்.

'அவர் ஒரு முசுடு! சீதா மாதிரி ஒரு கணவன் கிடைக்கக் கொடுத்து வெச்சிருக்கணும்...' என்றாள் கமலம்.

அனிதா எழுந்து கொள்ள...

'எங்க போறே?' கமலம் கேட்டாள்.

'சும்மா காலாற நடந்துட்டு வர்றேன்...'

'மது, நீயும் கூடப்போம்மா...இந்தப் பக்கம் பாறையும் பள்ள முமா இருக்கு!'

'வாயேன்...' என்றாள் அனிதா.

பாறையைக் கீறிக்கொண்டு ஒரு மரம் முளைத்திருந்தது. அதன் நிழலில் அனிதா உட்கார்ந்துகொள்ள, மது பேசாமல் அருகில் உட்கார்ந்தாள்.

ஒரு சிறுவன, 'அம்மா காசு...' என்று சைகையாகக் கேட்க 'பேச வராது' என்று சாடை காட்ட... மது, அந்தப் பையனுக்கு ஒரு ரூபாய் கொடுக்க... அவன் ஓடிப்போய் தன் குடும்பத்தையே அழைத்து வந்துவிட்டான்.

சக்கர வண்டியில் கணவன்! அவன் கைகளில், கால்களில் எல்லாம் பேண்டேஜ் போட்டுக் கட்டியிருந்தது. புருவ முடி உதிர்ந்து, உதடுகள் தடித்து, தொழுநோயின் முன்னேற்ற அடை யாளங்கள்! அவனருகே அவன் மனைவி, அந்த வண்டியைத் தள்ளிக்கொண்டு வந்தாள்.

அவள் சரியாகத்தான் இருந்தாள். கர்ப்பமாக இருந்தாள். இரண்டு குழந்தைகளும் அழுக்காக, கரிய கண்களுடன் இருந்தன. அந்த

வண்டியின் உருளைகள் எண்ணெய் காணாமல் முனக, அவன் உடைந்த குரலில், 'மருந்து வாங்கக் காசு வேணும் தாயி...' என்றான்.

மதுதான் விசாரித்தாள். 'ஆஸ்பத்திரிக்குப் போனா, மருந்து எல்லாம் இலவசமாகக் கொடுப்பாங்களேப்பா?'

'அதை ஏன் கேட்கறீங்க? செங்கல்பட்டு பக்கத்துல பரனூர் ஆஸ்பத்திரிக்குப் போனா, நல்லா சோறு போட்டுப் பார்த்துக் கறாங்க.. குணம்கூட ஆயிடும்கறாங்க, இவருதான் போகமாட் டேங்கறாரு. இவரு தோஸ்துங்கள்லாம் குரோம்பேட்டைல இருக்காங்க. இவருக்கு மொண்ணைக் கையை வெச்சுக்கிட்டு சீட்டாடணும். கானாப் பாட்டு பாடணும்... பீடி பத்தவைக்கக் கூடப் பொண்டாட்டி தேவை... அம்மா, ஏதாவது பழைய சீலை இருந்தாக் கொடும்மா!' என்றாள்.

'கல்யாணத்துக்கு வந்திருக்கோம். பழைய சீலைக்கு நாங்க எங்கே போவோம்? ஒரு நாளைக்கு எத்தனை ரூபா சம்பாதிப்பே?' மது கேட்டாள்.

'எங்கே? ஒரு பத்துப் பதினஞ்சு, இருவது ரூபா வருமுங்க... ஏகாதசி மாதிரி திருவிழா காலங்கள்ல! கல்யாணம், பார்ட்டிங் கன்னு வந்தா, பத்து இருபது கொடுப்பாங்க. மிச்சம் மீதாரி வரும். கோயில்ல பட்டை சோறு கிடைக்கும். பொழைப்புக்குப் பஞ்சமில்லைம்மா... புள்ளைங்களைப் படிக்க வெக்கணும்மா... இந்தாளோட சேர்ந்து வவுத்துல புள்ளை வேற... இப்ப!'

'இவனுக்காக எதுக்கு அல்லாடறே? வுட்டுப் போயிரு...' என்றாள் மது.

அவன் நிமிர்ந்த பார்த்து, 'நானும் அதான் சொல்றேம்மா... 'என்னை வுட்டுட்டுப் போயிரு... எனக்கு நம்பிக்கை இல்லை. இன்னும் ஒரு வருஷமோ, ரெண்டு வருஷமோ... விரல் எல்லாம் போயிருச்சு... புள்ளைங்களைக் காப்பாத்தவாவது நீ தனியா போயிரு... தனியா போயிரு'ன்னு அடிச்சுக்கறேன்... மாட்டேங் கறா!'

'அதெப்படி? தாலி கட்டின புருஷனை விட்டுறதா? யோவ் நீ எத்தினி நாள் உசிரோட இருக்கியோ... அத்தினி நாள் உனக்கு வண்டி தள்ளிட்டுத்தான்யா இருப்பேன்!' என்றாள்.

'உனக்கு ஏதாவது வந்துட்டா?' அவன் சொல்ல,

'அதுக்காக என்னா செய்யறதாம்...' என்றாள் அவன் மனைவி.

அவர்களின் குழந்தைகள் மண்ணில் புரண்டு விளையாட...

'இதுங்களுக்கெல்லாம் ஒரு வழி காட்டாமப் போவானா கடவுள்...' என்றாள்.

அப்போது சீதா வந்து அழைக்க, மதுவும் அனிதாவும் திரும்ப சந்நிதிப் பக்கம் சென்றனர்.

39

எல்லோரும் காத்திருந்தார்கள். 'எங்க போய்ட்ட... முகூர்த்த நேரமாறது பாரு அனி... வா... சீதா...வா! இப்பதான் உன் மூஞ்சில மாப்பிள்ளை களையே வந்திருக்கு... காத்திருந்தவன் பொண்டாட்டியை நேத்து வந்துவன் கொண்டுபோனான்கறது மாறிப்போச்சு சீதா... சங்கோஜப்படாதே' - கமலம் சொன்னாள்.

'மாப்பிள்ளை, பெண்ணை வரச்சொல்லுங்கோ. நிச்சயதார்த்தப் புடைவை ஒண்ணும் முகூர்த்தப் புடைவை ஒண்ணும் இருந்தா போறும். இப்ப எல்லாமே குறைஞ்சுபோய் துணுக்குச் செய்தி மாதிரித்தான் கல்யாணம்! இப்படித்தான் பாருங்கோ - போனவாரம் ஒரு ஜோடி வந்திருந்தா... புள்ளை வெனிசூவேலா நாட்டு ஆள், பொண்ணு நம்ம ஊரைச் சேர்ந்த நல்ல வைதீகக் குடும்பம்' என்றார் அர்ச்சகர்.

அனிதாவின் கையை சீதாராமன் பிடித்துக்கொள்ள சின்னதாக அக்னி வளர்த்துக்கொண்டிருந்தார் அர்ச்சகர். 'பொண்ணுக்குத் தோப்பனார் வாங்கோ... அப்புறம், புள்ளைக்கு அக்கா, தங்கை யாராவது இருந்தா வாங்கோ, தாலி முடியணும்...'

சீதா, 'மது... நீதான் வா' என்றான்.

மது கட்டியிருந்த புடைவையுடன் அசௌகரியமாக வந்தாள். டேப் ரெகார்டரில் மதுரை பொன்னுசாமியின் நாதஸ்வரம் ஒலிக்க... இதற்குமுன் கல்யாணம் ஆனவர்கள் கோயிலை பிரதட்சணமாக வந்துகொண்டிருக்க... அவர்களைச் சேர்ந்தவர் கள் டிபன் சாப்பிடத் தயாராகிக்கொண்டிருந்தார்கள்.

'அம்மிக்குப் பதிலா இந்தக் கல்லை எடுத்து வெச்சுக்கலாம், சப்தபதிக்கு கட்டைவிரலைப் புடிச்சுண்டு இப்பல்லாம் யாரும் வரமாட்டேங்கறா!' அர்ச்சகர் சொல்ல.

'என்ன அனி... என்னவோ மாதிரி இருக்கே?' என்றாள் மது.

'சொல்லு அனி... மனசுல என்ன வெச்சிருக்கே சொல்லு' - சீதாவும் கேட்க.

'சீதா... உங்கூட நான் கொஞ்சம் தனியாப் பேசணும்' என்றாள் அனிதா.

'முகூர்த்தம் நெருங்கறது அனிதா.'

'அதிக நேரமாகாது சீதா. நான் உன்கூட பேச வேண்டியது கட்டாயம்.'

'என்ன சொல்லு?'

'சீதா, தனியா வாயேன்...உனக்கு ஒண்ணு காட்டணும்.'

'என்ன அனிதா?'

அனிதா, சீதாவை ஏற்குறைய இழுத்துக்கொண்டு அந்தத் தொழுநோய் தம்பதியிடம் சென்றாள். 'இவங்களைப் பாரு சீதா... இந்தப் பொண்ணைப் பாரு சீதா... இவளோட புருஷன் ஒரு தொழுநோயாளி. இருந்தும் இவன்கிட்ட புள்ள பெத்துண்டு, அவனைச் சக்கரத்தில் வெச்சு இழுத்துண்டு... இவளுக்கு என்ன எதிர்காலம் இருக்கு? எதுக்காக கணவனை விடாம அவனுக்கு வண்டி தள்ளிண்டு இருக்கா? இவளை விடவா நான் துர்பாக்கிய சாலி?

சீதா தன் பையிலிருந்து பத்து ரூபாயை எடுத்து அந்தப் பெண்ணிடம் கொடுக்க...

'நான் இவளுக்குப் பிச்சை போடக் கூட்டிண்டு வரலை சீதா!'

'பின்னே... நீ சொல்றது எனக்குப் புரியலை.'

'எனக்கும் இவளுக்கும் என்ன வித்தியாசம்?'

சீதாராமனுக்குக் கொஞ்சமாகப் புரிய ஆரம்பித்து.

'நீ இப்ப என்ன பண்ணணுங்கறே?'

'வைரவன் யாருன்னே சரியாத் தெரியாம அவருக்கு எந்த விதமான உபயோகமும் இல்லாம, பணம் இருக்கற வரைக்கும் அவர் கூட நடந்துட்டு, சிரிச்சிட்டு, எல்லார் கையையும் குலுக்கிட்டு, இப்ப அவர் ஜெயில்ல இருக்கறப்ப அவரோட தொடர்பை அறுத்துர்றது என்ன நியாயம் சீதா? இப்பத்தான் அவருக்கு வண்டி தள்ள ஆள் தேவைப்படறது சீதா.'

'அவன் சரியான ஏமாத்துப் பேர்வழி அனிதா... எத்தனை பேரை ஏமாத்தினவன் தெரியுமா?'

'அவர் ஒரு ஏமாத்துப் பேர்வழின்னு எப்படித் தெரியும் உனக்கு?'

'அப்படித்தான் பேப்பர்ல எல்லாம் போட்டிருக்கே!'

'உலகமே என் கணவரைக் குறை சொல்லி குற்றவாளிக்கூண்டில் ஏத்தறப்ப, யாராவது ஒருவருடைய சப்போர்ட் அவருக்கு வேண்டாமா சீதா? இப்பத்தானே அவருக்கு எல்லாமே தேவைப்படறது... அனுதாபம், ஆதரவு, ஏன் காதல்கூட.'

'என்ன சொல்றே நீ? இப்ப கல்யாணம் வேண்டாங்கறயா?'

'சீதா... உன்னை நான் இரண்டாம் முறையா ஏமாத்தறதுக்கு என்னை நீ மன்னிக்கணும்' - அனிதா சொன்னாள்.

சீதாவின் கண்களில் நீர் வரம்பிட, அதை அவன் கஷ்டப்பட்டு கண் சிமிட்டி, கண் சிமிட்டி, அடக்கிக்கொண்டான்.

'நான் நினைச்சேன்... எனக்கு ஏது அத்தனை அதிர்ஷ்டம்னு!'

'சீதா... எனக்கு பாங்க் ரசீதுன்னா என்னன்னு சொல்லித்தரயா? சீதா... ஃபார்வர்டு டிரேடிங்னா என்னன்னு சொல்லித் தருவியா? வைரவன் எக்ஸாக்டா என்ன குற்றம் சாட்டப்பட்டிருக்கிறார்னு சொல்லித் தருவியா சீதா? அவரை எந்த ஜெயில்ல வெச்சிருக்கா... எப்ப அவரை பெயில்ல விடுதலை பண்ணுவானு எல்லாம் தெரியணும் சீதா.'

'எல்லாம் சொல்லித் தரேன் அனி. அந்த மட்டுமாவது என்கிட்ட கொஞ்ச நாள் பேசிப் பழகலாம் இல்லையா? 'ஊமை கனாக் கண்டாப்பல'னு ஒரு பழமொழி சொல்லுவா அனி. அப்படித் தான் உனக்காகன்னு பாங்க் பரீட்சையெல்லாம் பாஸ் பண்ணி வெச்சேன். எனக்கு ப்ரமோஷன் வேற கிடைக்கப்போறது.

இண்டேன் காஸ்க்கு மனுப்போட்டு, ஃப்ளாட்டுக்கு அட்வான்ஸ் கொடுத்து... ஏன்... குழந்தை கிழந்தை பெத்துக்க நீ தீர்மானிச்சா, அதுக்கு நர்ஸரியில் அட்மிஷனுக்குக்கூட இப்பவே ஏற்பாடு செய்ய - யாருக்கோ போன் பண்ணிண்டிருந்தேன். இட் வாஸ் டூ குட் டு பி ட்ரூ அனிதா' என்றான்.

அனிதா, சீதாவை நேரில் பார்த்து, அவன் இரு தோள்களிலும் தன் இரண்டு கைகளையும் வைத்து, அவன் கன்னத்தில் வழிந்த கண்ணீரை முகத்தால் அழித்தாள்.

'இப்பவே முத்தம் கொடுத்துக்க வேண்டாம். எல்லாம் கல்யாணம் ஆகட்டும்' என்றாள் அங்கே வந்த சுகந்தி.

'சீதா... உன் உதவி எனக்குத் தேவை சீதா.'

'சரி... இப்ப அவாகிட்ட போய் சொல்லிட்டு வந்துர்றேன்.'

'நானும் வரேன் சீதா... இந்தத் தீர்மானத்துக்கு நான்தான் காரணம்...' என்றாள் அனிதா.

சீதா தன் பையிலிருந்து தாலி கோர்த்த தங்கச் சங்கிலியை எடுத்துப் பார்த்தான். 'இது எதுக்கு இனிமே?' என்றான். அந்த தொழூே நாய்க்காரனின் தகரக் குவளையில் அதை எடுத்துப் போட்ட போதுதான் சீதாவின் கோபம் புலப்பட்டது.

சீதாவும் அனிதாவும் சந்நிதிப் பக்கம் அணுக எல்லோரும் உற்சாகமாகக் கைதட்டினார்கள்.

'மாப்பிள்ளையும் பொண்ணும் வரா... பராக், பராக், சீதா கல்யாண வைபோகமே! அனிதா கல்யாணம் வைபோகமே.'

'இப்ப பாடக்கூடாதும்மா அதை' - அனிதா சொன்னாள்.

'அக்கா... கல்யாணம் கேன்சல்... வாங்கோ போகலாம்.' என்றான் சீதா.

'என்னது?' மகாதேவன் அதிர்ச்சியானார்.

'என்னடீது அனிதா... சண்டை போட்டுட்டேளா?' கமலம் பதற, 'சீதாகூட சண்டையாவது... என்னம்மா! அம்மா... நான்தான் கல்யாணம் வேணாம்னுட்டேன்' - அனிதா நிதானமாகச் சொல்ல,

‘என்ன இப்படி ஒரு ஸ்திரபுத்தியில்லாத இருக்கியே? உன்னை அப்படியே கன்னம் கன்னமா இழைக்கணும் போல வரது. ஏன்... கல்யாணத்தை நிறுத்தும்படி இப்ப என்ன காரணம்?’

‘சீதாராமன்... ஆசமனம் பண்ணிட்டு சங்கல்பம் பண்ணிண்டு வாரும்’ - அர்ச்சகர் சொன்னார்.

‘பட்டாச்சாரியாரே... அதையும் நீரே பண்ணிக்கும்! இந்தக் கல்யாணம் இன்னிக்கு நடக்காது’ என்றார் மகாதேவன்.

‘அது என்னிக்குமே நடக்காது... ஸாரி மாமா... உங்களுக்குக் கொஞ்சம் சிரமம் கொடுத்துட்டோம்’ - சீதா சொன்னான்.

‘அதனாலென்ன? பரவாயில்லை. அடுத்த பார்ட்டியை வர வழைச்சுரலாமா? ஒருவேளை உங்களுக்கு மனசு மாறினா அடுத்த வெள்ளிக்கிழமை ஒரு முகூர்த்தம் வரது - கொடுத்த அட்வான்ஸை அப்படியே வெச்சிண்டு இருக்கேன்...’ என்றார். இம்மாதிரி எதிர்பாராத திருப்பங்களுக்கெல்லாம் அவர் பழக்கப்பட்டவர் போல!

மது, அனிதாவிடம் வந்து, ‘என்ன அனிதா... என்ன ஆச்சு இப்ப? மன உறுதியே இல்லாம இருக்கியே!’ என்றாள்.

‘மது... அவளைத் திட்டாதே. அவள் தீர்மானம் சரியானதுதான்.’ என்றான் சீதா.

‘என்ன தீர்மானம்?’

‘பாங்க் ரசீது, ஃபார்வர்டு ட்ரேடிங்’ எல்லாம் படிக்கப் போறா அனிதா?’

‘மது... வைரவன் இப்ப எங்க இருக்கார்னு தெரியுமா உனக்கு?’ சீதா கேட்டான்.

‘ஏன்?’

‘அவரை அனிதா பார்க்க ஏற்பாடு பண்ணணும்.’

‘புரியுது. ஓட்டல் ஸ்ரீ லதா இண்டர்நேஷனல்ல கேட்டா தெரியும்’ - மது சொன்னாள்.

‘எனக்கு எதுவுமே புரியலையே...’ என்றாள் கமலம்.

‘எனக்கு நன்னா புரியறது! உம் பொண்ணு சீதாவை வேண் டாம்னுட்டா...’ - மகாதேவன் சொன்னார்.

‘அப்ப சுரேஷா இப்ப?’

‘பழைய குருடி கதவைத் திறடின்னுட்டு, திரும்ப வைரவன் கிட்டயே போகப்போறாளாம்...’

‘கொண்டு வந்த பொங்கலையாவது திங்கலாம் வா...’ என்றார் ராஜாராமன். ‘உன் தங்கையைப் போல ஓர் ஒண்ணாம் நம்பர் பச்சோந்தியை நான் பார்த்ததில்லை. இப்ப ஜல்பாய்குரி வராளா... அதும் இல்லையா?’ - சுகந்தியிடம் கேட்டார்.

அனைவரும் வேனில் ஏமாற்றத்துடன் திரும்ப, அனிதா மதுவுடன் மாருதியில் முன் சீட்டில் உட்கார்ந்தாள்.

‘எனக்கு கொஞ்சம் மூடு சரியா இல்லை... கொஞ்ச நேரம் கழிச்சு வரேன். தப்பா நெனைச்சுக்காதீங்கோ, நாம மத்தியானம் சந்திக்க லாம். அனிதா... நீ ஏதோ பாங்க் ரசீதைப் பத்திக் கேட்டியே... அதையெல்லாம் விவரமா சொல்றேன்’ என்றான் சீதா.

‘சரி சீதா’ என்றாள் அனிதா, அவன் கையைப் பற்றி.

சீதாவை கார் கண்ணாடி மூலம் பார்த்து, ‘பாவம் சீதா, இல்லை’ என்ற மது, ‘இப்படியும் ஓர் ஆசாமி இருப்பாரான்னு நம்பவே முடியலை...’ என்றாள்.

அனிதாவும் மதுவும் காரில் முதலில் ஸ்ரீ லதா இண்டர்நேஷனல் ஓட்டலுக்குச் சென்றபோது, ‘ஓட்டல் புதுப்பிக்கப்படுவதால் மூடப்பட்டுள்ளது’ என்று போர்டு போட்டிருந்தது. அங்கிருந்து வைரவனின் ஒவ்வொரு கம்பெனியாக, ஆபீஸாக போய்ப் பார்த்தார்கள். வி.வி.எல். இண்டஸ்ட்ரீஸ், வைரவன் கிரானைட்ஸ், அனிதா ஸின்தடிக்ஸின் புது ஆபீஸ், ஸ்பென்ஸரில் இருந்த ஐஸ்கிரீம் பார்லர், ‘யு நேம் இட்’ சிட்பண்ட் என்று எல்லா அலுவலகங்களும் பூட்டியிருந்தன.

சாந்தோம் வீட்டின் வாசலில் போலீஸ் காவல் இருந்தது.

‘அவரை எங்க வெச்சிருப்பாங்க?’ என்றாள் அனிதா.

‘யாருக்குத் தெரியும்? மெட்ராஸ்ல இருக்காரோ... இல்லை இடம் மாத்திட்டாங்களோ... எப்படிக் கண்டுபிடிக்கிறது?’ என்ற மது, ‘இப்ப உன்னோட எண்ணம் என்ன?’ என்றாள்.

‘முதல்ல வைரவனைப் பார்க்கணும். பார்த்து அவருக்கு ஆதரவா நான் இருக்கேன்னு சொல்லணும்...’

‘இப்ப ரொம்ப ரொம்ப லேட் அனி!’

‘ஏன்?’

‘அந்தாளை கடவுளாலகூடக் காப்பாத்த முடியாதுங்கறாங்க.’

‘அவர் எங்கேன்னுகூட சொல்ல மாட்டாங்களா?’

‘ஒரு நிமிஷம் பொறு... நான் வைரவன் கம்பெனி கார்ப்பரேட்ல வொர்க் பண்றப்ப அவருடைய வக்கீலை அடிக்கடி போன்ல கூப்பிடுவேன். அவர் பேர் முத்து காளத்தி! ஹைகோர்ட்ல கூட அவருக்கு சேம்பர் இருக்குன்னு நினைக்கிறேன். அவரைப் போய்ப் பார்க்கலாமா?’ - மது கேட்க, ‘போகலாம்’ என்றாள் அனிதா.

அண்ணாமலை மன்றத்தின் முன்னால் குழப்பமான போக்கு வரத்து சிக்கலிலிருந்து தப்பித்து, வள்ளுவர் பஸ்கள் மொய்த்த பாதையைக் கடந்து கோர்ட்டின் பக்க வாசலில் நுழைந்து மரத்தடியில் காரை நிறுத்தினார்கள்.

40

வக்கீல் முத்துகாளத்தி அவருடைய சேம்பரில் இல்லாததால், சற்றே ஏமாற்றத்துடன் அனிதாவும் மதுவும் திரும்பி வந்தபோது, வீடு களையிழந்து இருந்தது. ஒருத்தரும் அனிதாவுடன் பேசவில்லை. மகாதேவன் ஒரு மூலையில் உட்கார்ந்துகொண்டு வேகமாக விசிறிக்கொண்டிருக்க, ராஜாராமன், 'ரெண்டு டிக்கட் வேஸ்ட்டு' என்று பயணத்துக்கான படுக்கையைக் கட்டிக் கொண்டிருந்தார். மூணு வயசு சீனுகூட அனிதாவை முறைத்துப் பார்த்தது.

அனிதா மாடி அறைக்குச் செல்லும்போது, சுதாவைப் பார்த்தாள், 'சுதா... நீ எப்ப வந்தே?'

'அவசர அவசரமா உன் கல்யாணத்துக்கு ப்ளேனைப் புடிச்சுண்டு வந்தேன். அவர் வேண்டாம், வேண்டாம்னார். இப்ப ஊருக்குத் திரும்பிப்போன உடனே இருக்கு டோஸு! அவசரமா கடன் வாங்கி ப்ளேன் டிக்கெட்டுக்குப் பணம் கொடுத்தார்.'

'சுதா! பணத்தைப் பத்தி கவலைப்படாதே... நிறையவே கொடுத்திருக்கார் என் கணவர்... உனக்கு ப்ளேன் டிக்கெட் வேஸ்ட் ஆறதேன்னு நான் மறுகல்யாணம் பண்ணிக்க முடியாது!' அனிதா சொல்ல,

'நான் அப்படிச் சொல்லலைடியம்மா!' என்றாள் சுதா.

'அவகிட்ட யாரும் பேசாதீங்ககோ!' - கமலம்.

'ஏன் இந்த வீட்டில யாரும் என் மனசைப் புரிஞ்சிக்க மாட்டேங்கறா!' அனிதா கேட்க,

‘உன் மனசு உனக்கே புரியறதான்னு எங்களுக்குச் சந்தேகம்’ என்றார் மகாதேவன்.

‘அனி... சும்மா சும்மா ஏதாவது பேசிண்டிருக்காதே! வா! சீதா எங்கே?’ கமலம்.

‘சீதா உன்கூட வரலையா?’ - அனிதா.

‘இல்லையே... எங்ககூடவும் வரலையே! எங்கயாவது போறதாச் சொன்னானா?’ என்று கேட்டாள் கமலம்.

‘சொல்லலையே!’

‘பின்னே எங்க போனான்?’

அனிதாவுக்குச் சற்றுக் கலக்கம் ஏற்பட்டது. ‘ஒருவேளை எக்குத்தப்பாக எதாவது விபரீத முடிவுக்குச் சீதா வந்திருப் பானோ? சேச்சே... அப்படி இருக்காது.’

மது, அனிதாவை அவள் அறையில் விட்டு விட்டு, ‘நீ இப்ப ஓ.கே.தானே? நான் ஒரு இன்டர்வியூவுக்குப் போகணும்... போயிட்டு மத்யானம் வந்துர்றேன்’ என்று முதுகில் தட்டி விட்டுப் போனாள்.

‘எனக்கு வைரவனைச் சந்திச்சாகணும் மது... எந்த ஊர்ல இருந்தாலும் சரி!’

‘நான் விசாரிக்கிறேன்’ என்று சென்ற மது, மத்யானம் வரவில்லை. சீதாவும் வரவில்லை. அனிதாவுக்குப் பயம் அதிகமாயிற்று. ‘சீதா எங்கே போனான்?’

ராஜாராமன், சீதாவின் ஆபீஸுக்கு போன் பண்ணி மல்லிகாவை விசாரித்தார். அவள், ‘சீதா ஆபீஸ் வரவில்லை’ என்றாள்.

‘கல்யாணம் இல்லைன்னப்புறம் நான் நேரா பாங்க் வந்துட் டேன். சீதா என்கூட வரலை! அவன் இன்னிக்கு லீவு... பதினஞ்சு நாள் லீவு போட்டிருக்கான்...’ என்றாள் மல்லிகா.

சாயங்காலம் வரை சீதா வராதபோது எல்லோருக்கும் கவலை பரவியது. ஏதாவது போன் வருமா எனக் காத்திருந்தார்கள்.

‘எங்கே போவான்? போறதுக்கு ரெண்டு மூணு இடம்தானே இருக்கு?’ என்ற கமலம், ‘ஜிம்பு, எங்கடா சீதா?’ என்றாள்.

'விஸ்வநாதன் வீட்டுலகூட சீதா இல்லை! சில சமயம் கித்தார் கத்துக்கப் போவான் அங்க... அங்கேயும் காணோம்... வேற எங்கே போனான்?' என்று அனைவரும் அடிக்கடி அனிதாவைப் பார்க்க, அனிதாவுக்குக் குற்ற உணர்வு மனத்தில் குறுகுறுத்தது...

'சே, சீதா, அப்படியா செய்வான்?'

'அவன் மனசு எப்படிப்பட்டதுனு என்ன தெரியும் உனக்கு?'

'பிச்சைக்காரன் பாத்திரத்தில தங்கச் சங்கிலியைப் போட்ட போதே தெரிஞ்சு போச்சு... சீதா மனசு உடைஞ்சு பேதலிச்சுப் போச்சுன்னு! அவனைத் தனியா விட்டிருக்கக்கூடாது!' சுகந்தி சொன்னாள்.

'எல்லாம் இவளால... இந்தக் கடன்காரியால வந்த வினை! இவ எப்பப் பிறந்தாளோ அப்பவே இந்த வீட்டில...' என்று ஆரம்பித்த மகாதேவனை கமலம், 'சும்மாருங்கோ' என்று அதட்டினாள்.

அனிதாவுக்கு அந்தக் கணம்தான் வாழ்க்கையின் மிகத் தாழ்வான, மிகுந்த பயமளித்த கணமாக இருந்தது. 'சீதா என்ன செய்தாலும், செய்துகொண்டாலும் அதற்கு நேரடியான காரணம் நான்தான். நான் எப்போதாவது அவனிடம் சொன்னேனா... 'உன்னைக் கல்யாணம் பண்ணிக்கச் சம்மதம்' என்று? இவர்களாகத்தான் அவசர அவசரமாக ஏற்பாடு செய்தார்கள்... ஒருவேளை சம்மதம் என்று எப்போதாவது சொன்னேனா?' அனிதாவுக்கு ஒரே குழப்பமாக இருந்தது.

ராத்திரி பன்னிரண்டு மணியாகியும் சீதா வரவில்லை. சுங்குவார் தெரு மேன்ஷனில் சீதாவின் அறை பூட்டி இருப்பதாக ஜிம்பு வந்து சொன்னான்.

'போலீஸுக்கு போன் போட்டுச் சொல்லிட வேண்டியதுதான். போட்டோ ஏதாவது இருக்கா?' ஜிம்பு கேட்டான்.

'எதுக்குடா?'

'எதுக்கா? டெலிவிஷன்ல காட்ட!'

அப்போது டெலிபோன் மணி ஒலிக்க... அதை எடுக்க எல்லோரும் தயங்கினார்கள், அகாலமான அதன் நடுராத்திரித்

துல்லிய ஒலியில் ஒரு கெட்ட செய்தி... ஒரு எச்சரிக்கை இருந்ததை நரம்புகளில் உணர முடிந்தது.

'யாராவது போனை எடுங்களேன்.'

அனிதாதான் எடுத்தாள். எதிர்முனையில் 'நாங்க போலீஸ் கமிஷனர் ஆபீஸிலிருந்து பேசறோம்... மிஸஸ் அனிதா இருக்காங்களா?' என்றது குரல்.

'அனிதாதான் பேசறேன்!'

'நீங்க உடனே எக்மோர் கமிஷனர் ஆபீஸுக்கு வர்றீங்களா...'

'என்ன விஷயம்... சீதாராமன்...'

'நீங்க வாங்களேன், விஷயம் தெரியும்!'

எதிர்முனையில் போன் வைக்கப்பட அனிதாவும் போனை வைத்தபோது, அனைவரும் அவளை ஆர்வத்துடன் பார்த்தனர்.

'ஜிம்பு...உடனே ஒரு ஆட்டோ கொண்டுவா! போலீஸ் கமிஷனர் ஆபீஸுக்கு என்னை வரச் சொல்லியிருக்கா!'

'அட ராமா! கிருஷ்ணா! என்ன சோதனை இது... சீதாவோட பாடியை அங்க வெச்சிருக்காளாமா...' - கமலம் அலற.

'அதெல்லாம் ஒண்ணும் சொல்லலை... உடனே வான்னு சொல்லியிருக்கா!' என்றாள் அனிதா.

'மாப்பிள்ளை... கூட நீங்களும் போங்கோ! டெட் பாடியைப் பாத்து ஜிம்பு பயந்துக்கப் போறான்' என்று மகாதேவன் சொல்ல... ஜிம்பு பாய்ந்து ஆட்டோ பிடித்து வர ஓடினான்.

இருட்டில் அந்தக் கட்டடத்தின் வடிவங்கள் சரியாகப் புலப்படவில்லை. ஒரு சில விளக்குகள் மட்டும் எரிந்து கொண்டிருக்க, பக்கவாட்டில் ஒரு கமா வளைவின் அருகில் வெளிச்சம் அதிகமாக இருந்தது, கூட்டமும் சேர்ந்திருந்தது.

அனிதா, ஜிம்பு, ராஜாராமன் மூவரும் அங்கே செல்ல, 'வாங்கம்மா... உங்களுக்காகத்தா(ன)ன் காத்துக்கிட்டிருக்கோம்! கான்ஸ்டபிள்... இவங்களை அழைச்சுட்டுப் போங்க...' என்றார் ஒரு இன்ஸ்பெக்டர்.

கடப்பைக் கல் பதித்த மௌனமான வராந்தாவில் நெஞ்சைப் பிடித்துக்கொண்டு நடந்தார்கள். 'கடவுளே செய்தி அப்படி இருக்கக் கூடாது... இது அநியாயம்! என் அறியாத ஒரு செய்கைக் காக இத்தனை பெரிய விளைவு கூடாது...' அனிதா மனத்துக்குள் புலம்பினாள்.

'உக்காருங்க...' என்று ஒரு நாற்காலியைக் காட்டினார். 'இவங்க தான்...' என்றபடி அருகே மேஜையிலிருந்து சாவியை எடுத்து, எதிரே பூட்டியிருந்த கதவைத் திறந்தார்.

'உள்ளே போங்க!' என்று அனிதாவிடம் சொல்லிவிட்டு, ராஜாராமன், ஜிம்பு இருவரையும் பார்த்து, 'நீங்க இங்கேயே இருங்க... அவங்க மட்டும்தான் போகலாம்!' என்றார்.

அனிதா அந்த அறையின் மெல்லிய இருட்டை நோக்கி நடந்தாள். 'இதுதான் அவள் வாழ்க்கையில் கடைசி நடை. கடைசிப் பிரயத்தனம்' என்பது போல... இந்த நடையின் முடிவில் கிடைக்கப்போகும் செய்திதான் அவள் வாழ்வின் இறுதி ஆச்சரியம்... இனிமேல் எல்லாமே வெட்டவெளி...' என்பதுபோல நடந்தாள்.

அந்த அறையின் மெலிதான இருட்டு பழக அனிதாவுக்குக் கொஞ்ச நேரமாயிற்று. தரையில் அந்த உருவம் கிடக்க, கான்ஸ் டபிள் அதை நோக்கி நடந்து அந்த உருவத்தைப் புரட்டினார்.

சட்டென்று வைரவன் எழுந்தான்.

'ஹலோ அனிதா!' அப்படியே மெள்ளக் கதவு திறந்து தூக்க எல்லாவற்றுக்கும் திடீர் விடுதலை. ஒரு பெருக்கு, ஒரு மடை திறப்பு, ஒரு தாராள வடிகால் கிடைத்ததைப்போல மண்டியிட்டு வைரவனை அணைத்துக்கொண்டாள் அனிதா. தாடி வளர்ந்து விட்ட அவன் கன்னத்தில் முகத்தை வைத்துத் தேய்த்தாள்.

'நீங்க பேசிக்கிட்டிருங்க...' என்று கான்ஸ்டபிள் விலகினார்.

'அனிதா... அனிதா... அனிதா...' என்று அவளைத் தன் கண்ணீரால் குளிப்பாட்டினான் வைரவன். 'அனிதா ஹெல்ப் மீ அனிதா! ப்ளீஸ்... ஹெல்ப் மீ அனிதா... உன் உதவி எனக்குத் தேவை அனிதா. என்னை இந்தச் சமயத்தில் வுட்டுப் போயிராதே அனிதா! நான் செஞ்சதெல்லாம் தப்பு கண்ணா. மனத்தால்

உன்னை வாங்காம, பணத்தால் வாங்கினது... உன்னை அடைஞ்சதுமே உன்னை மறந்தது... கடை பொம்மை மாதிரி உன் உணர்ச்சிகளைப் பத்திக் கவலையே படாதது... எல்லாம் எல்லாம் தப்பு. இப்பதான்... இப்பதான் அனிதா, நீ எனக்கு வேண்டும். உன் காதல் அத்தனையும் வேண்டும்!'

அனிதாவின் மணிக்கட்டில் சொட்டு சொட்டாக அவன் கண்ணீர் சூடாக உதிர, அவள் புடைவையெல்லாம்... கன்னமெல்லாம்... கழுத்தெல்லாம்... கண்ணீர்! ஒரு மனுஷன் கண்ணுக்குள் இத்தனை நீரா?

'வைரவன்... நான் ஒரு தப்பு பண்ணிட்டேன். சீதாவை... சீதாவை கல்யாணம் செய்துக்கறதா சொல்லிக் கடைசி நிமிஷத்தில் நான் மனசு மாறினதில அவன் காணாம போயிட்டான்...'

'சீதாவா! என்ன உளர்ற அனி! சீதாதான் நாள் முழுக்க விசாரிச்சு என்னை இந்த ஜெயில்வரைக்கும் வந்து கண்டுபிடிச்சு, வக்கீலைக் கூட்டி வந்து ஃபிரெஷ் பெயிலுக்கு அப்ளை பண்ணப் போயிருக்கான். அவன்தான் நம்மோட இந்தச் சந்திப்புக்கு ஏற்பாடு செய்தது. இப்ப வந்துருவான்... அனிதா...' என்று வைரவன் சொல்ல, அனிதாவுக்கு இதய பாரம் சட்டென்று இறங்கியது.

'அனிதா... என்னைவிட்டுப் போகமாட்டேன்னு சொல்லு...'

'இல்லை...இல்லை...நான் உங்களை விடுதலை பண்ணப் போறேன். முதல்லருந்து எல்லாத்தையும் தெரிஞ்சுண்டு, உங்களுக்காக வெளி உலகத்துல இதை ஒரு சவாலாக எடுத்துண்டு.'

'நான் ஒண்ணுமே செய்யலை அனிதா... உலகத்தில இருக்கிற அத்தனை பேரும் செய்யறதைத்தான் செய்தேன். பார்ட்டிக்குப் பணம் கொடுத்தேன். மந்திரிக்குப் பணம் கொடுத்தேன். பலர் ஆப்ரேஷனுக்குப் பணம் கொடுத்தேன். நான் ஷேர் வாங்கினா ஷேர் விலை உசருது... நான் வித்தா சரியுது! இதைக் கொஞ்சம் பயன்படுத்திக்கிட்டு ஸ்டாக் எக்ஸ்சேஞ் விதிகள் எதையும் மீறாமத்தான் பணம் பண்ணினேன். என்னை அறியாம கோடிக்கணக்கில பணம் சேர்ந்துகிச்சு. அதுக்குக் காரணம் நம்ம சிஸ்டம்ல இருக்கற கோளாறு. நடக்கறவரைக்கும் நடக்கட்டும் புலி சவாரி அப்படிங்கறமாதிரி! ஒரு ராஸ்கலும் கண்டுக்கலே...

அவனவன் ஸ்விஸ் பாங்கில ஆறு அகௌண்ட வெச்சிருக்கான்... நாங்க ஒரே ஒரு பி.ஆர்ல மாட்டிக்கிட்டோம். சி.பி.ஐ.க்காரங்க ஒரு மணி நேரம் தாமதமாக வந்திருந்தாங்கன்னா சமாளிச்சிருப்பேன். புலி கவுத்திருச்சி. என்னை சாப்ட்ருச்சு...' என்ற வைரவன், 'என்ன பார்க்கிறே?' என்றான்.

அனிதா, 'நீங்க சொன்னது எதுவும் எனக்குப் புரியலை' என்றாள்.

'ஸாரி!'

'ஆனா, அத்தனையும் புரிஞ்சுக்கப்போறேன்!'

அப்போது 'வந்தாச்சா...' என்று குரல் கேட்டு அனிதா திரும்பிப் பார்க்க... சீதா அறைக்குள் நுழைந்தான். கூட ஒரு வக்கீலும் வந்திருந்தார்.

'சீதா... நீ எங்க போயிட்ட... உன்னை நாள் பூரா தேடினோம்' என்றார் உடன் வந்த ராஜாராமன்.

'வைரவனைப் பார்க்கணும்னு அனிதா உதவி கேட்டா இல்லையா! அவரைத் தேடிக் கண்டுபிடிச்சு, அவரை எங்க வெச்சிருக்கான்னு தெரியறதுக்கே ராத்திரி மணி பத்தாயிடுத்து. ஒருத்தரும் பிடிகொடுத்துப் பேசலை. ஒருத்தர் 'வைரவனைச் சிந்தாதிரிப்பேட்டைல வெச்சிருக்கா...'ன்னு சொல்றார். இன்னொருத்தர் 'வேலூருக்கு மாத்தியாச்சு'ங்கறார்... வேற சிலர், 'வைரவன் ஸ்பெஷல் கஸ்டடில இருக்கார்'ங்கறா... கடைசில வக்கீல் சார்தான்...' சீதா சொன்னான்.

'என்ன சார் அநியாயம்! சி.பி.ஐ.கஸ்டடி டேட் முடிஞ்சு போயாச்சு. அவாளும் எக்ஸ்டெண்ட் பண்ணலை. மாஜிஸ்திரேட் கோர்ட்ல ப்ரொட்யூஸ் பண்ணலை. வைரவனை உள்ள வெச்சிருக்கறதே சட்ட விரோதம், உடனே ஒரு ஜாமீன் மனு மூவ் பண்ணிட்டேன். சாயங்காலமே! ஜாமீன் தொகை ஜாஸ்தியாக இருந்ததால ஜாமீன் கொடுக்க ஆள் அகப்படறதுதான் கஷ்டமா யிடுத்து. சீதாராமன்தான் யாரையோ புடிச்சு ஏற்பாடு பண்ணி...' வக்கீல் சொல்ல,

அனிதா, சீதாவைப் பார்த்தாள். சீதா சங்கோஜத்துடன் வைரவனைப் பார்க்க...

'சீதா எல்லாம் சொன்னாரு!' என்றார் வைரவன்.

'அனிதா... வைரவன் கேஸ் ரொம்ப சிம்பிள். ஆத்துக்கு வந்தா நான் எல்லாம் சப்ஜாடா விவரமா சொல்றேன். ஷேர்னா என்னங்கறதுலேர்ந்து ஆரம்பிக்கலாம்...' சீதா சொன்னான்.

அனிதா, சீதா சொல்வதில் கவனமின்றி அவனையே பார்த்துக் கொண்டு, அவனருகில் சென்று அவனை அன்புடன் அணைத்துக் கொண்டு, கன்னத்தில் முத்தமிட்டு விட்டுக் கண்ணீருடன் திரும்பி கணவனைப் பார்த்தாள்.

வைரவன், 'அந்தக் கன்னத்திலயும் குடு' என்றான்.

வைரவனைத் தாற்காலிகமாக விடுவித்து அனிதா வீட்டினர் அழைத்துச் சென்றபோது விடிந்திருந்தது. சென்னை மற்றொரு தின ஆயத்தங்களைத் தொடங்கியது. ப்ளாஸ்டிக் பால் பைகள், செய்தித்தாள், அதிகாலை மெட்ரோ வாட்டர், சூரியன் சோபிப்பதற்குள் நடை, அம்மன் கோயில் சினிமாப்பாட்டு, இஸ்திரிக்காரர்களின் கரித்தணல், பள்ளி செல்லும் குழந்தை மலர்கள்...

சீதா ஆட்டோவை நிறுத்தி, 'அனிதா... நீ மாப்பிள்ளையைக் கூட்டிண்டு வீட்டுக்குப் போ, நான் வக்கீலைப் பார்த்துவிட்டு வரேன். மத்யானம் டிஸ்கஸ் பண்ணலாம்...' என்றான்.

ஆட்டோவில் ஏறும்போது வைரவன், 'எங்கிட்ட காசு இல்லை' என்றான்.

'எங்கிட்ட இருக்கு' என்றாள் அனிதா.

ஆட்டோ குதித்துக் குதித்துச் செல்ல... அனிதா, வைரவனைக் கட்டிப்பிடித்துக்கொண்டு 'உன்னை விடமாட்டேண்டா' என்றாள்.
